# ‘ஓ’ஹோ
# பக்கங்கள்

# ‘ஓ’ஹோ பக்கங்கள்

**ஞாநி** (பி. 1954)

பத்திரிகை, நாடகம், தொலைக்காட்சி, சினிமா, இளைஞர், பெண்கள், சிறுவர், மனிதவள மேம்பாடு ஆகிய துறைகளில் ஈடுபட்டுவரும் ஞாநியைக் கடந்த 38 வருடங்களாக இயக்கி வருவது சக மனிதர்கள்மீது இருக்கும் அன்பும் மனித சமத்துவத் துக்கான ஆவலும்தான்.

தொடர்புக்கு: gnanisankaran@gmail.com.

வலைத்தளம்: www.gnani.net

# ஞாநியின் ஆக்கங்கள்

கட்டுரைகள்

- ❖ பழைய பேப்பர்
- ❖ மறுபடியும்
- ❖ கண்டதைச் சொல்லுகிறேன்
- ❖ மீடியா உறவுகள்
- ❖ சமூகப்பாலினம்
- ❖ மீடியாவும் கல்வியும்
- ❖ நெருப்பு மலர்கள்
- ❖ அயோக்கியர்களும் முட்டாள்களும்
- ❖ பேய் அரசு செய்தால்
- ❖ எதிர்காலத்தைக் கேள்விக்குறியாக்கும் இன்றைய அரசியல்
- ❖ அறிந்தும் அறியாமலும்
- ❖ ஓ பக்கங்கள் (ஒன்பது தொகுதிகள்)
- ❖ கேள்விகள்
- ❖ மனிதன் பதில்கள்

திரைக்கதை வடிவம்

- ❖ அய்யா

நாவல்

- ❖ தவிப்பு

நாடகங்கள்

- ❖ பலூன்
- ❖ ஒரு விசாரணை
- ❖ என் மகன்
- ❖ வட்டம்
- ❖ சண்டைக்காரிகள்

இயக்கம்

*தொலைக்காட்சித் தொடர்கள்*

- ❖ விண்ணிலிருந்து மண்ணுக்கு
- ❖ பிக்னிக்
- ❖ பூக்குட்டி
- ❖ காதலென்ன கத்தரிக்காயா
- ❖ வேர்கள்
- ❖ அய்யா
- ❖ ஆனந்தி

*பெரிய திரைக் குறும்படங்கள்*

- ❖ திருமதி ஜேம்ஸ் இப்போது என்ன செய்யவேண்டும்
- ❖ உள்ளேன் அய்யா

*முழு நீள வீடியோ படம்*

- ❖ விசாரணை

*பரீக்ஷாவுக்காக 30க்கும் மேற்பட்ட நாடகங்கள்*

ஞாநி

# ‘ஓ’ஹோ பக்கங்கள்

ஞாநியின் ‘ஓ’ பக்கங்களிலிருந்து தேர்ந்தெடுக்கப்பட்ட கட்டுரைத் தொகுப்பு

தேர்வு
**சுகுமாரன்**

காலச்சுவடு பதிப்பகம்

'ஓ'ஹோ பக்கங்கள் • கட்டுரைகள் • ஆசிரியர்: ஞாநி • © N.V. சங்கரன் • முதல் பதிப்பு: டிசம்பர் 2012 • வெளியீடு: காலச்சுவடு பப்ளிகேஷன்ஸ் (பி) லிட்., 669 கே. பி. சாலை, நாகர்கோவில் 629001.

காலச்சுவடு பதிப்பக வெளியீடு: 499

**'oo'hoo pakkankaL** • Essays • Author: ñaani • © N.V. Sankaran • Language: Tamil • First Edition: December 2012

Published by Kalachuvadu Publications Pvt. Ltd., 669 K.P. Road, Nagercoil 629001, India • Phone: 91-4652-278525 • e-mail: publications@kalachuvadu.com

ISBN: 978-93-81969-54-0

12/2012/S.No. 499, kcp 896, 18.6 (1) 1200

எளிமை, நேர்மை, துணிவு மூன்றையும் தன் நடத்தை மூலம்
எனக்குக் கற்பித்த, ஆங்கில இதழியல் முன்னோடியும்
என் அப்பாவுமான வேம்புசாமிக்கு

# பொருளடக்கம்

# முன்னுரை

வணக்கம்.

தமிழ் இதழியல் வரலாற்றில் *ஆனந்த விகடன், குமுதம், கல்கி* என்று மூன்று இதழ்களில் இடம் மாறித் தொடர்ந்து 2005இலிருந்து ஏழு ஆண்டுகளாக வெளியாகி வரும் ஒரே பத்தியான ‘ஓ’ பக்கங்கள் பகுதியை எழுதி வருவது எனக்குப் பெருமையா, பின்னடைவா என்று தெரியவில்லை. ஒரே பத்திரிகையில் தொடர்ந்து எழுத முடியாத இதழியல், அரசியல் சூழல் இருப்பது எழுத்தாளர்களுக்கு மட்டுமல்ல, சமூகத்துக்கே பின்னடைவு தான். ஒரு பத்திரிகையில் நிறுத்தினாலும் இன்னொரு பத்திரிகையில் தொடரமுடிவது என்பது எனக்குத் தனிப்பட்ட முறையில் மகிழ்ச்சிதான்.

சம கால நிகழ்வுகளைக் கடந்த கால அனுபவக் கண்ணாடி வழியே எதிர்கால நோக்கங்கள் சார்ந்து விமர்சிப்பதே என் அணுகுமுறையாகும். 2005 முதல் 2011 முடிய வெளியான சுமார் 300க்கும் மேற்பட்ட கட்டுரைகள் எட்டுத் தொகுதிகளாக வெளிவந்துள்ளன. புதிய வாசகர் களுக்கு என் எழுத்தை அறிமுகப்படுத்த இவற்றிலிருந்து தேர்ந்தெடுக்கப்பட்ட கட்டுரைகளின் ஒரு தொகுதியை வெளியிடக் காலச்சுவடு பதிப்பகம் விரும்பியது. இந்தத் தொகுப்பைப் படிக்கும் வாசகர்கள் பலரை இதரத் தொகுதிகளைத் தேடிப் படிக்க உந்தும் விதத்தில் தேர்வைச் செய்திருப்பவர் கவிஞர் சுகுமாரன். கவிஞர் மட்டுமல்லாது, அவரும் ஒரு பத்திரிகைப் பத்தி எழுத்தாளர் என்பதால், கவிமனம், இதழியல் பார்வை இரண்டும் அவர் தேர்வில் செயல்பட்டுள்ளன. அவருக்கும் *காலச்சுவடு* கண்ணனுக்கும் என் நன்றி.

இவற்றைப் படிக்கக்கூடிய வாசகர்கள், சில விஷயங்களில் என் நிலைப்பாட்டுடன் மாறுபாடு கொண்டிருக்கக் கூடியவர்கள் உட்பட எல்லாருமே ஒரு சக மனிதனாக நம் சமூகம் பற்றிய என் தவிப்பை, கவலையை, அக்கறையை நிச்சயம் உணர் வீர்கள். நம் இருவருக்கும் இருக்கும் இந்த அக்கறையின் பகிர்வு தான் என் எழுத்து. நம் தனி வாழ்விலும் பொது வாழ்விலும் தீர்வுகளை நோக்கி நம்மை நகர்த்திச் செல்ல இது உதவ வேண்டும் என்பது என் விருப்பம்.

என் எழுத்தைத் தொடர்ந்து படிக்கும் உங்களில் இரு பிரிவினரைப் பல சந்தர்ப்பங்களில் நேரில் சந்திக்கவும் மற்றபடி உணரவும் முடிகிறது. ஒரு சாரார் எழுபதுகளிலிருந்து தொடர்ந்து என்னை வாசித்து வரும் மூத்த வாசகர்கள். அடுத்த முப்பது ஆண்டுகளில் நம்பிக்கை வறட்சி உங்களைச் சூழ்ந்தபோதும் உங்கள் நம்பிக்கையையும் எதிர்பார்ப்புகளையும் தூக்கிப் போட்டுவிட மனமில்லாமல் தொடர்ந்த தேடலில் இருக்கிறீர்கள். அந்தப் பயணத்தில் நம்பிக்கையுடன் பற்றிக்கொள்ள ஒரு விரலாக என் எழுத்தை நீங்கள் உணர்வதைப் பார்க்கிறேன். இன்னொரு சாரார் இந்தத் தலைமுறை இளம் வாசகர்கள். சுமார் 25இலிருந்து 40க்குள் இருக்கும் நீங்கள், உங்கள்மீது முந்தைய தலைமுறையினருக்கு இருக்கும் கோபம், அவ நம்பிக்கை, விரக்தி இவையெல்லாம் அர்த்தமற்றவை என்று நிரூபிக்கத் துடிக்கும் வாசகர்கள். புரிதலுடனும் அன்புடனும் முதுகில் விழும் தோழமைக் கையாக, என் எழுத்து உங்களை அணைப்பதை உங்களைச் சந்திக்கும்போதெல்லாம் உணர் கிறேன். இந்த இருவகை வாசகர்களான உங்களை இணைக்கும் பொதுப் புள்ளி இந்தச் சமூகத்தின் கசடுகளை நீக்கும் காலம் வந்தே தீரும் என்ற நம்பிக்கைதான். அந்த நம்பிக்கைச் செடியின் வேரை நனைக்கும் பல குடம் தண்ணீரில் ஒரு குவளை நீராக என் எழுத்தும் இருக்க வேண்டுமென்பதே என் நோக்கம்.

சென்னை *600078* அன்புடன்
*29* நவம்பர், *2012* **ஞாநி**

*(மதுவுக்கு எதிரான ஒரு படத் தயாரிப்பு முயற்சிக்கு நடுவே)*

# ‘அவர்தாம் பெரியார் . . .’

தீண்டாமை என்னும் மிகப் பெரிய சமூகக் கொடுமைக்கு எதிராக இருபதாம் நூற்றாண்டில் நடந்த முதல் மாபெரும் போராட்டம் . . . வைக்கம் போராட்டம்! 1924இல் நடந்த அந்தப் போராட்டத்துக்குக் காரணம், மாதவன் என்ற ஈழவ சாதி வக்கீலை திருவனந்தபுரம் நீதிமன்றத்துக்குள் பணிக்குச் செல்லவிடாமல் தடுத்தது தான். நீதிமன்றம் அரண்மனை வளாகத்தில் இருந்தது. மகாராஜா பிறந்தநாளுக்காக யாகம் நடந்துகொண்டிருந்தது. அப்போது ஈழவர் அந்த வளாகத்தில் நுழைந்தால் தீட்டாகிவிடும் என்று மாதவன் தடுக்கப்பட்டார்.

கேரளா முழுவதும் கோயில்களைச் சுற்றியுள்ள தெருக்களில் ‘தாழ்த்தப்பட்டோர் நடக்கக்கூடாது!’ என்ற தடை இருந்தது. இதையெல்லாம் எதிர்த்துதான் வைக்கம் கோயிலைச் சுற்றியுள்ள தெருக்களில், நுழைவுப் போராட்டம் தொடங்கப்பட்டது. போராட்டத்தை முன்னெடுத்த முக்கியத் தலைவர்கள் 19 பேரும் கைதானதும், போராட்டம் தொய்வடைந்தது. சிறையில் இருந்த தலைவர்கள் ஜார்ஜ் ஜோசப்பும் கேசவ மேனனும் அன்றைய சென்னை மாகாண காங்கிரஸ் செயலாளருக்குக் கடிதம் அனுப்பினார்கள். ‘நீங்கள் வந்து தலைமை ஏற்றால்தான் போராட்டம் தொடர முடியும். உடனே வாருங்கள்’ என்ற அந்தக் கடிதம் வந்தபோது, பண்ணைபுரத்தில் பொதுக்கூட்டம் பேசிவிட்டு, ஈரோடு திரும்பி வந்த காங்கிரஸ் செயலாளர் உடனே வைக்கம் சென்றார். அவர் தலைமை ஏற்ற பிறகுதான் வைக்கம் போராட்டம் சூடுபிடித்தது. அவர்தான் ‘அய்யா’, ‘பெரியார்’, ‘தந்தை பெரியார்’ என்றெல்லாம் அன்புடன் பலராலும் அழைக்கப்படுகிற ஈ.வெ.ராமசாமி (1879 – 1973).

பெரியார் தன் அரசியல் வாழ்க்கையை காங்கிரஸ்கார ராகத்தான் தொடங்கினார். ஈரோடு நகராட்சித் தலைவ ராகவும் பெரும் வியாபாரியாகவும் இருந்தவரை அரசியலுக்கு அழைத்து வந்தவர்கள் ராஜாஜி, வரதராஜுலு நாயுடு இருவரும் தான்.

அரசியலுக்கு வந்ததும் அரசாங்கப் பதவிகளைப் பிடிப்பதுதான் பலருக்கும் லட்சியம். ஆனால், பெரியார் அரசியலுக்குள் நுழையும் முன்பு, தான் வகித்து வந்த பல்வேறு பதவிகளை உதறிவிட்டு வந்தார். வியாபாரிகள் சங்கத் தலைவர், தென்னிந்திய வியாபாரிகள் சங்க நிர்வாக சபை உறுப்பினர், இன்கம்டாக்ஸ் டிரிப்யூனல் கமிஷனர், டவுன் ரீடிங் ரூம் செக்ரெட்டரி, ஹை ஸ்கூல் போர்ட் செக்ரெட்டரி, தாலூகா போர்ட் பிரசிடெண்ட், முனிசிபல் சேர்மன், ஜில்லா போர்ட் மெம்பர், வாட்டர் ஒர்க்ஸ் கமிட்டி செக்ரெட்டரி, ப்ளேக் கமிட்டி செக்ரெட்டரி, தேவஸ்தான கமிட்டி செக்ரெட்டரி, தேவஸ்தான பிரசிடெண்ட், உணவு கண்ட்ரோல் டிஸ்ட்ரிப்யூ ஷன் ஆபீஸர் உட்பட மொத்தம் இருபத்தொன்பது பதவி களையும் விட்டுவிட்டு அரசியலில் நுழைந்தார். கடைசி வரை தேர்தலில் போட்டியிடவில்லை. எந்த அரசுப் பதவியை யும் வகிக்கவில்லை. அவர் மறைந்தபோது அரசு மரியாதை யுடன் அடக்கம் செய்யப்பட்டார்.

காந்திய இயக்கம், பொது உடைமை இயக்கம், திராவிட இயக்கம் என்று தமிழ்நாட்டின் மூன்று பெரும் இயக்கங்களி லும் தீவிரப் பங்காற்றிய முதல் பெரும் தலைவர் அவர்தான். காங்கிரஸில் காந்தியின் தலைமையை ஏற்று இருந்தபோது, தமிழகம் முழுவதும் கதர்த் துணியைப் பரப்பினார். தன் குடும்பம் முழுவதும் கதர் உடுத்தச் செய்தார். மது விலக்குப் போராட்டத்துக்காக, தனக்குச் சொந்தமான கள் இறக்கும் தென்னை மரங்களையே வெட்டித் தள்ளினார். ஒத்துழையாமை இயக்கத்துக்காக நீதிமன்றப் புறக்கணிப்பு செய்து, வழக்கு களின் மூலம் தனக்கு வரவேண்டிய லட்சக்கணக்கான ரூபாய் சொத்துக்களை இழந்தார்.

கொள்கையில் உறுதி என்பதை அவர் கடைசி வரை தளர்த்தியதில்லை. ராஜாஜியுடன் தனிப்பட்ட முறையில் நெருக்கமான நண்பராக இருந்தார். ஆனால், கொள்கைப் போராட்டத்தை விட்டுக்கொடுத்ததில்லை. ராஜாஜி இறந்த போது தன் நோயையும் பொருட்படுத்தாமல், சக்கர நாற்காலி யில் சென்று இறுதிச் சடங்கில் கலந்துகொண்டார். ‘சுயநலமற்ற வரான ராஜாஜி, இடஒதுக்கீடு, சாதி ஒழிப்பு என்ற இரண்டை

யும் ஏற்றுக்கொண்டு, காங்கிரஸ் கட்சி மூலமாகவே அதைச் செயல்படுத்தியிருந்தால், நான் கடைசி வரை அவர் தொண்டனாகவே மகிழ்ச்சியுடன் என் காலத்தைக் கழித்திருப்பேன்' என்று அப்போது பெரியார் எழுதினார்.

வைக்கம் போராட்டத்திலேயே அவருடைய கொள்கை உறுதியைப் பார்க்கலாம். காந்தி, ராஜாஜி, சீனிவாச அய்யங்கார் என்று சக காங்கிரஸ் தலைவர்கள் கேட்டுக்கொண்டும்கூட போராட்டத்தை நிறுத்திவிட்டு, சென்னை திரும்ப மறுத்தார் பெரியார்.

இந்தப் போராட்டத்துக்காக கைதான பெரியார், சிறையில் இருந்தபோது, அவருக்கு எதிராக சத்ரு சம்ஹார யாகம் ஒன்றைக் கேரள சனாதனிகள் நடத்தினார்கள். யாக முடிவில் எதிரி (ஈ.வெ.ரா.) சாகவேண்டும் என்பது நோக்கம். ஆனால், யாகத்தின் முடிவில் மகாராஜா இறந்துவிட்டார்.

பெரியாரைக் குறிவைத்து அனுப்பிய யாக பூதம் திருப்பிக் கொண்டு ராஜாவையே கொன்றுவிட்டது என்று சிறை வார்டன் தன்னிடம் சொன்னபோது, அப்படிச் சொல்வதும் மூட நம்பிக்கைதான் என்றார் பெரியார்.

தீண்டாமை எதிர்ப்பு, சாதி ஒழிப்பு, வகுப்புவாரி இட ஒதுக்கீடு, பகுத்தறிவு, சுயமரியாதை போன்ற பெரியாரின் கொள்கைகள் அளவுக்கு முக்கியமானவை, அவருடைய பெண்ணுரிமைக் கோட்பாடுகள். தன் மனைவி நாகம்மாள், தங்கை கண்ணம்மாள் இருவரையும் போராட்டங்களுக்குத் தலைமை ஏற்க வைத்தார்.

சடங்குகள் இல்லாத எளிமையான சுயமரியாதை திருமண முறையை அறிமுகப்படுத்தியவர் அவர்தான். 1929இலிருந்து நான்கே ஆண்டுகளில் அப்படிப்பட்ட எட்டாயிரம் திருமணங்களை சுயமரியாதை இயக்கம் நடத்தி வைத்தது. திருமணம் செய்யும் உரிமை, செய்யாமல் இருக்கும் உரிமை, பிடிக்காத திருமணத்திலிருந்து வெளியேறும் உரிமை, திருமணம் செய்யாமலே சேர்ந்து வாழும் உரிமை, குழந்தை பெறும் உரிமை, பெறாமல் இருக்கும் உரிமை, இவையெல்லாம் பெண்ணுக்கு உரிய உரிமைகள் என்று அவர் முன்னோடியாகப் பிரச்சாரம் செய்திருக்கிறார். பெண்களுக்கு எல்லா உத்தியோகங்களிலும் சரிபாதி இடஒதுக்கீடு செய்யவேண்டுமென்று 80 ஆண்டுகளுக்கு முன்பு தீர்மானம் போட்டவர் அவர்.

இன்று கல்வி நிலையங்களிலும் அரசு வேலைகளிலும் எல்லா சாதியினரும் இருப்பதற்குக் காரணமானவர்களில்

முக்கியமானவர் பெரியார். அவர் இதற்காகப் போராடத் தொடங்கிய காலத்தில், கல்லூரிப் படிப்பு படித்தவர்களில் நூற்றுக்கு 65 பேர் பிராமணர்கள். மீதி 35 பேர்தான் எல்லா சாதியினரும். ஆனால், அன்று மக்கள் தொகையில் நூற்றுக்கு 97 பேர் பிராமணரல்லாதவர்கள்தான். அன்று அரசாங்க வேலைகளில் உயர் பதவிகளில் நூற்றுக்கு 47 இடங்களில் பிராமண அதிகாரிகள், 30 இடங்களில் ஆங்கிலேயர்கள், 23 இடங்கள்தான் மீது எல்லா சாதியினருக்கும்.

ஒரு பெரும் சமுதாயத்தின் கல்வி நிலை, வேலை நிலையை மாற்றி அமைத்த பெரியார், மூன்றாவது வகுப்புக்கு மேல் படித்தவர் அல்ல. ஆனால், அவர் கொண்டுவந்த மொழிச் சீர்திருத்தத்தைப் பின்பற்றித்தான் இந்தக் கட்டுரைகூட எழுதப் படுகிறது. காந்தி, நேரு, போஸ், திலகர், ராஜாஜி என்று மெத்தப் படித்தவர்களே பெரும் தலைவர்களாக இருந்த காலகட்டத்தில், பெரியார்தான் மூணாங்கிளாஸ் படித்த தலைவர். ஆனால், பெரும் படிப்பு படித்த பலரை அவரது இயக்கம் ஈர்த்து, அவருக்குத் தொண்டர்களாகப் பணிபுரியச் செய்தது. காங்கிரஸிலிருந்து சுயமரியாதை இயக்கம் வரை பெரியார் கூட நெருக்கமாக இருந்து அவர் நடத்திய பத்திரிகைகளில் எழுதிய மற்றும் பொறுப்பு வகித்த எஸ்.ராமநாதன், குத்தூசி குருசாமி, அண்ணா, கி. வீரமணி, ஆனைமுத்து எனப் பலரும் முதுநிலைப் பட்டதாரிகள்.

ஏற்றுக்கொண்ட கொள்கைகளுக்காகச் சாகும்வரை ஓயாமல் பிரசாரம் செய்ததில் அவரை மிஞ்ச உலக அளவில் கூட யாரும் இல்லை. வருடத்தில் பாதி நாள் டூர்தான். மீட்டிங்தான்.

90ஆவது வயதில் 41 நாள் டூர். 180 கூட்டம்.

91ஆவது வயதில் 131 நாள் டூர். 150 கூட்டம்.

93ஆவது வயதில் 183 நாள் டூர். 249 கூட்டம்.

94ஆவது வயதில் 177 நாள் டூர். 229 கூட்டம்.

வாழ்க்கையின் கடைசி 98 நாட்களில் (95ஆவது வயதில்) 38 நாள் டூர். 42 கூட்டம்.

இத்தனையும், கடும் நோயின் வலிகளுடன். ஹெர்னியா பிரச்னையினால் சரிந்துவிழும் குடலை பெல்ட் வைத்துக் கட்டிக் கொண்டு கூட்டம் பேசச் சென்றார். சிறுநீர் கழிக்க

வயிற்றுக்குப் பக்கவாட்டில் ஓட்டைப்போட்டு குழாய் செருகப் பட்டிருந்தது.

பெரியாரின் வாழ்க்கை, சுமார் 500 எபிசோடுகளில் ஒரு மெகா சீரியலாக எடுப்பதற்கான தகுதியும் தகவல்களும் நிரம்பியது. அதை ஐந்து எபிசோடுகளாக எடுக்கப் பொதிகை சேனல் எனக்கு வாய்ப்பளித்தது. என் மீடியா அனுபவங்களில் இது மறக்கமுடியாத செறிவான அனுபவம். பெரியார் பெயரைச் சொல்லி அதிகாரத்தை, ஆட்சியைப் பிடித்தவர்கள் நடத்தும் சேனல்கள் எதுவும் இன்று வரை பெரியார் பற்றி அரை மணி நேர நிகழ்ச்சிகூட தயாரித்ததில்லை என்பதும் பெரியார் வாழ்க்கையின் விநோதங்களில் ஒன்று. அவர்களுக்கு, பெரியாரின் தேவை முடிந்துவிட்டிருக்கலாம்... ஆனால், தமிழக மக்களுக்கு இன்றும் பெரியார் தேவைப்படுகிறார் என்பதுதான் உண்மை.

***ஜூனியர் விகடன்*, 19.09.2004**

# அரசியல் அராஜகத்துக்கு நீதிமன்றம்தான் தீர்வா?

எழுபது வயதைக் கடந்தவர். பைபாஸ் அறுவை சிகிச்சை செய்துகொண்டவர். ஓர் ஆண்டுக்கு மேல் சிறை வைக்கப்பட்டு, வழக்கு விசாரணை என்ற பெயரில் கடலூர், திண்டுக்கல், சென்னை என வெவ்வேறு ஊர் களுக்குத் தொடர்ந்து மூன்று நாட்கள் வேனிலேயே அலைக்கழிக்கப்பட்டவர். தற்காலிக விடுதலையில் வெளியே வந்த பிறகும், கூட்டங்களில் பேசக் கூடாது என்று ஓராண்டாகக் கருத்துச் சுதந்திரத் தடையை அனுபவிப்பவர் – பழ. நெடுமாறன்.

'பொடாவின் கீழ் அவரைக் கைது செய்ததே தவறு' என்று இப்போது பொடா மறு ஆய்வு மன்றம் அறிவித் திருக்கிறது. அவர் மீதான வழக்கைத் திரும்பப் பெறும் படி தமிழக அரசுக்கு உத்தரவிட்டு இருக்கிறது.

நெடுமாறன் மீது வைக்கப்பட்ட ஒரே குற்றச்சாட்டு, அவர் விடுதலைப்புலிகளை ஆதரித்துப் பொதுக் கூட்டத் தில் பேசினார் என்பதுதான். மேடையில் அப்படிப் பேசியது பொடா குற்றம் ஆகாது என்று இப்போது தீர்ப்பாகியிருக்கிறது. இதில் வேதனையான விசித்திரம் என்ன என்றால், இதேபோல, 1992இல் திருச்செந்தூர் பொதுக்கூட்டத்தில் பேசியதற்காக நெடுமாறன் மீது கருணாநிதி, ஜெயலலிதா இருவர் ஆட்சிக் காலத்திலும் ஒரு வழக்கு சுமார் ஒன்பதாண்டுகள் நடந்து, அந்தப் பேச்சு குற்றம் ஆகாது என்று மாவட்ட நீதிபதி 2003இல் தீர்ப்பளித்திருந்தார்.

இத்தனை ஆண்டுகள் கழித்துக் குற்றமற்றவர் என்று தீர்ப்பு வந்து என்ன பயன்? முதிர்ந்த வயதில் தேவையில்லாமல் சிறையில் அடைக்கப்பட்டு, வேனில் நூற்றுக்கணக்கான மைல்கள் அலைக்கழிக்கப்பட்டு, ஓராண்டுக் காலமாக மேடையில் பேச முடியாமல் வாயடைக்கப்பட்டதற்கெல்லாம் நஷ்ட ஈடு என்ன? வேண்டுமென்றே தவறான வழக்குப்போட்டு அலைக்கழித்த அதிகாரிகள், அரசு மீதெல்லாம் நடவடிக்கை வேண்டாமா?

இதேபோல, தேவையில்லாமல் அலைக்கழிக்கப்பட்டு, கடைசியில் ஓரளவு நீதி கிடைத்த இசைக் கலைஞர் நடாஷா வழக்கில்கூட, நடாஷாவைப் போலீஸார் வீணாகத் துன்புறுத்தியதை நீதிபதி கண்டித்திருக்கிறார். அது போதுமா? துன்புறுத்திய அதிகாரிகளுக்குத் தண்டனை என்ன? நடாஷாவுக்குக் காவல் துறை இழப்பீடு தர வேண்டாமா?

இந்தியாவில் இன்னமும் இழப்பீட்டுக்கான சட்டக் கோட்பாடுகள் பலவீனமாகவே உள்ளன. அதிகாரிகள் கடமையை ஒழுங்காகச் செய்வதற்கே விருதுகள், பரிசுகள் அளிப்பது போல, கடமை வழுவிய, அத்துமீறிய செயல்களுக்குத் தண்டனையும் பாதிப்புக்கு உள்ளாக்கப்பட்டவர்களுக்கு இழப்பீடும் நிச்சயம் தேவை. நெடுமாறன் விஷயத்தில் முதலமைச்சர் தார்மீகப் பொறுப்பேற்று, பகிரங்க வருத்தம் தெரிவித்தால், அரசியல் கண்ணியமாவது காப்பாற்றப்படும்.

அரசியல், அதிகார அமைப்புகள் தொடர்ந்து மக்களை ஏமாற்றத்தில் ஆழ்த்திவரும் சூழலில், இன்னமும் பல விஷயங்களில் நிவாரணத்துக்கு நீதித் துறையைத்தான் நம்பியிருக்க வேண்டியிருக்கிறது. அண்மையில் உச்சநீதிமன்றம், மனிதக் கழிவை மனிதர் சுமப்பது தொடர்பாக உத்தரவிட்டு இருக்கிறது.

பாரதி இன்றிருந்தால், ‘மனிதர் கழிவை மனிதர் சுமக்கும் வழக்கம் இன்னுமுண்டோ?’ என்று நொந்து பாடியிருப்பான். இந்தியா முழுவதும் சுமார் எட்டு லட்சம் மனிதர்கள், மனித மலத்தைத் தலையில் சுமந்து சென்று அப்புறப்படுத்தும் துப்புரவு வேலையில் ஈடுபடுத்தப்பட்டு இருக்கிறார்கள். இவர்களுக்குக் கூலி, ஒரு வீட்டுக்கு மாதம் பத்து ரூபாய்.

இந்த முறையை ஒழிக்க, 1993இல் மத்திய சட்டம் போடப்பட்டது. இந்தச் சட்டத்தை 16 மாநிலங்கள் 2002இல் ஏற்றுக்கொண்டுவிட்டன. ஆனால், இன்னமும் இந்தக் கொடும் பழக்கம் தொடர்கிறது. இதை எதிர்த்து துப்புரவாளர் அமைப்பு தொடுத்த வழக்கில், எல்லா அரசுகளும் இந்த முறையை எந்தத் தேதிக்குள்

ஒழிக்கப் போகிறோம் என்று கால வரம்பு நிர்ணயித்து அறிவிக்கும்படி உச்ச நீதிமன்றம் உத்தரவிட்டிருக்கிறது.

சென்னையில், நாமெல்லாம் மெரீனா பீச்சிலும், தியாசஃபிகல் சொஸைட்டி காட்டிலும் வாக்கிங் போகும் அதிகாலை ஆறு மணிக்கு, மதுரையில் தினசரி பெருமாள் கோயில் சந்தில், தெரு முழுக்க நிறைந்திருக்கும் மலத்தைச் சுத்தம் செய்யும் மாரியம்மாள் பற்றி, இளைஞர் அமுதன் எடுத்த தமிழ்க் குறும்படம் – 'ஷிட்'. (ஆங்கிலத்தில் சொல்வதுதானே நாகரிகம், இல்லையா?). இதை ஒரே ஒரு முறை பார்த்தால் போதும் . . . உச்ச நீதிமன்றத்துக்கு பிரமாண்டமான 'ஓ' போடத் தோன்றும்.

ஒரு பக்கம், இப்படிப்பட்ட நீதிமன்ற உத்தரவுகள் மகிழ்ச்சி தந்தாலும், இன்னொரு பக்கம் சில நீதிபதிகள் பற்றி வெளியாகும் தகவல்கள், சமூகத்தின் கடைசி நம்பிக்கையையும் அச்சுறுத்து கின்றன. பிஜேபி ஆட்சியில் ராணுவ அமைச்சராக ஜார்ஜ் பெர்னாண்டஸ் இருந்தபோது, அவர் கட்சியினரும், உயர் ராணுவ அதிகாரிகளும் ஆயுத பேரங்களில் ஈடுபட்டதாக வீடியோ வெளியிட்டு, அதிர வைத்தது *தெஹல்கா* இணைய இதழ். உடனே, தெஹல்கா டேப் அசலா, பொய்யா என்று விசாரிக்க அன்றைய அரசு உத்தரவிட்டது.

நீதிபதி வெங்கடசாமி கமிஷன் பாதியில் விலகிக்கொண்டதும், அடுத்து இதை விசாரிக்க வந்தவர் நீதிபதி புகான், ஜார்ஜ் பெர்னாண்டஸ் குற்றமற்றவர் என்று புகான் அறிக்கை வழங்கியதற்கு ஆறு வாரம் முன்னால், புகானும் அவர் மனைவியும் விசாரணைக் குழுவில் சிலரும், பெர்னாண்டஸின் அமைச்சக செலவில் சுற்றுலா சென்று வந்ததாக இப்போது 'அவுட்லுக்' அம்பலப்படுத்தியுள்ளது.

எந்த அமைச்சருக்கு எதிராக விசாரணைக் கமிஷன் விசாரிக்க வேண்டி இருக்கிறதோ, அதே அமைச்சகத்தின் சலுகைகளை நீதிபதி பயன்படுத்தியது தவறு என்று பல முன்னாள் நீதிபதிகள் கருத்து சொல்லி இருக்கிறார்கள். "ஆமாம். போய் வந்தேன். அதனால் என்ன? வேறு எந்தக் கேள்வியானாலும், அரசிடம் கேட்டுக்கொள்ளுங்கள்" என்று நீதிபதி புகான் பதில் சொல்லிவிட்டார்.

இந்த மாதிரி புலனாய்வு இதழியல் செய்வது மிகக் கடினமானது. ஒன்று, ஆதாரங்களை வெளிக்கொண்டுவர பத்திரிகை நிர்வாகம் நிறைய செலவு செய்ய வேண்டி வரும். இரண்டாவது, துப்பறியும் பத்திரிகையாளர்கள் உயிரையோ, உடலின் ஒரு பகுதியையோ இழக்க வேண்டி வரும். மே 3 பத்திரிகை சுதந்திர

தினத்தையொட்டி, உலக செய்தித்தாள்கள் சங்கம் வெளியிட்டுள்ள புள்ளிவிவரப்படி, 2004இல் மட்டும் (இந்தியாவில் மூவர் உட்பட) 71 பத்திரிகை நிருபர்கள் கொல்லப்பட்டிருக்கிறார்கள். எல்லாமே அரசியல், ஊழல் தொடர்பான மாஃபியா கொலைகள்தான்! (மேலும் விவரங்களுக்கு *www.worldpressfreedom.org.*)

கற்பனைக் கதைகள் எழுதும் எழுத்தாளர்களுக்கு இந்தியாவில் கிடைக்கும் விருதுகள், பரிசுகள், அந்தஸ்து, கொண்டாட்டங்களுக்கு நிகராக நிருபர்களுக்கு எதுவும் கிடைப்பதில்லை. விரைவில் பொன்விழா கொண்டாட இருக்கும் சென்னை நிருபர்கள் சங்கம், அரசினர் தோட்ட வளாகத்தில் கொஞ்சம் கொஞ்சமாக இடிந்து விழுந்துகொண்டு இருக்கும் இற்றுப் போன அரசுக் கட்டடத்தில்தான் இன்னமும் இருக்கிறது. 'சங்கக் கட்டடம் இடிந்து விழுந்ததில், டி.வி. பார்த்துக்கொண்டு இருந்த நிருபர்கள் கொல்லப்பட்டார்கள்' என்று செய்தி வந்தால், எவ்வளவு வெட்கக்கேடு! புலனாய்வு செய்கையில் கொல்லப்பட்டாலாவது வீர மரணமாக இருக்கும்.

அரசியலில் எப்படிச் செத்தாலும் வீர மரணம்தான்! மரணமே அரசியலாகிவிடும். காஞ்சி, கும்மிடிபூண்டி இடைத் தேர்தல்களில் இறந்துபோன எம்.எல்.ஏக்களின் வாரிசுகள், வேட்பாளர்கள் ஆக்கப்பட்டிருக்கிறார்கள். அரசியலைக் குடும்ப வாரிசு உரிமையாக மாற்றும் இந்தச் செயலுக்குத் தேர்தல் ஆணையம் தடை விதிக்க வேண்டும்!

காஞ்சியிலும் கும்மிடிபூண்டியிலும் பெரும் வன்முறை ஏற்படலாம் என்ற கவலை ஏற்பட்டிருக்கிறது. சென்னை மாநகராட்சி வார்டு கவுன்சிலர் தேர்தலுக்கே வன்முறை. இந்த இடைத்தேர்தல், அடுத்து வரும் பொதுத் தேர்தலுக்கு முன்னோட்டம் என்று எல்லாரும் நம்புகிறார்கள். அதனால், எப்படியும் இங்கே ஜெயித்துவிட வேண்டும் என்ற வெறி இரு தரப்பிலும் அதிகமாகிவிட்டது. தேர்தல் நடத்த ராணுவத்தை வரவழைக்க வேண்டும் என்று கோரிக்கை எழுவது ஜனநாயகத்துக்கு அவமானம்!

***ஆனந்த விகடன்*, 15.05.2005**

# குறும்படம் யாருக்காக?

புதுக்கவிதைக்கு அடுத்தபடியாக, தமிழில் பிரமாண்டமாக வளர்ந்து வரும் துறை, குறும்படத்துறை. ஒரு அஞ்சல் அட்டை இருந்தால் போதும், புதுக்கவிதை எழுதிவிட முடியும் என்று கவிஞர்கள் நம்புவது போலவே, ஒரு ஹேண்டிகேம் கிடைத்தால் போதும் குறும்படம் செய்துவிடலாம் என்று நினைக்கும் 'இயக்குநர்கள்' எண்ணிக்கை அதிகரித்து வருகிறது.

ஹேண்டிகேம் மூலம் தொழில்நுட்பம் எளிமையாக மாறியதும், தமிழகத்தில் கடந்த ஐந்தே ஆண்டுகளில் சுமார் 30 கல்லூரிகளில் விஸ்.காம், மாஸ்.காம் பட்டப் படிப்புகள் அறிமுகமானதும் இந்த 'இயக்குநர்கள்' எண்ணிக்கையை அதிகப்படுத்தி இருக்கின்றன.

நெய்வேலி பழுப்பு நிலக்கரி நிறுவனம் நமக்கு மின்சாரம் தருவது மட்டுமன்றி, வேறு அக்கறைகளிலும் ஈடுபட்டிருக்கிறது. அரசாங்க நிறுவனம் ஒன்று, ஒரு பெரிய புத்தகக் கண்காட்சியையும், சிறுகதைப் போட்டியையும் நடத்துவது நெய்வேலியில் மட்டும்தான். இந்த ஆண்டு முதல் குறும்படப் போட்டியும் நடத்துகிறார்கள். அதற்கு வந்த 76 குறும்படங்களையும் இரண்டு நாட்களில் பார்த்து, பரிசுக்குரியதைத் தேர்ந்தெடுக்கும் சிக்கலான வேலையைச் செய்து முடித்தபோது, புதுக்கவிதை சந்தித்த அதே பிரச்னைகளைக் குறும்படங்களும் சந்திப்பது தெரிந்தது.

மொழி மீது ஆளுமை இல்லாமலே கவிதை எழுத முற்படுவது போல, கேமரா, ஸ்க்ரிப்ட் பற்றியெல்லாம் எந்தப் புரிதலும் இல்லாமலே குறும்படம் எடுப்பவர்களின்

எண்ணிக்கையும் அதிகம். எப்படி பல மோசமான புதுக்கவிதை களில்கூட ஓரிரு வரிகளில் பளிச் என்று சில சிந்தனைப் பொறிகள் தெறிக்குமோ, அதுபோல அலுப்பூட்டும் குறும் படங்களிலும் சின்னச் சின்ன பளிச்சுகள் இருக்கத்தான் செய்கின்றன.

குறும்படங்களை எடுப்பவர்களில் இன்று பல வகை யினர் இருக்கிறார்கள்.

### 1. மாணவர்கள்

எய்ட்ஸ், போதைப் பழக்கம், வரதட்சணைக் கொடுமை பற்றியெல்லாம் படம் எடுத்தால் எங்கேயாவது, ஏதாவது அவார்டு கிடைத்துவிடும் என்ற மூடநம்பிக்கை இவர்களில் பலருக்கு இருக்கிறது. மீதிப் பேர் விளம்பரப் படம் எடுப்ப தற்கான பயிற்சி மாதிரி 'காக்க காக்க' கட்டிங்கில் படம் எடுக்கிறார்கள்.

### 2. தங்களைக் 'கலைஞர்'கள், 'இலக்கியவாதி'கள் என்று நம்புகிறவர்கள்

தன்னால் நன்றாக நடிக்க முடியும் என்று நினைக்கும் இளைஞர்கள், அந்த நடிப்புத் திறனை வெளிப்படுத்த கதை செய்து எடுக்கும் படங்களில், மிகையான, செயற்கையான நடிப்புடன் கூடவே, அவர்களின் அப்பாவித்தனமான ஆர்வமும் தெரிகிறது. 1950கள், 60களில் வெளியான பட பாணியிலேயே இன்னமும் கதை, வசனம், பாடல்கள் எழுதும் 'இலக்கியவாதி' களை இந்தக் குறும்படங்களில் நிறையவே சந்திக்கலாம்.

### 3. சமூக அக்கறையுடைய இளைஞர்கள்

ஓர் அசலான பிரச்சனையை ஆவணப்படுத்தும் ஆர்வத் துடன் படம் எடுக்கும் இவர்களில் பலருக்கு எளிமையான தொழில்நுட்பமே எதிரியாகிவிட்டது. ஹேண்டிகேமில் ஆட்டோ ஃபோகஸில் போட்டுப் படம் எடுக்கும்போது, யாரைப் பேட்டி எடுக்கிறாரோ அவர் முகம் கறுப்பாகவும், பின்னால் இருக்கும் பிரகாசமான வானம் பளிச்சென்றும் இருப்பதால் ஏற்படும் நெருடல்கள் இவர்களுக்குப் புரிவதில்லை. ஆடியோ துல்லிய மாகப் பதிவாகியிருக்கிறதா என்பதையும் கவனிப்பதில்லை. விளைவு, நல்ல நோக்கத்துடன் எடுக்கப்பட்ட மோசமான படங்களாக இவை ஆகிவிடுகின்றன. இந்த வகைப் படங்களைப் பெருக்குவதில் தொண்டு நிறுவனங்களின் தொண்டு கணிசமாக இருக்கிறது.

## 4. விசிட்டிங் கார்டு இயக்குநர்கள்

பிரமாண்டமான வர்த்தக சினிமாவில் கால் பதிக்க விரும்பும் இளைஞர்கள், உதவி இயக்குநராகச் சேர விரும்பு வோர், சேர்ந்து இருப்போர் என்று பலர், குறும்படத்தை ஒரு விசிட்டிங் கார்டு போலக் கருதுகிறார்கள். இவர்களில் பலரின் படங்களில் கமர்ஷியல் படத்துக்கான அம்சங்களும் இருப்பதில்லை; மாற்றுப் படங்களுக்கான தேடலும் இருப்ப தில்லை. இரண்டுக்கும் நடுவில் எங்கோ சிக்கிக்கொள்கின்றன.

இந்த வகைகளில் சேராமல் சினிமா, சமூகம் இரண்டின் மீதும் அக்கறையுடனும், இரண்டைப் பற்றியும் கற்றுக்கொள் ளும் உழைப்புடனும் குறும்படம் எடுப்பவர்களும் இருக்கிறார் கள். ஆனால், குறும்படப் போட்டிக்கு வந்த 76இல் அப்படிப் பட்ட படங்களாக ஐந்தாறு தேறுவதுகூட கடினமாகத்தான் இருக்கிறது.

குறும்படங்கள் எடுப்பவர்களுக்கு சில அடிப்படைகளைக் கற்பிக்கும் பயிற்சிப் பட்டறைகள் தேவை. இவற்றையும் சரியான வர்கள் செய்யாவிட்டால் ஆபத்தாகிவிடும். எனவே, நேர்மை யான படைப்பாளிகளைக் கொண்டு பயிற்சி முகாம்கள் நடத்தலாம். ஒவ்வொரு கல்லூரியிலும் குறும்பட விழா நடத்த லாம். சினிமா கொட்டகைகளில் சனி, ஞாயிறுகளில் காலை 8 முதல் 10 மணி வரை குறும்படங்களைப் போட்டுக் காட்ட லாம். டி.வி. சேனல்களில் தினசரி இரவில் ஒரு அரை மணி நேரம் குறும்படங்களை ஒளிபரப்பலாம். எல்லா 'லாமு'ம் நிறைவேறினால், குறும்படத் துறையில் சுய உதவிக் குழுக்களுக்கு நிகரான புரட்சி ஏற்படும்.

நுழைவுத் தேர்வு இருந்தால் யாருக்கு நல்லது, இல்லா விட்டால் யாருக்கு லாபம் என்ற சர்ச்சை இப்போதைக்கு ஓயப்போவதில்லை. கிராமம் / நகரம் வேறுபாடு பற்றிய சர்ச்சை யும் தொடரும் என்பதை நீதிமன்ற உத்தரவு காட்டுகிறது.

இந்தச் சர்ச்சைகள் எல்லாமே சமூகத்தில் மிகவும் பின் தங்கிய நிலையில் இருக்கும் மாணவர்களின் பெயரால்தான் நடத்தப்படுகின்றன. மருத்துவம், பொறியியல் எல்லாம் கிடக் கட்டும் . . . சாதாரண பட்டப் படிப்பு படிக்க வரும் இந்த மாணவர்களின் நிலை என்ன என்பதை ஒரு குறும்படம் காட்டியது.

தாழ்த்தப்பட்ட மாணவ, மாணவியர் சென்னையில் தங்கிப் படிப்பதற்கான விடுதிகள் இருக்கின்றன. தங்கவும்

சரி, படிக்கவும் சரி... துளிக்கூட லாயக்கற்ற நிலையில் இந்த விடுதிகள் இருப்பதை 'விடுதீ!' என்ற படத்தின் மூலம் அம்பலப்படுத்தியிருப்பவர் ஒரு மாணவர்தான். பிஹெச்.டி., படிக்கும் முருக. சிவகுமார் எடுத்துள்ள இந்தப் படத்தில் தொழில்நுட்ப நேர்த்தி இல்லாவிட்டாலும், சொல்லப்படும் பிரச்சனையின் தீவிரம் முகத்தில் அடிக்கிறது. கழிவறைக்கும் தங்கும் அறைக்கும் வித்தியாசம் இல்லாத அளவுக்கு மோசமான நிலை. இங்கு தரும் உணவைச் சாப்பிடும் மனப்பக்குவம், முற்றும் துறந்த ஞானிகளுக்கே சாத்தியம்!

இந்த மோசமான சூழலை மீறிப் படிப்பதற்காகவே, மாணவர்களுக்கு மொத்த மதிப்பெண்ணில் கூடுதலாக 25 மதிப்பெண்களாவது கட்டாயம் போனஸலாகத் தரவேண்டும். இந்த விடுதிகள் இப்படி இருப்பதற்குப் பொறுப்பான அதிகாரிகள், அமைச்சர்கள், அரசியல் தலைவர்கள் யாராவது ஒரே ஒரு நாள் தங்கள் குழந்தைகளை இந்த விடுதியில் தங்க வைக்க முன்வருவார்களா? இந்த விடுதிகளில் தங்கியிருக்கும் மாணவர்கள் இன்னமும் வன்முறையாளர்களாக மாறாமல் இருப்பது அரசாங்கத்தின் அதிர்ஷ்டம் என்றுதான் சொல்ல வேண்டும். தார்ச் சட்டியுடன் அலையும் தலைவர்கள் அசலான பிரச்சனைகளைக் கண்டுகொள்வதில்லை என்பதற்கு இது இன்னொரு நிரூபணம்.

**ஆனந்த விகடன், 10.07.2005**

# யார் இடியட்? டிவியா, நாமா?

டி.வி. பெட்டியை 'இடியட் பாக்ஸ்' (முட்டாள் பெட்டி என்று சில அறிஞர்கள் வர்ணித்ததுண்டு. அசலாகவே அது இடியட்களை உருவாக்கும் பெட்டி என்று இப்போது வந்துள்ள ஆராய்ச்சி முடிவு ஒன்று தெரிவிக்கிறது.

முப்பது ஆண்டுகள் தொடர்ந்து சுமார் ஆயிரம் குழந்தைகளை நியூசிலாந்தில் ஆய்வு செய்தார்கள். முடிவில் கண்டுபிடித்த உண்மை என்ன? அதிக நேரம் தினசரி டி.வி. பார்க்கும் குழந்தைகள் இடியட்டுகள் ஆவார்கள் என்பதுதான். தினமும் ஒருமணி நேரத்துக்கும் குறைவாக டி.வி. பார்த்த குழந்தைகள்தான் கல்லூரிப் படிப்பு, மேற்படிப்புக்கெல்லாம் சென்றார்கள்.

தினசரி மூன்று மணி நேரத்துக்கு மேல் டி.வி. பார்த்த குழந்தைகளால் பள்ளி இறுதி வகுப்பைக்கூட முடிக்க இயலவில்லை. பத்து வயதுக்கு முன்பே அதிகம் டி.வி. பார்த்த குழந்தைகள் கடுமையாகப் பாதிக்கப்பட்டார்கள். டீன் ஏஜில் அதிகம் டி.வி. பார்த்த சிறுவர்களாலும் பள்ளிப் படிப்பைத் தாண்ட இயலவில்லை.

ஏழைக் குழந்தையா, பணக்கார வீட்டுக் குழந்தையா, இயல்பிலேயே புத்திசாலியான குழந்தையா, கொஞ்சம் மந்தமான குழந்தையா என்ற வித்தியாசம் இல்லாமல், அதிகம் டி.வி. பார்க்கிற குழந்தைகள் எல்லாருமே படிப்பாற்றலில் கடுமையாகப் பாதிக்கப்படுகிறார்கள் என்று இந்த ஆய்வைச் செய்த டியூனடின் ஆய்வுக் குழுவின் தலைவர் ஹான்காக்ஸ் தெரிவித்திருக்கிறார்.

டியூனடின் நகரில் 1972, 1973இல் பிறந்த 1,037 குழந்தை களை தொடர்ந்து 30 ஆண்டுகள் கண்காணித்து இந்த ஆய்வை டியூனடின் பல்கலைக்கழகம் செய்திருக்கிறது.

முப்பதாண்டுகள் ஆய்வு செய்து பார்த்துதான் இந்த உண்மையை ஒப்புக்கொள்ள வேண்டும் என்பதில்லை. காமன் சென்ஸ் உள்ள யாருக்குமே, ஒரே ஒரு வாரம் குழந்தைகளைக் கவனித்தாலே இந்த உண்மை புரிந்துவிடும். தினமும் மூன்று, நான்கு மணி நேரம் டி.வி. பார்த்துக்கொண்டு இருந்தால் ஹோம் ஒர்க் செய்ய நேரம் இருக்காது. டீச்சர் திட்டுவார். பள்ளிக்கூடத்தின் மீது குழந்தைகளுக்கு எரிச்சல் வரும். படிப்பில் அக்கறை போய்விடும். பெற்றோர்கள் திட்டுவார்கள். தொடர்ந்து திட்டினால், திட்டுவது உறைக்காத மனநிலை வந்துவிடும். குழந்தையின் புத்தி மந்தமாகும். பிடிவாதம் உள்ள, முரட்டுக் குழந்தையாக ஆகிவிடும். இதை ஒரே வாரத்தில் தெரிந்துகொண்டுவிடலாம்.

ஆனால், குழந்தைகளிடம் டி.வி. தொடரில் முந்தைய ஸீன் என்ன என்றும், சினிமா க்ளைமாக்ஸ் என்ன ஆச்சு என்றும் விசாரித்துக் கொண்டு, குஷ்புவின் ரவிக்கை பற்றி அரட்டை அடிக்கும் பெற்றோர்களுக்கு, முப்பது வருடம் கழித்து அவர்களை முதியோர் இல்லத்தில் தள்ளும்போதுதான் புரியும்.

கத்தியால் ஆப்பிளையும் நறுக்கலாம், ஆளையும் நறுக்கலாம். டிஸ்கவரியோ, ஹிஸ்ட்ரி சேனலோ உபயோகமாகத் தெரிந்து கொள்ள டி.வி. பார்க்கும் குழந்தை மந்தமாகும் என்று நான் நினைக்கவில்லை.

டி.வி. நிகழ்ச்சிகளுக்கு ஏதாவது கட்டுப்பாடு / முன் தணிக்கை வேண்டுமா என்ற கேள்வி நாளுக்கு நாள் கூர்மை அடைந்து வருகிறது. நடைமுறையில் எல்லா சேனல்களிலும் வரும் எல்லா நிகழ்ச்சிகளையும் முன்தணிக்கை செய்வது சாத்தியமானதே அல்ல. அது தேவையும் இல்லை. பத்திரிகைகளுக்கு உள்ள விதிகளுக்கு நிகராக டி.வி.க்களுக்கும் இருந்தால் போதுமானது.

எனவே, கொஞ்சம் பிராக்டிகலான தீர்வுகளைப் பார்க்கலாம்.

1. முதலில், டி.வி.யில் வரும் சினிமா நிகழ்ச்சிகள். தணிக்கைக் குழுவால் 'U' சான்றிதழ் தரப்பட்ட படங்கள் மட்டுமே டி.வி.யில் ஒளிபரப்பப்படவேண்டும் என்ற விதி தேவை. 'UA' சான்றிதழ் என்பது ஒரு மோசடி. 'விபசாரம் செய்யும்

குடும்பப் பெண்' என்று சொல்வது போன்ற முரண்பாடான போர்வைதான் அது.

2. பதினெட்டு வயதுக்குக் கீழே உள்ள சிறுவர் – சிறுமிகள் சினிமாப் பாட்டு பாடும், பாட்டுக்கு ரிக்கார்ட் டான்ஸ் ஆடும் நிகழ்ச்சிகள் தடை செய்யப்பட வேண்டும்.

3. ஒவ்வொரு டி.வி. சேனலும் பிரைம் டைமில் தினசரி ஒரு மணி நேரமாவது அறிவியல், இலக்கிய நிகழ்ச்சிகளுக்குக் கட்டாயமாக ஒதுக்க வேண்டும் என்று விதி தேவை.

4. ஏற்கெனவே அகில இந்திய வானொலி, தூர்தர்ஷன் இரண்டிலும் அரசாங்கத் துறைகள் என்பதால் விதிக்கப்பட்டுள்ள பிராட்காஸ்ட்டிங் கோட் எல்லா சேனல்களுக்கும் கட்டாயமாக்கப்பட வேண்டும்.

5. சேனல்களுக்கு எதிராக, சேனல் நிகழ்ச்சிகளுக்கு எதிராகப் புகார்கள் வந்தால், அவற்றை விசாரித்து உத்தரவிட, பத்திரிகைகளுக்கு ப்ரஸ் கவுன்சில் ஆஃப் இந்தியா உள்ளது போல, பிராட்காஸ்ட்டிங் கவுன்சில் ஆஃப் இந்தியா தேவைப்படுகிறது.

எல்லாவற்றுக்கும் மேலாக, எல்லா சேனல்களையும் 'பே' சேனல்கள் ஆக்க வேண்டும். அப்படிச் செய்தால் டி.வி.க்கள் விளம்பரதாரர்களை மட்டுமே நம்பி இயங்க வேண்டிய அவசியமிருக்காது. டி.வி.யும் சினிமா போலவே கட்டணத்துக்கு உரியதாக மாற்றப்பட்டால்தான். விளம்பரதாரர்கள் பிடியில் இருந்து மீண்டு, நுகர்வோர் தரும் காசுக்கு உரிய நியாயம் கிடைக்க வழி ஏற்படும். எப்படி பத்திரிகைகளில் பல வகைகளும், பல ரசனைக்குரியவையும் வெவ்வேறு ரக வாசகர்களை நம்பி இயங்க முடிகிறதோ, அதேபோல வெவ்வேறு பார்வையாளருக்கான பலவித சேனல்களும் தழைக்க முடியும். *D.T.H.* தொழில்நுட்பம் இதை நோக்கி நம்மை அழைத்துப் போக வாய்ப்பிருக்கிறது. அதையும் வியாபாரிகள் கெடுக்காமல் இருக்க வேண்டும்.

**ஆனந்த விகடன், 07.08.2005**

# மக்கள் நாயகனா மங்கள் பாண்டே?!

பிரிட்டிஷ்காரர்கள் அதைச் 'சிப்பாய் கலகம்' என்றார்கள். ஆனால், அதுதான் இந்தியாவின் முதல் சுதந்திரப் போராட்டம் என்று வர்ணிக்கிறது, அமீர்கான் நடித்த 'மங்கள் பாண்டே' மெகா இந்திப் படத்தின் விளம்பரம்.

மீரட் நகரில், ஆங்கிலேயரின் படையில் வேலை பார்த்து வந்த இந்தியச் சிப்பாய்கள், தலைமையை உதறிவிட்டு டெல்லி சென்று, 'பகதூர் ஷா ஸாஃபர் தான் இனி எங்கள் சக்கரவர்த்தி' என்று பிரகடனம் செய்த வரலாற்று நிகழ்ச்சிதான், ஆங்கிலேயர்களால் சிப்பாய் கலகம் என்று சொல்லப்பட்டது. பன்றிக் கொழுப்பு தடவிய துப்பாக்கிக் குண்டுகளை நாக்கால் தடவி துப்பாக்கிக்குள் அடைக்க வேண்டிய நிலையை, மத அடிப்படையில் இந்து சிப்பாய்களும், முஸ்லிம் சிப்பாய்களும் விரும்பாததால் இந்த எழுச்சி ஏற்பட்டது என்றும் ஒரு காரணம் சொல்லப்பட்டது.

அமீர்கான் நடிக்கும் பாத்திரமான மங்கள் பாண்டே யார்? பூணூல் அணிந்த பிராமண சிப்பாயான மங்கள் பாண்டே தான் இந்த எழுச்சிக்குத் தலைமை தாங்கிய தாக, இந்த சினிமா சொல்கிறது. பாண்டேவுக்கு சுரணை வரவழைத்த தாசி பாத்திரத்தில் ராணி முகர்ஜி நடித்திருக் கிறார். 'நீயெல்லாம் உடலை விற்பவள்' என்று மங்கள் பாண்டே அவளைக் கேவலமாகப் பேசும்போது, அவள் 'இருக்கலாம். ஆனால், நீ ஆத்மாவை விற்றவன்' என்று சொல்லும் பதில்தான், அவனை அந்நிய எஜமானர்

களுக்கு எதிராக எழுச்சிகொள்ள வைப்பதாக சினிமாக் கதை!

மங்கள் பாண்டே, மீரட் பிரிவில் இருந்தவனே அல்ல. அவன் இருந்தது பாரக்பூர். பன்றிக் கொழுப்பு குண்டு பிரச்னையால் சிப்பாய்கள் அதிருப்தியுடன் இருந்த வேளையில், 1857 மார்ச் 29ஆம் தேதி மதியம், மங்கள் பாண்டே துப்பாக்கியுடன் வந்து, தன் சக சிப்பாய்களைப் பார்த்துக் கத்தினான். தன்னுடன் சேர்ந்து கலகம் செய்ய முன் வராததற்காக, அவர்களைக் கெட்ட வார்த்தையில் திட்டினான்.

இதை ஒரு சிப்பாய் போய் சார்ஜெண்ட் மேஜர் ஹியூசன்னிடம் சொன்னதும், ஹியூசன் ஒரு ஜமேதாரை அனுப்பி, பாண்டேவைப் பிடிக்கச் சொன்னார். ஜமேதார் நெருங்கியதும், பாண்டே அவரையும் ஹியூசன்னையும் நோக்கிச் சுட்டான். யார் மீதும் குண்டு படவில்லை. அடுத்து சுட்ட குண்டு லெப்டினென்ட் பாக் என்பவரின் குதிரை மீது பாய்ந்தது. பாண்டேவுடன் பாக், கட்டிப் புரண்டு சண்டை போட்டார். அடுத்து மேஜர் ஜெனரல் ஜான்ஹெர் சேவும் சில ஜமேதார்களும் பாண்டேவை நெருங்கினார்கள். உடனே பாண்டே தன்னைத்தானே சுட்டுக்கொண்டான். அவனைப் பிடித்து மருத்துவமனைக்கு அனுப்பினார்கள்.

பின்னர் நடந்த விசாரணையின்போது, தான் போதையில் இருந்ததாகவும், தான் என்ன செய்தோம் என்று தனக்கே தெரியாது என்றும் சொன்னான் பாண்டே. அவனுக்கு 'பாங்' எனப்படும் போதைப்பொருள் பழக்கம் உண்டு.

– இது ராணுவ ஆவணங்களில் பதிவாகியிருக்கும் வரலாறு!

வீர சாவர்க்கர் 1857 போராட்டத்தை முதல் சுதந்திரப் போர் என்று வர்ணித்து, உணர்ச்சி ததும்பும் புத்தகத்தை 1909இல் ஆங்கிலத்தில் எழுதினார். அதிலிருந்துதான் மங்கள் பாண்டே கதாநாயகன் ஆனான்.

சாவர்க்கரின் புத்தகத்தை ஆங்கிலேயர்கள் தடை செய்தனர். பின்னாளில், மதுரை அருகே காந்தி கிராமத்தை உருவாக்கிய சௌந்தரம் அம்மாள், அதைத் தமிழில் மொழிபெயர்த்தார். அதுவும் தடை செய்யப்பட்டது. அந்தப் புத்தகம் 1927இல் சென்னையில் நடந்த காங்கிரஸ் மாநாட்டில் விநியோகிக்கப்பட்டது.

மங்கள் பாண்டேவைவிட விறுவிறுப்பானது கொடுங்கோலன் கர்னல் நீல் கதை. அதுவும் சாவர்க்கரின் நூலில்தான்

தத்ரூபமாக வர்ணிக்கப்பட்டது. மீரட் போராட்டத்தை ஒடுக்க, சென்னையில் இருந்து கர்னல் நீலை அன்றைய பிரிட்டிஷ் ஆட்சி அனுப்பியது. ஜான்சி, அலகாபாத், கான்பூர் பகுதிகளில் இருந்த கிராமங்களில் எல்லாம், ஆண்களையும் பெண்களையும் குழந்தைகளையும் கும்பல் கும்பலாகக் கொன்றான் நீல். நெடுஞ்சாலையோர மரங்களில் எல்லாம் மக்களை வரிசையாகத் தூக்கில் தொங்கவிட்டான். காசிக்கு அருகே 100 கிராமங்களில் மக்களை உயிரோடு எரித்தான். மொத்தமாகச் சுமார் 6,000 பேரை, நீலின் படை கொலை செய்தது.

பிரிட்டிஷ் சாம்ராஜ்யத்தைக் காப்பாற்றியவன் என்ற விருது நீலுக்கு அளிக்கப்பட்டது. நீலுக்கு சிலை வைக்க வேண்டும் என்று லண்டனில் பொதுமக்களிடம் பணம் திரட்டி, பிரமாண்டமான சிலையை உருவாக்கிக் கப்பலில் சென்னைக் குக் கொண்டு வந்தார்கள். இப்போது காயிதே மில்லத் மகளிர் கலைக் கல்லூரி இருக்கும் இடத்தின் எதிரே, ஸ்பென்சர் சந்திப்பில் இந்தச் சிலை நிறுவப்பட்டது.

அதை அகற்ற வேண்டும் என்ற கோரிக்கையுடன், மதுரை சிதம்பரம் பாரதி, சீனிவாச வரதன், பத்மாசனி அம்மாள், சோமயாஜுலு ஆகிய நான்கு பேரும் போராட்டத்தை ஆரம்பித் தார்கள். இரண்டு இரண்டு பேராகச் சென்று சிலையைச் சுத்தியலால் தட்டி உடைக்க(!) முயற்சிப்பார்கள்; கைதாவார் கள். எல்லாருக்கும் வருடக்கணக்கில் சிறைத் தண்டனை விதிக்கப்பட்டது.

நீலின் கொடுங்கோன்மை பற்றி அப்போது தமிழக நாடக மேடையில் நிறையப் பாடல்கள் பாடப்பட்டன. சென்னையில் நடந்த சத்யாக்கிரகப் போராட்டத்துக்கு 'விஸ்வநாததாஸ்' நாடகம் நடத்தி, நிதி திரட்டிக் கொடுத்தார் கலைஞர். கடைசி யில் 1937இல் காங்கிரஸ் ஆட்சி அமைத்தபோது, நீல் சிலை அகற்றப்பட்டது.

இப்போது சென்னை அரசு அருங்காட்சியகத்தில் நீல் சிலை பூட்டிக் கிடப்பதாகத் தெரிகிறது!

**ஆனந்த விகடன்**, 21.08.2005

# மனிதர் கழிவை மனிதர் அள்ளும் கொடுமை உண்டோ?

நவம்பர் 28 (2005) அன்று தமிழ்நாட்டில் ரயில் மறியல் நடத்தப்போவதாக, ஆதித் தமிழர் பேரவை என்ற அமைப்பு அறிவித்திருக்கிறது.

ரயில் பயணம் எனக்குப் பிடித்தமானது. பஸ் பயணத்தின் சிரமங்கள் எதுவும் ரயில் பயணத்தில் கிடையாது. சின்னச் சின்ன ரயில் நிலையங்களின் அழகைப் பற்றி, மறைந்த எழுத்தாளர் சுந்தர ராமசாமி மிகுந்த ரசனையுடன் வர்ணித்து எழுதியிருக்கிறார்.

மனதுக்குப் பிடித்தமான ரயில் பயணத்துக்கு எதிராக இப்போது அறிவிக்கப்பட்டிருக்கிற ரயில் மறியல் எதற்காக என்பதுதான் நம் கவனத்துக்குரிய விஷயம். இதுவரை, இப்படி ஒரு கோரிக்கைக்காக இந்தியாவில் மட்டுமல்ல, உலகில் எங்கேயுமே ரயில் மறியல் நடத்தப் பட்டது இல்லை.

அப்படி என்ன வித்தியாசமான கோரிக்கை அது?

பல வருடங்களுக்கு முன் கமல்ஹாசன், ஒரு பத்திரிகைப் பேட்டியில் சொன்ன ஒரு வாக்கியம், இன்னமும் என் மனதில் நிலைத்திருக்கிறது. 'நம் ஒவ்வொருவர் உடம்பிலும் எப்போதும் ஒரு அவுன்ஸ் மலம் இருந்துகொண்டுதான் இருக்கிறது' என்பதுதான் அந்த வாக்கியம். ரயில் மறியல், மலம் பற்றியதுதான்!

மனிதக் கழிவு, நினைக்கவே அருவருப்பானது. ஆனால், கழிவு உறுப்புகள் ஒழுங்காக வேலை செய்யா விட்டால், மனிதனின் வாழ்க்கையே நரகமாகிவிடும்.

கழிவு பற்றிய அருவருப்பு நமது மொழியைக்கூட மாற்றியமைக்கிறது. ஆங்கிலத்தில் சகஜமாக 'ஷிட்' என்று சொல்பவர்கள்கூட, தமிழில் 'பீ' என்று சொல்லுவதில்லை. மலம் என்று சொல்லக்கூட அருவருப்பு அடைகிறோம்.

சுமார் 28 வருடங்களுக்கு முன், பிரபல எழுத்தாளர் தி. ஜானகிராமனின் மகன் சாகேதராமன், கணையாழி இதழுக்கு அனுப்பிய சிறுகதை ஒன்றைப் படிக்கும் வாய்ப்பு எனக்குக் கிடைத்தது. மனிதக் கழிவிலிருந்து எரிவாயு தயாரிக்கும் பிரமாண்டமான அரசாங்கத் திட்டம் பற்றிய கதை அது. அதில் வகை வகையான மனிதக் கழிவுகள் பற்றி சாகேத் தத்ரூபமாக வர்ணித்திருப்பார். அந்த வர்ணனை ஆசிரியர் குழுவுக்கு ஏற்படுத்திய குமட்டல் காரணமாகவே, கதையை வெளியிட இயலவில்லை.

இவ்வளவு அருவருப்பை ஏற்படுத்தும் மனிதக் கழிவைக் கையால் அள்ளி அப்புறப்படுத்தும் வேலையில், இந்தியாவில் சுமார் ஆறரை லட்சம் பேர் ஈடுபட்டிருக்கிறார்கள். ஒரு வீட்டுக்கு மாதம் பத்து ரூபாய் என்ற விகிதத்தில் இவர்களுக்குக் கூலி தரப்படுகிறது.

இந்தியாவில் ஏறத்தாழ ஒரு நாளைக்கு 90 கோடி லிட்டர் சிறுநீரும், 14 கோடி கிலோ மலமும் திறந்தவெளியில் கழிக்கப்படுவதாக அரசுப் புள்ளிவிவரம் கூறுகிறது.

மலம் அள்ளும் வேலை, உலர் கழிப்பறைத் தடுப்புச் சட்டம் 1993லேயே மத்திய அரசால் நிறைவேற்றப்பட்டது. 2002இல் 16 மாநிலங்கள் இதை ஏற்றுக்கொண்டன. ஆனாலும், இன்னமும் மனிதர் கழிவை மனிதர் அள்ளும் அவலம் தொடர்கிறது. தமிழ்நாடு உள்பட, எந்த மாநிலமும் இதற்கு விதிவிலக்கல்ல. மதுரையில் திறந்தவெளிக் கழிப்பறையாக மக்கள் ஆக்கியுள்ள பெருமாள் கோயில் சந்தையை, தினசரி காலை 6 முதல் 9 வரை தன் கைகளால் சுத்தப்படுத்தும் மாரியம்மாளைப் பற்றி இளைஞர் அமுதன் எடுத்துள்ள குறும்படம் 'பீ' ஒரு முக்கியமான ஆவணம்.

ரயில் பயணத்தை வசதியாக்கும் அம்சங்களில் ஒன்று, அதில் உள்ள கழிப்பறை. தற்போது நமது ரயில் பெட்டிகளில் உள்ள கழிவறை அமைப்புகள், ரயில் ஓடும் இருப்புப் பாதையை அசுத்தப்படுத்துகின்றன. இந்த இருப்புப் பாதைகளில் உள்ள மலத்தைக் கையால் அள்ளிச் சுத்தப்படுத்தும் பணியில் ஆயிரக்கணக்கானவர்களை ரயில்வே நிர்வாகம் ஈடுபடுத்தி வருகிறது. இவர்கள் எல்லோரும் சாதி அடிப்படையிலேயே இந்த

வேலைக்கு நியமிக்கப்படுகிறார்கள் என்பது இன்னொரு கேவலம். கையால் மலம் அள்ளும் நடைமுறையைக் கைவிடக் கோரியே, ரயில் மறியலை ஆதித் தமிழர் பேரவை அறிவித்து இருக்கிறது.

உலகில் பல இடங்களில் ரயில்கள் ஓடுகின்றன. அவற்றிலும் கழிப்பறைகள் உண்டு. ஆனால், அவற்றைச் சுத்தப்படுத்த எளிமையான கருவிகள், வேக்குவம் க்ளீனர் போன்றவை அங்கே பயன்படுத்தப்படுகின்றன. கோயில் மணி அடிக்க இயந்திரம் வைத்திருக்கும் நமது தேசத்திலும் அது சாத்தியம் தான்.

ஆதித் தமிழர் பேரவை ஒன்றும் காங்கிரஸ், பிஜேபி, திமுக, அஇஅதிமுக போல பெரிய கட்சி அல்ல என்பதால், இவர்களால் நிஜமாகவே எந்த ரயிலையும் நிறுத்த முடியாமல் கூடப் போய்விடலாம். ஆனால், "ஒரு அவுன்ஸ் மலம், உன் உடம்பில் மட்டும்தான் இருக்கிறதா, உள்ளத்திலும் இருக்கிறதா?" என்ற கேள்வியை, மனிதக் கழிவை மனிதர் அள்ளுவதைக் கண்டுகொள்ளாமல் இருக்கும் ஒவ்வொருவரின் மனதிலும் எழுப்பினால், அதுவே வெற்றிதான்!

***ஆனந்த விகடன்*, 20.11.2005**

# டி.வி.யா . . . சினிமாவா . . . பத்திரிகையா . . ?

ஒவ்வொரு வருடமும் தவறாமல் நடக்கும் விஷயங்கள் உள்ளன. ஆனைகவுனியில் திருப்பதி குடை ஊர்வலம், திருவையாற்றில் தியாகராஜ ஆராதனை, மதுரை வைகையில் கள்ளழகர் இறங்குவது . . . இப்படிப் பல பழைய, புதிய சடங்குகளைப் பட்டியலிட்டால் . . . 'ஓ' பக்கமே போதாது!

இந்தப் பட்டியலில், தமிழ் சினிமா தயாரிப்பாளர்கள் 'இனிமேல் டி.வி.க்கு க்ளிப்பிங் தரமாட்டோம்' என்று தீர்மானம் போடுவதையும் சேர்த்துக்கொள்ளலாம். இந்தத் தீர்மானத்தைப் படிக்கும்போது, சிகரெட் பிடிப்பதை நிறுத்துவது பற்றிய பழைய ஜோக்தான் எனக்கு நினைவுக்கு வருகிறது.

'என்னால் நிச்சயம் சிகரெட் பிடிப்பதை நிறுத்திவிட முடியும்!'

'எப்படி அவ்வளவு உறுதியாகச் சொல்கிறாய்?'

'பின்னே . . . எத்தனை தடவை நிறுத்தியிருக்கிறேன், தெரியுமா?'

தமிழ் சினிமா தயாரிப்பாளர்களும் சொன்னபடி க்ளிப்பிங் தருவதை நிறுத்திவிடுவார்கள் என்று நம்பலாம். ஏனென்றால், பல முறை நிறுத்திய அனுபவம் அவர்களுக்கு உண்டு. அடுத்த ஆண்டும், திரும்ப நிறுத்தும் வாய்ப்பை உருவாக்கிக்கொள்ளும் திறமையும் உண்டு.

திரைப்பட நறுக்குகளை இனி டி.வி.க்கு தரக்கூடாது என்று சினிமா தயாரிப்பளர்கள் தீர்மானம் போடுவதன்

காரணம் என்ன?, திரை விமர்சனங்களில் சொல்லப்படும் கருத்துக்களால், படத்துக்குப் பார்வையாளர்கள் வராமல் போய்விடுகிறார்கள். ஏறத்தாழ முழுப் படத்தையும் துண்டு துண்டாக டி.வி.யில் பார்த்துவிடுவதால், கொட்டகைக்கு வந்து பார்க்க வேண்டிய தேவையில்லாமல் போய்விடுகிறது. தொழில் பாதிக்கப்படுகிறது' என்பதுதான் அவர்களுடைய குறைப் பட்டியலின் சாராம்சம்.

பத்திரிகை விமர்சனமோ, டி.வி. விமர்சனமோ ஒரு படத்தைப் பார்க்கத் தூண்டுகிறதா, பார்க்க வேண்டாம் என்று முடிவு செய்யத் தூண்டுகிறதா என்பது அறுதியிட்டுத் தீர்மானிக்க முடியாத விஷயம். ஏனென்றால், பத்திரிகைகள் புகழ்ந்த படங்கள் வர்த்தக ரீதியில் வெற்றி பெறாமல் போன கதைகள் நிறைய உண்டு. பத்திரிகைகள் கண்டித்த படங்கள் வசூலைக் குவித்த கதைகளும் உண்டு. பத்திரிகைக் கருத்தும் பார்வையாளர் கருத்தும் பொருந்திப்போன நிகழ்வுகளும் உண்டு. இதே போலத்தான் டி.வி. விமர்சனங்களும்.

முழுப் படத்தையும் பார்த்துவிட்ட அனுபவத்தை நறுக்கு களே உண்டாக்கி விடுவதற்குக் காரணம், முழுப் படத்தில் இந்த நறுக்குகள் தவிர, வேறு எதுவும் சுவாரஸ்யமாக இல்லாதது தான்! அது மட்டும் அல்ல, ஒரே ஒரு நறுக்கை மட்டுமே தருவது என்று படத் தயாரிப்பாளர்கள் தீர்மானித்தால், அதுகூட அவர்களுக்கு ஆபத்தாக முடியலாம். ஒரு பானை சோற்றுக்கு ஒரு சோறு பதம் என்று பார்ப்பவர் முடிவு செய்துவிடலாம். அல்லவா? படத்தின் நல்ல நறுக்கைத் தராமல், மோசமான நறுக்கைக் கொடுத்துவிட்டோமே என்று அப்புறம் தயாரிப்பாளர் தன்னைத் தானே நொந்துகொள்வது தான் நடக்கும்.

அசல் பிரச்சனை, டி.வி. நறுக்கு அல்ல. மக்கள் கொட் டகைக்கு வந்து படம் பார்க்கத் தூண்டும் அளவுக்குப் படம் இல்லாதது முதல் காரணம். தவிர, டிக்கெட் விலைகளுக்கும் படத்தின் / கொட்டகையின் தரத்துக்கும், பார்வையாளரின் சக்திக்கும் இடையே உள்ள சிக்கல்கள் தீர்க்கப்பட வேண்டும்.

இந்தப் பிரச்னையில், இன்னொரு முக்கியமான பக்கமும் இருக்கிறது. சினிமா நறுக்கை டி.வி.க்குக் கொடுக்காமல் நிறுத்திவிட்டால், சினிமா தழைத்து ஓங்கிவிடும் என்றே வைத்துக்கொள்வோம்; ஆனால், சினிமா இல்லாமல் டி.வி. சேனல்கள் எல்லாம் வாடி வதங்கி, அழிந்துவிடுமா என்பதே இன்னொரு கேள்வி.

நிச்சயம், சினிமா இல்லாமல் டி.வி. பாதிக்கப்படாது. இதற்கு பல எடுத்துக்காட்டுகளைச் சொல்லலாம். சினிமாவே இல்லாத பல செய்திச் சேனல்கள், இன்று இந்தியாவில் தழைத்துக்கொண்டு இருக்கின்றன. இப்போது செய்திச் சேனல்கள் மட்டும் 60ஐத் தாண்டிவிட்டன. வரும் ஆண்டில், பொழுதுபோக்குச் சேனல்களைவிட, செய்தி சேனல்கள்தான் அதிகரிக்கும் என்று மீடியா அறிஞர்கள் கூறுகிறார்கள். சினிமாவைவிட அரசியலும், தேர்தலும், யுத்தங்களும் இன்னும் சுவாரஸ்யமான பொழுதுபோக்காக இருக்கின்றன என்பதே உண்மை. பத்திரிகைத் துறையிலும் முற்றிலும் சினிமாவே இல்லாத எத்தனையோ பத்திரிகைகள் வெற்றி பெற்றிருக்கின்றன.

இன்னும் சொல்லப்போனால், இந்தியாவுக்கு வெளியே எங்கேயும், பத்திரிகைகளிலும் டி.வி.யிலும் சினிமாவின் ஆதிக்கம் இந்த அளவுக்குக் கிடையாது. ஆனாலும், அங்கே பத்திரிகையும், டி.வி.யும் வர்த்தகரீதியில் சௌக்கியமாகவே இருக்கின்றன. அது மட்டுமல்ல, டி.வி. என்பது சினிமாவின் நிழலாகவோ, பிரதியாகவோ இல்லாமல், தனியே டி.வி. நட்சத்திரங்கள், டி.வி. தொகுப்பாளர்கள் எல்லாரும் சினிமா நட்சத்திர அந்தஸ்துக்குச் சமமானவர்களாக உருவாகியிருக்கிறார்கள்.

எனவே, சினிமாவின் பங்களிப்பு இல்லாவிட்டாலும், பத்திரிகையும் டி.வி.யும் தொடர்ந்து நேயர் ஆதரவைப் பெற முடியும் என்பதே யதார்த்தம். ஆனால், பத்திரிகையிலும், டி.வி.யிலும் சினிமாக்காரர்களுக்கு ஏதாவது ஒருவிதத்தில் பப்ளிசிட்டி இருந்துகொண்டே இருக்க வேண்டும். இல்லாவிட்டால், சினிமாவுக்குதான் கடும் நஷ்டம்! இந்த உண்மை சினிமாக்காரர்களுக்கும் தெரியும். ஆனால், பகிரங்கமாக ஒப்புக்கொள்ளும் நேர்மை சிலருக்கு மட்டுமே இருக்கிறது.

மூன்றும் வெவ்வேறு வலிமையும் சக்தியும் உடைய ஊடகங்கள். ஒன்றையொன்று சார்ந்திருக்கத் தேவையற்றவை. அதனதன் சொந்த பலத்திலேயே மூன்றும் தழைக்க முடியும். உண்மையில் மூன்றும் சார்புகள் இன்றி சுயேச்சையாக இயங்கினால், யாருக்கும் நஷ்டமில்லை. மக்களுக்கு லாபம்தான்!

***ஆனந்த விகடன்*, 12.02.2006**

# கடிதத்தால் காதல் செய்வீர் !

காதல் எல்லாக் காலத்திலும் இருப்பதுதான். ஆனால், காதலைத் தெரிவிக்கும் முறைகள்தான் காலத்துக்குக் காலம் மாறிக்கொண்டே இருக்கின்றன. இந்த மாற்றங்களை உடனுக்குடன் பிரதிபலிப்பது சினிமா.

இப்போதெல்லாம் சினிமாவில் லவ் லெட்டர்கள் இடம்பெறுவதில்லை. ஆனால், ஐம்பதுகளிலும் அறுபதுகளிலும், ஏன் ... எண்பதுகள் வரைகூட லவ் லெட்டர் சம்பந்தப்பட்ட காட்சிகள், பாடல்கள் மிகவும் சகஜம். இன்றும் மறக்க முடியாத லவ் லெட்டர் பாடல்கள் ... 'நான் எழுதுவது கடிதம் அல்ல', 'அன்புள்ள மான்விழியே ஆசையில் ஓர் கடிதம் ...'

இப்போது சினிமாவில் லவ் லெட்டர் காணாமல் போனதற்குக் காரணம், வாழ்க்கையிலும் அது காணாமல் போய்விட்டதுதான்.

லவ் லெட்டர் மட்டுமல்ல, லெட்டர் எழுதுவதே குறைந்து போய்விட்டது. அரசாங்கத் தபாலிலும், கூரியர் சர்வீஸிலும் பரிமாறப்படும் லட்சக்கணக்கான தபால்களில் மிகப் பெரும்பான்மையானவை அலுவலகங்கள், வியாபாரம் தொடர்பான அதிகாரபூர்வமான கடிதங்கள் மட்டுமே. தனிப்பட்ட கடிதங்களில் கணிசமானவை திருமண அழைப்பு, வாழ்த்து அட்டைகள் போன்றவை. இவை போக, உறவினர்களோ நண்பர்களோ தமக்குள் மனம் விட்டு விஷயங்களைப் பரிமாறிக்கொள்ளும் கடிதங்கள் மிக மிகக் குறைவாகிவிட்டன.

சுமார் முப்பது ஆண்டுகள் முன்பு வரை, இந்த நிலை இல்லை. நான் சிறுவனாக இருந்தபோது, என்

விதவை அத்தைப் பாட்டி ஒருவர் வருடம் முழுவதும் வெவ்வேறு உறவினர்கள் வீட்டுக்கு சுற்றுப்பயணம் போய்க்கொண்டே இருப்பார். ஓரளவு எழுதப் படிக்கத் தெரிந்தவர். அவர் இடுப்பில் இருக்கும் சுருக்குப் பையில் உள்ள பல பொருட்களில், நான்கைந்து அஞ்சல் அட்டைகளும் உண்டு. ஓர் உறவினரின் வீட்டுக்கு வந்ததுமே, மற்ற உறவினர்களுக்கெல்லாம் கடிதம் போடுவார்.

நேரு போன்று உலகப் புகழ்பெற்ற தலைவர்களின் கடிதங்களும், எழுத்தாளர்கள் ஒருவருக்கொருவர் எழுதிக்கொண்ட கடிதங்களும் பொதுவாக அதிகம் கவனம் பெறுபவை. ஆனால், தனிப்பட்ட சாதாரண நபர்கள் தமக்குள் எழுதிக்கொண்ட கடிதங்களில்தான் ஒரு சமூகத்தின் மக்கள் வரலாற்றைப் பார்க்க முடியும். எழுபதுகளில் நான் மாணவனாக இருந்த போது கல்லூரி ஆசிரியையாக அப்போதுதான் வேலைக்குச் சென்ற என் அக்காவும் நானும் சுமார் ஓராண்டு இன்லேண்ட் லெட்டர்களில் உலக, நாட்டு நடப்புகள் பற்றியெல்லாம் எங்கள் அபிப்ராயங்களைப் பரிமாறிக்கொண்டோம். இப்போது படித்துப் பார்த்தால், அவை என்னையே எனக்கு அறிமுகப் படுத்துகின்றன.

எழுத்தாளர் கடிதம் எழுதலாம். கடிதம் மூலம் எழுத்தாள ராக முடியுமா? அதை என் அண்ணனின் நண்பர் ஒருவரும் நானும் எழுபதுகளில் சேர்ந்து செய்தோம். ஒரு கதையை இந்த வார இன்லேண்ட லெட்டரில் அவர் தொடங்குவார். பதில் கடிதத்தில் நான் அடுத்த அத்தியாயத்தை எழுதுவேன். மூன்றாவது அத்தியாயம் அவருடையது. இப்படிச் சுமார் முப்பது அத்தியாயக் கதையைத் தொடர் கடிதமாக இருவரும் எழுதி, பிரசுரிக்கப்படாமலே எழுத்தாளர்கள் ஆகிவிட்டோம். பாதி நாவல் என் அட்டைப்பெட்டி ஆவணக் காப்பகத்தில் இருக்கிறது. மீதி அவரிடம்! தேடிப்பிடித்துப் பிரசுரிக்காததற்குக் காரணம், அது நல்ல எழுத்துப் பயிற்சியே தவிர, நல்ல கதை அல்ல!

கடிதங்களில் இப்படி எதை எதையோ எழுத முடியும் என்றாலும், காதல் கடிதம்தான் கடித வடிவத்துக்கே ஒரு கூடுதல் கவர்ச்சியைத் தந்திருக்கிறது. ஆனால், இன்று மனிதர்கள் காதலையோ, கார்கிலையோ தங்களுக்குள் பரிமாறிக் கொள்ளும் கடிதங்களின் காலம் முடிந்து போய்விட்டது என்று தோன்றுகிறது.

இன்றைய இளைஞர்கள் காதலை எப்படித் தெரிவிக்கிறார்கள்? வசதி உள்ளவர்களுக்கு இ–மெயில், எஸ்.எம்.எஸ்;

ஏழைகளோ கால், அரை, முக்கால் பார்வைகளில் தொடங்கி, நேரடித் தாக்குதலில் இறுதிக் கட்டத்துக்கு வந்துவிடுகிறார்கள்.

பல சினிமாக்காரர்கள் காதலித்துக் கல்யாணம் செய்து கொள்வதையும், செய்யாமல் இருப்பதையும் பார்க்கிறோம். அவர்கள் லவ் லெட்டர் எழுதிக்கொள்வார்களா, மாட்டார்களா? எழுபதுகள் வரை இருந்தவர்கள் எழுதியிருக்கக்கூடும். இப்போது வாழ்த்து அட்டைகள், பரிசுப் பரிமாற்றங்களுடன் காதல் பயணம் முடிந்துவிடும் என்றே தோன்றுகிறது.

ஒரு சிறந்த சினிமாக் கலைஞர் எழுதிய 'காதல்' கடிதங்கள் இப்போது பிரசுரிக்கப்பட்டு இருக்கின்றன. காதல், தியாகம், சோகம் இவற்றின் காவியப் பிரதிநிதியாக, இந்தி சினிமாவில் தான் இருந்த குறுகிய காலத்திலேயே தன்னை அடையாளப் படுத்திக் கொண்ட நடிகர், இயக்குநர் குருதத். தன் காதல் மனைவி கீதாவுக்கு எழுதிய கடிதங்கள் 'யுவர்ஸ் குருதத்' என்கிற தலைப்பில் சினிமா ஆய்வாளர் நஸ்ரீன் முன்னி கபீரால் தொகுத்து வெளியிடப்பட்டு இருக்கின்றன.

1951இல், குருதத் தன் 26ஆவது வயதில் கீதாவைச் சந்தித்தது முதல், அடுத்த 13ஆண்டு காதல் மண வாழ்க்கையில் எழுதிய கடிதங்கள் இவை. காவியக் காதலனாகவும் வேறு பெண்ணுடன் காதல்கொண்டு இருந்ததாகவும் அறியப்பட்டிருந்த குருதத்தின் கடிதங்கள், அவரைப் பற்றிய பிம்பத்துக்குப் பொருந்தாமல் சாதாரணமாக இருக்கின்றன. கடிதம் என்ற வடிவத்தின் சிறப்பே அதுதான். அது ஒருவரின் பிம்பத்தை வேறு மாதிரி காட்டவும் பயன்படும்; உடைக்கவும் பயன்படும்.

காதல் கடிதங்களில் ஒவ்வொருவரும் தன்னை மற்றவருக்கு அடையாளப்படுத்த எடுக்கும் முயற்சிகள் அபாரமானவை. சாதாரண மனிதர்கள் பலரின் காதல் கடிதங்களை யாரேனும் தொகுத்தால், 'உனக்கு நான், எனக்கு நீ, நம்மால் இந்த உலகம்' என்ற ஒரே விஷயத்தை எத்தனை பேர் எத்தனை விதமாகச் சொல்ல முடியும் என்ற பிரமிப்பு நமக்கு நிச்சயம் ஏற்படும்.

விரிவான அந்தரங்கக் கடிதம் எழுதுவது குறைந்து போய்க் கொண்டு இருப்பது வருத்தமாக இருக்கிறது. ஆதலினால் மானிடரே... காதல் செய்வீர்! அதுவும், கடிதம் எழுதிக் காதல் செய்வீர்!

**ஆனந்த விகடன், 26.02.2006**

# ‘மதமான பேய் பிடியாதிருக்கட்டும்!’

லிபியாவில் 11 பேர், நைஜீரியாவில் 16, பாகிஸ்தானில் 10 . . . பட்டியல் தொடர்கிறது. ஒரு கார்ட்டூனே வெடிகுண்டாக மாறி, இத்தனை உயிர்களைப் பலி வாங்கிய சோக வரலாறு இதற்கு முன்பு இல்லை!

டென்மார்க் செய்தித்தாள் ‘ஜிலேண்ட்ஸ் – போஸ்ட்டென்’, செப்டம்பர் 2005இல் நபிகள் நாயகம் பற்றி வெளியிட்ட கார்ட்டூன்கள், நான்கு மாதங்களுக்குப் பிறகு, லட்சக்கணக்கான மக்களைப் பொங்கி எழச் செய்துவிட்டன.

இந்தப் பிரச்னையில் மதம், அரசியல் இரண்டும் கலந்திருப்பதுதான் சிக்கல். கிறிஸ்துவமும் இஸ்லாமும் வெவ்வேறு அணுகுமுறைகளைக் கொண்ட மதங்கள். மேற்கத்திய நாடுகளில் – குறிப்பாக, ஐரோப்பாவில் கருத்துச் சுதந்திரம் பற்றி இருக்கும் பார்வை வேறு. இந்தியா, முஸ்லிம் நாடுகள் உள்பட கீழை தேசங்களில் கருத்துச் சுதந்திரம் பற்றிய கண்ணோட்டம் வேறு.

இது தவிர, அமெரிக்கா இராக் மீதும் அடுத்து இரான் மீதும் மேற்கொண்டு வரும் அராஜகமான நடவடிக்கைகள் முஸ்லிம் நாடுகளில் கடும் வெறுப்பை ஏற்படுத்தி இருக்கின்றன. கம்யூனிசத்தை எதிர்ப்பதற்காக அமெரிக்காவே வளர்த்துவிட்ட ஒசாமா பின்லேடன், அதன் முகத்திலேயே திருப்பிக் குத்திய பிறகு, தீவிரவாதம் = அல் கொய்தா = இஸ்லாம் என்ற (தப்புக்) கணக்கு மேற்கே வலுவாகிவிட்டது.

இராக் கைதிகளை அமெரிக்கா இழிவாகவும் அருவருப்பாக வும் சித்ரவதை செய்யும் தகவல்களும், படங்களும் அம்பல மாகி வருவதையடுத்து உலகின் கவனத்தைத் திசை திருப்பி, முஸ்லிம்கள் அனைவருமே வன்முறையாளர்கள் என்ற கருத்தை வலுப்படுத்தவே இந்தக் கார்ட்டூனின் பின்விளைவுகளை மேலை நாடுகள் பயன்படுத்துவதாக ஒரு குற்றச்சாட்டு வைக்கப் படுகிறது.

சூட் அணிந்த மேற்கத்திய அரசியல் சாணக்கியர்களும், அங்கி – தாடி பூண்ட முஸ்லிம் முல்லாக்களும் தமக்குள் நடத்தும் யுத்தத்தில் கார்ட்டூன்கூட கத்தியாக மாறிவிடுகிறது. இந்த யுத்தத்தின் நடுவே சிக்கி மடிவது அப்பாவி மக்களும் அசல் செக்யுலரிஸ்ட்டுகளும்தான்.

உணர்ச்சிவசப்படாமல் இந்த விஷயத்தை அணுகும் சூழல் பெரும்பாலும் இன்றைய தினம் இல்லை என்றபோதி லும், அறிவுப்பூர்வமாக இதை ஆராய்வதைத் தள்ளிப் போடு வதும் சமூகத்துக்கு விரோதமானது!

நடந்தது என்ன? டேனிஷ் எழுத்தாளர் ஒருவர் முகமது நபிகள் பற்றிக் குழந்தைகளுக்கான புத்தகம் ஒன்றை எழுத விரும்பினார். அதற்குப் படங்கள் வரைய பல ஓவியர்களை அணுகினார். அவர்கள் தயங்கினார்கள். இதையடுத்து, 'ஜிலேண்ட்ஸ் போஸ்ட்டென்' பத்திரிகை 40 ஓவியர்களை அணுகி, முகமது நபிகள் பற்றி கார்ட்டூன் வரையக் கேட்டது. 12 பேரின் கார்ட்டூன்களை வெளியிட்டது.

அந்தக் கார்ட்டூன்களுக்கு எதிரான ஆட்சேபங்கள் இரண்டு. ஒன்று, முகமது நபிகளின் உருவத்தை வரைவதே தவறு. இரண்டாவது, பல கார்ட்டூன்கள் நபிகளையும், இஸ்லாத்தையும் அவதூறு செய்வதாக அமைந்திருந்தது (இதில் ஒரு கார்ட்டூனில் ஏசு, இந்து சாமியார்கூட உண்டு.)

மேற்படி கார்ட்டூன்களை எதிர்த்து, டென்மார்க் பிரதமரைச் சந்தித்து முறையிட, சில இஸ்லாம் நாடுகளின் தூதர்கள் அனுமதி கேட்டனர். பிரதமர் மறுத்துவிட்டார். 'பத்திரிகையின் கருத்துச் சுதந்திரத்தில் நான் தலையிடுவதற்கில்லை' என்பதே அவர் நிலை. அதைத் தொடர்ந்து, டென்மார்க்கிலிருந்து சில முல்லாக்கள் இதர முஸ்லிம் நாடுகளுக்குச் சென்று ஆதரவு திரட்டினார்கள். டிசம்பரில், மெக்காவில் நடந்த இஸ்லாம் மாநாட்டில் இந்தக் கார்ட்டூன்களுக்குக் கண்டனம் தெரிவிக்கப்பட்டது. இதன் பிறகே பல நாடுகளில் விஷயம் பரவி, தெருமுனை ஆர்ப்பாட்டங்கள் தொடங்கின.

டென்மார்க் கார்ட்டூனிஸ்ட்டுகளுக்கு ஆதரவாக, ஜனவரியில் நார்வே செய்தித்தாள்கள் அந்தக் கார்ட்டூன்களை மறுபிரசுரம் செய்தன. சுமார் 40 நாடுகளில் இந்த மறுபிரசுரம்!

லிபியா, சவூதி அரேபியா, ரியாத் ஆகியவை டென்மார்க்கில் உள்ள தங்கள் தூதர்களைத் திரும்பப் பெற்றன. டென்மார்க் பொருள்களுக்குச் சில முஸ்லிம் நாடுகள் தடை விதித்தன. இதன் பிறகு, 'ஜிலேண்ட்ஸ் – போஸ்ட்டென்' வருத்தம் தெரிவித்தது. கார்ட்டூன் வெளியிட்டதைத் தவறாகக் கருதவில்லை என்றும், ஆனால், முஸ்லிம்கள் மனம் புண்பட்டிருந்தால் அதற்கு வருந்துவதாகவும் சொன்னது.

அடுத்து வரிசையாக, முஸ்லிம்கள் கணிசமாக வாழும் பல நாடுகளில் எதிர்ப்பு ஆர்ப்பாட்டங்கள் வன்முறையில் முடிந்தன. இந்திய அரசு தன் டென்மார்க் தூதரைத் திரும்பப் பெறவேண்டுமென்ற கோரிக்கை எழுப்பப்பட்டது. ஆனால், அரசு கார்ட்டூன்களைக் கண்டித்ததுடன் நிறுத்திக்கொண்டது. உ.பி. மாநில சமாஜ்வாடி கட்சியின் முஸ்லிம் அமைச்சர், அந்தக் கார்ட்டூனிஸ்ட்டைக் கொல்பவருக்கு 51 கோடி ரூபாயும், பிணத்தின் எடைக்கு எடை தங்கமும் தருவதாக அறிவித்திருக்கிறார். இதை அவர் கட்சியே கண்டித்துவிட்டது.

கார்ட்டூன் பிரச்னை எழுப்பும் சில முக்கியமான, அடிப்படைக் கேள்விகள்:

1. நபிகளைப் பற்றிக் கார்ட்டூன் போட்டதற்கு எதிர்வினையாக யூதர்கள் பற்றியும், ஹிட்லர் யூதர்களை ஒழித்ததாகச் சொல்லப்படும் 'கட்டுக் கதை' பற்றியும் கார்ட்டூன்களைத் தாங்கள் வெளியிடப்போவதாக ஒரு முஸ்லிம் எதிர்ப்புக் குழு அறிவித்தது. இப்படிக் கருத்துக்கு பதில் கருத்து, விமர்சனத்துக்கு பதில் விமர்சனம் என்பதோடு நிற்காமல், வன்முறையைச் சிலர் தூண்டுவது, முஸ்லிம்கள் எல்லோருமே பயங்கரவாதிகள் என்று செய்யப்படும் மேற்கத்திய பிரசாரத்துக்குச் சார்பாகப் போய்விடவில்லையா?

2. கார்ட்டூன்களை எதிர்த்து நடந்த போராட்டங்களில் துப்பாக்கிச் சூடுகளிலும், தாக்குதல்களிலும் இறப்பவர்கள் எல்லோரும் முஸ்லிம்கள்தான். பல முஸ்லிம் நாடுகளில் கூட்டத்தைச் சமாளித்துத் தாக்கும் போலீஸாரும் முஸ்லிம்கள்தான். இப்படித் தங்களுக்கே இழப்பை ஏற்படுத்திக் கொள்ளும் போராட்டத்தைச் சிலர் தூண்டுவதை முஸ்லிம்கள் எதிர்க்க வேண்டாமா?

3. கருத்துச் சுதந்திரம் என்பது என்ன? மதச் சுதந்திரம் என்பது என்ன? ‘இன்னொருவர் மனம் புண்படாத வகையில் கருத்துச் சொல்லலாம்’ என்று ஒரு வரையறை வைத்தாலும், யார் மனம் எதற்கு எந்தளவுக்குப் புண்படும் என்று எப்படித் தீர்மானிப்பது?

இதுபோன்ற எண்ணற்ற கேள்விகள் உண்டு. இப்போதைக்கு ஒரே ஒரு சுருக்கமான விடை மட்டும்... அதுவும், நான் சொல்வதல்ல; வள்ளலார் சொன்னது : ‘மதமான பேய் பிடியா திருக்க வேண்டும்!’

**ஆனந்த விகடன், 05.03.2006**

# பெண்களுக்கு அரசியல் பிடிக்காதா . . . யார் சொன்னது?

சமூகத்தில் சில கற்பிதங்கள் (*myths*) எப்போதும் உண்டு . . . ஆண்களுக்குக் கோலம் போட வராது, குழந்தைகள் பொய் சொல்ல மாட்டார்கள் . . . இப்படி! இதே போன்ற ஒரு கற்பிதம்தான் பெண்களுக்கு அரசியல் பிடிக்காது என்பதும்!

பெண்களுக்கு அரசியல் பிடிக்காது என்றால், ஒவ்வொரு தேர்தலிலும் ஆண்களைவிடப் பெண்கள் ஏன் அதிகமாக ஓட்டு போடுகிறார்கள் என்று நாம் யோசிக்க வேண்டும். அரசியல் என்பதை ஆண்கள் பார்க்கிற விதம் வேறு, பெண்கள் பார்க்கிற விதம் வேறு. ஆண்கள் அணுகும் விதத்திலேயே பெண்களும் அரசியலை அணுகுவதில்லை என்பதால், பெண்களுக்கு அரசியல் பிடிக்காது என்று முடிவுக்கு வருவது தவறு.

பொதுவாக ஆண்கள் கட்சி அரசியலுக்கும், தலைவர்கள் சார்ந்த அரசியலுக்கும், அதிகாரம் சார்ந்த அரசியலுக்கும் அதிக முக்கியத்துவம் தருகிறார்கள். போட்டிகள், சூழ்ச்சிகள், தந்திரங்கள் நிரம்பிய கட்சி அரசியலின் நிகழ்ச்சிகள் ஆண்களுக்குச் சுவாரஸ்யமாக இருக்கின்றன. அதிகார மையங்களின் மோதல்களும், தனி நபர் தலைவர்களின் ஈகோ மோதல்களும் ஆண்களுக்கு நல்ல பொழுதுபோக்காக இருக்கின்றன. அதே அம்சங்களைக் குடும்பச் சூழலுக்குள் பார்த்துப் பழகியிருப்பதால், அரசியலைவிட அவற்றைச் சித்திரிக்கும் டி.வி. தொடர்கள் பெண்களுக்கு ஈர்ப்பாக இருக்கின்றன.

அரசியலைப் பெண்கள் பொதுவாக கட்சி, தலைவர்கள் என்ற அடிப்படையில் பார்ப்பதில்லை என்பதற்கு பல சாட்சியங்கள் இருக்கின்றன. (எம்.ஜி.ஆருக்குப் பெண்களிடம் இருந்த செல்வாக்கை வெறுமே கவர்ச்சி என்று கணிப்பதே ஒரு ஆணாதிக்கப் பார்வைதான். அன்றாட வாழ்க்கைப் பிரச்னைகளுக்குத் தீர்வு தரக்கூடியவர் என்ற நம்பிக்கையை அவர் பெண்களிடம் ஏற்படுத்தியதுதான் அவருடைய வெற்றியின் ரகசியம்.)

அன்றாட வாழ்க்கையின் பிரச்னைகளுடன்தான் பெண்கள் அரசியலை இணைத்துப் பார்க்கிறார்கள். அரிசி, காய்கறி, மண்ணெண்ணெய், சமையல் எரிவாயு ஆகியவற்றின் விலை, போக்குவரத்துச் செலவுகள், வீட்டு வாடகை, உடை, துணிமணி விலைகள், குடிநீர், சாக்கடைப் பிரச்னைகள், குழந்தைகளின் பள்ளிக்கூடம் சார்ந்த சிக்கல்கள் போன்றவற்றுக்கே பெண்கள் அதிக முக்கியத்துவம் கொடுக்கிறார்கள்.

வெளி வேலைக்குப் போனாலும் போகாவிட்டாலும், வீட்டு நிர்வாகச் சுமைகள் பெண்கள் மீது குவிந்துகிடப்பதே இந்தப் பார்வைக்குக் காரணம் என்று கருதலாம். அதுவே, பொடாவில் சிலரைப் பத்து மாதம் சிறையில் வைத்தது சரியா, தப்பா போன்ற பிரச்னைகளில் ஆண்கள் அதிக அக்கறைகாட்டுகிறார்கள்.

பஞ்சாயத்து, நகராட்சி முதலிய உள்ளாட்சிகளில் பெண்களுக்கு 33 சதவிகித இட ஒதுக்கீடு அளிக்கப்பட்ட போது, இந்தப் பெண்கள் எல்லாரும் ஆண்களின் பினாமிகளாகவே இருப்பவர்கள் என்ற அவநம்பிக்கையான விமர்சனம் வைக்கப்பட்டது. (ஆண் கவுன்சிலர்களும் வேறு சக்திகளின் பினாமிகளாக இருப்பது பற்றி யாரும் பேசுவதில்லை.) ஆனால், இப்போது சுமார் பத்தாண்டுகளாக உள்ளாட்சிகளில் பெண்களுக்கு இட ஒதுக்கீடு செயல்முறையில் இருக்கும் அனுபவம் காட்டியிருப்பது என்ன? பல இடங்களில் காலங்காலமாகத் தீர்க்கப்படாமல் இருந்த குடிநீர்ப் பிரச்னை, சாக்கடைப் பிரச்னை போன்றவற்றை பெண் கவுன்சிலர்கள், தலைவிகள் தீர்த்துவைத்திருக்கிறார்கள் என்று ஆய்வுகள் தெரிவிக்கின்றன.

உள்ளாட்சி அனுபவங்கள் காட்டும் இன்னொரு உண்மை என்ன தெரியுமா? ஆண்களைப் போலவே நடந்துகொள்ளும் பெண்களைத்தான் கட்சிகளின் மேலிடங்களும் தலைமைகளும் ஆதரிக்கின்றன. ஆனால், ஆண் அரசியலுக்கு மாறுபட்டுக் களத்தில் இயங்கும் பெண்களைத்தான் வாக்காளர்கள் விரும்புகிறார்கள்.

நாடு முழுவதும் உள்ளாட்சிகளில் பெண்களின் பங்கேற்பால் விளைந்துள்ள பல நன்மைகளை எல்லாரும் ஒப்புக்கொண்டாலும்கூட, அதே போன்ற இட ஒதுக்கீட்டை எம்.எல்.ஏ., எம்.பி. பதவிகளுக்கு அளிப்பதை ஏதாவது சாக்குப்போக்கு சொல்லி இழுத்தடித்து வருகிறார்கள். இதில் மட்டும் சர்வ கட்சிகளும் கூட்டணியாக இருக்கின்றன.

ஆனால், ஏறத்தாழ எல்லா கட்சிகளும் 33 சதவிகித இடஒதுக்கீட்டை ஆதரிப்பதாகவே சொல்கின்றன. தேர்தல் அறிக்கையில்கூட இதை அவை மறுபடியும் சொல்லக்கூடும்.

பெண் வாக்காளர்கள் இந்த அரசியல் கட்சிகள் எல்லாவற்றினிடமும் இப்போது வைக்கவேண்டிய கோரிக்கை, இல்லையில்லை, நிபந்தனை ஒன்று இருக்கிறது. 'சட்டப்படி 33 சதவிகிதம் ஒதுக்கீட்டை நீங்கள் கொண்டுவருவதை அப்புறம் பார்த்துக்கொள்ளலாம். இப்போது தமிழ்நாட்டில் தேர்தல் அறிவிக்கப்பட்டு இருக்கிறது. ஒவ்வொரு கட்சியும் முதலில் உங்கள் கட்சி சார்பில் போட்டியிடும் வேட்பாளர்களில் 33 சதவிகிதம் பேரைப் பெண்களாக அறிவித்து, உங்கள் நேர்மையை நிரூபியுங்கள்' என்ற நிபந்தனையைப் பெண் வாக்காளர்கள் சார்பாக நான் இங்கே முன்வைக்கிறேன். போதுமான பெண் வேட்பாளர்கள் இல்லை என்ற சாக்கு உதவாது. சட்டப்படி ஒதுக்கீடு வந்துவிட்டால், அப்போது எப்படியாவது கொண்டுவருவீர்களா, இல்லையா . . . அதை இப்போதே செய்யுங்களேன்!

***ஆனந்த விகடன்*, 02.04.2006**

# ஏசுவின் மனைவி இவளா?

மூன்று வருடங்களுக்கு முன்பு புத்தகமாக வந்த போதே பெரும் சர்ச்சையைக் கிளப்பிய ‘தி டாவின்சி கோட்’ இப்போது சினிமாவாக வந்து மறுபடியும் பரபரப்பை ஏற்படுத்தியிருக்கிறது. கிறிஸ்தவ திருச்சபை களும் சுமார் 500 கிறிஸ்தவ அமைப்புகளும் எதிர்ப்பு காட்ட, படத்துக்கு தடை விழும் அளவுக்கு ஏக பரபரப்பு! படத்துக்குத் தடை என்பது உலகம் முழுக்கவே பெரும் பரபரப்பைக் கிளப்பியிருக்கிறது. தாய்லாந்தில் கடைசிப் பத்து நிமிடங்களை மட்டும் வெட்டினால் போதும் என்று திருச்சபை சொல்லியிருக்கிறது. அதற்கு சென்சார் ஒப்புக்கொண்ட போதும், தயாரிப்பாளர்கள் சம்மதிக்க வில்லை. அதனால் அங்கே இன்னமும் படம் திரையிடப் படவில்லை. அதேசமயம், எந்த வெட்டும் இல்லாமல் அனுமதித்திருக்கிறது சீனா.

படம், நாவல் இரண்டைப் பற்றிய சர்ச்சைக்கும் அடிப்படை ஒன்றுதான். ஏசு கிறிஸ்து திருமணமானவர். அவருக்குக் குழந்தைகள் உண்டு. அவருடைய வாரிசுகள் இன்னமும் பிரான்ஸில் ரகசிய வாழ்க்கை வாழ்ந்து கொண்டிருக்கிறார்கள். அவர்களையும் அவர்களுடைய ரகசிய ஆதரவாளர்களையும் ஒழித்துக்கட்ட வாடிகன் திருச்சபை 2000 ஆண்டுகளாகத் தொடர்ந்து முயற்சித்துக் கொண்டிருக்கிறது என்பதுதான் கதையின் சாராம்சம். ஏசுவுக்குப் பணிவிடை செய்த பாலியல் தொழிலாளியான் மேரி மக்தலீன்தான் ஏசுவின் மனைவி என்கிறது கதை.

இந்த நாவல், கிறிஸ்துவையும் கிறிஸ்தவத்தையம் இழிவு செய்வதாக மூன்றாண்டுகளுக்கு முன்பு புத்தகம்

வந்தபோது திருச்சபைகள் சொன்னபோதும், புத்தகம் இந்தியா உட்பட எந்த பெரிய நாட்டிலும் தடை செய்யப்படவில்லை. இதுவரை 44 மொழிகளில் புத்தகம் மொழிபெயர்க்கப்பட்டு விட்டது. ஆங்கிலத்தில் மட்டும் மொத்தம் இதுவரை ஆறு கோடி பிரதிகள் விற்றிருக்கின்றன.

இந்த நாவலை எழுதியவர் டான் பிரவுன். 'எங்களுடைய புத்தகத்தின் அடிப்படையில்தான் இந்த நாவலை டான் பிரவுன்' எழுதினார் என்று அவர்மீது 'கதைத் திருட்டு' வழக்குத் தொடுத்தார்கள் இரண்டு எழுத்தாளர்கள். 'தி ஹோலி பிளட் அண்ட் தி ஹோலி கிரெய்ல்' என்ற அந்தப் புத்தகத்தை எழுதிய ரிச்சர்ட் லேய், மைக்கேல் பைகாண்ட் இருவரும் கிறிஸ்தவ மத சித்தாந்தத் துறையில் அறிஞர்கள். காப்பிரைட் பற்றிய பெரும் எதிர்பார்ப்புகளை ஏற்படுத்திய இந்த வழக்கின் தீர்ப்பு, சென்ற மாதம் தரப்பட்டது. 'இரு புத்தகங்களுக்கும் பல தகவல் அடிப்படைகள் ஒன்றானபோதும், டான் பிரவுன் திருடவில்லை' என்று நீதிமன்றம் சொல்லிவிட்டது. இந்தச் சர்ச்சையால் மூன்று எழுத்தாளர்களுக்கும் லாபம். இரண்டு புத்தகங்களும் மறுபடியும் ஆயிரக்கணக்கில் விற்றன. இரண்டு விற்பனையிலும் லாபமடைந்த இன்னொருவர் – பதிப்பாளர். இரண்டுக்கும் ஒரே பதிப்பாளர்தான்!

டான் பிரவுனின் வெற்றி நாவலை சினிமா ஆக்கும் உரிமைக்காக அவருக்கு சோனி நிறுவனம் கொடுத்திருக்கும் தொகை 60 லட்சம் டாலர்கள் (சுமார் முப்பது கோடி ரூபாய்).

'எ பியூட்டிபுல் மைண்ட்' படத்தை இயக்கிய ரான் ஹோவர்ட் இயக்கியிருக்கும் 'தி டாவின்சி கோட்' படத்தில் முக்கியப் பாத்திரத்தில் பிரபல ஹாலிவுட் நடிகர் டாம் ஹான்க்ஸ் நடித்திருக்கிறார். கதையில் அவர் குறியீட்டு இயல் நிபுணர் ராபர்ட் லாங்டன் என்ற கேரக்டரில் வருகிறார். பிரான்ஸின் புகழ்பெற்ற 'லூவே' *(Louvre)* என்ற அருங்காட்சியகத்தின் பொறுப்பாளர் மர்மமாக இறந்ததையடுத்து, சில மர்மக் குறியீடுகளைத் துப்புத்துலக்க அழைக்கப்படுகிறார் ராபர்ட் லாங்டன். அங்கே அவர் சந்திக்கும் சங்கேத முடிச்சு அவிழ்ப்பு நிபுணி சோஷபி பாத்திரத்தில் ஆட்ரே டாவ்டாவ் நடித்திருக்கிறார். இருவரும் துப்புத்துலக்கும்போது ஏசு கிறிஸ்துவின் வாரிசுகள் பற்றிய மர்மங்கள் வெளிப்பட தொடங்குகின்றன. அதனால் இருவருக்கும் ஆபத்து. ஒரு மர்மப்பட தொனியில் சினிமா எடுக்கப்பட்டிருக்கிறது.

புகழ்பெற்ற ஓவியர் லியானர்டோ டாவின்சியின் கலைப் படைப்புகளுக்குள் ஏசுவின் வாரிசுகள் பற்றிய ரகசிய சங்கேதக் குறிப்புகள் அடங்கியிருக்கின்றன என்பதுதான் டான் பிரவுன் கட்டியிருக்கும் கதை. ஏசுவின் வாரிசுகளை ஆதரிக்கும் ரகசியக் குழுவில் டாவின்சியும் உறுப்பினராம். யூதாஸால் காட்டிக் கொடுக்கப்படுவதற்கு முன்பு தன் சீடர்களுடன் கடைசியாக ஏசு கிறிஸ்து உணவருந்திய காட்சியை டாவின்சி ஓவியமாகத் தீட்டியிருக்கிறார். அதில் ஏசுவுக்கு அருகே உட்கார்ந்திருப்பது சீடர் ஜான் அல்ல. அது மேரி மக்தலீன் என்பது டான் பிரவுனின் கருத்து. கடைசி விருந்தில் ஏசு பயன்படுத்திய கோப்பை, கிறிஸ்தவர்கள் மத்தியில் புனிதமாகக் கருதப் படுகிறது. அதில் கடவுளின் ரத்தம் இருப்பதாகக் கருதப்படுகிறது. டாவின்சியின் ஓவியத்தில் கோப்பையே கிடையாது. காரணம், கோப்பை என்பது ஒரு குறியீடுதான். ஏசுவின் ரத்தத்தைத் தன் வயிற்றில் உள்ள குழந்தை வடிவத்தில் தனக்குள் வைத்திருக் கும் மேரி மக்தலீன்தான் அந்தக் கோப்பை என்பது டான் பிரவுனின் வியாக்யானம்.

டாவின்சியின் புகழ்பெற்ற மோனலிசா ஓவியமும் படத் தில் வருகிறது. மோனலிசா பெண்ணே அல்ல. டாவின்சி தன்னைத்தானே ஓவியமாக தீட்டிக்கொண்டிருக்கிறார் என்பது டான் பிரவுனின் இன்னொரு வியாக்யானம்.

நாவலாகப் படிக்கும்போது சுவாரஸ்யமாக இருந்த கதை, சினிமாவாக எப்படி இருக்கும்? இந்த வாரம் நடந்த சர்வதேசப் பத்திரிகையாளர் பிரிவியூவுக்குப் பின் பல பத்திரிகை யாளர்கள், ‘படம் செம போர்’ என்று சொல்லிவிட்டார்கள். ‘மர்மப் படத்துக்கு சரிப்பட்டுவராத விதத்தில் வளவள என்று நிறைய பேச்சு, சாதாரண பார்வையாளர்களுக்கு விளங்காத கிறிஸ்தவ மதக் கோட்பாடுகள் – குறியீடுகள், டாம் ஹாங்க்ஸின் உணர்ச்சியற்ற நடிப்பு எல்லாம் சேர்ந்து ஒரே போர்’ என்று சொல்லப்பட்டுள்ளது.

எதிர்ப்பாளர்களின் சர்ச்சையை மீறி நாவல் பெரும் வெற்றியடைந்தது போல, விமர்சகர்களின் கருத்தை மீறிப் படமும் வெற்றி பெறுமா என்பது அடுத்த வாரம் தெரிந்து விடும். மதம், கடவுள் தொடர்பான விஷயங்களில் ஒரு படைப் பாளிக்கு எந்த அளவுக்குக் கற்பனைச் சுதந்திரம் அனுமதிக்கப் படும் என்பது எல்லா சமூகங்களிலும் ஒவ்வொரு காலகட்டத் திலும் விவாதமாகிறது. அதில் இன்னொரு மைல்கல் – ‘தி டாவின்சி கோட்’.

இந்தியாவைப் பொறுத்தவரை படத்தைப் பார்த்துவிட்டுத் தானே முடிவு செய்யப்போவதாக மத்திய தகவல் ஒலிபரப்புத் துறை அமைச்சர் பிரியரஞ்சன் தாஸ் முன்ஷி அறிவித்தார். இதற்கு முன் அமீர்கானின் 'ரங் தே பசந்தி' படம் பற்றியும் சர்ச்சை வந்தபோது தானே ஐந்து முறை படத்தைப் பார்த்து விட்டு அனுமதித்ததாக சொல்லியிருக்கும் தாஸ் முன்ஷி, தற்போது 'தி டாவின்சி கோட்' படத்தைப் பார்த்திருக்கிறார். ஆரம்பத்தில் கடுமையாக எதிர்ப்புக் காட்டிய கிறிஸ்தவ அமைப்புகளும், 'ஆட்சேபகரமான காட்சிகளை வெட்டிவிட்டுப் படத்தைத் திரையிடலாம்' என்று இறங்கிவர, 'ஏ' சர்டிபிகேட்டுடன் படத்தை திரையிட அனுமதி வழங்கப்பட்டுள்ளது.

***ஜூனியர் விகடன்*, 24.05.2006**

# எரிபொருள் பிரச்னைக்கு என்னதான் தீர்வு?

கருணாநிதிக்கும் ஜெயலலிதாவுக்கும் இடையே நிறைய ஒற்றுமைகள் உள்ளன. அதில் ஒன்று, எதிர்க்கட்சியாக இருக்கும்போது, ஆட்சி மீது ஒரே மாதிரி விமர்சனம் வைப்பது. ஆனால் ஆட்சிக்கு வந்ததும், அதேபோல தானும் நடந்துகொள்வது. இதற்குச் சிறந்த அண்மைக் கால எடுத்துக்காட்டு – பெட்ரோல் விற்பனை வரி குறைப்புப் பிரச்னை.

ஜெ. ஆட்சியின்போது, மத்திய அரசு பெட்ரோல் விலையை உயர்த்தியதும், ‘மாநில அரசு விற்பனை வரியைக் குறைக்கலாம்’ என்றார் கருணாநிதி. ‘அப்படிச் செய்தால் பஸ் கட்டணம் உயரும். எங்கள் ஆட்சியில் தான் பெட்ரோல் விலை உயரும்போதெல்லாம் பஸ் கட்டணம் உயர்த்தப்படவில்லை’ என்று வாதிட்டார் ஜெ. இப்போது இருவரும் ஒருவர் மற்றவர் வசனத்தைப் பேசிக்கொண்டு இருக்கிறார்கள்.

பெட்ரோல், மின்சாரம், தண்ணீர் போன்ற அடிப் படைப் பிரச்னைகளில், கட்சி விரோதங்களுக்கு அப்பாற் பட்டுச் சிந்திக்கக்கூடிய தலைவர்கள் எப்போது உருவாகப் போகிறார்களோ, தெரியவில்லை.

பெட்ரோல் விலையில் கணிசமான பங்கு, அரசாங்க வரிகள்தான். ஒரு லிட்டர் பெட்ரோலின் விலை 47 ரூபாய் என்றால், அதில் மத்திய அரசின் தீர்வை வரிகள் 15 ரூபாய். மாநில அரசின் விற்பனை வரி 10 ரூபாய். டீலர் கமிஷன் போன்றவை 2 ரூபாய். எண்ணெய்க்

கம்பெனிக்குக் கிடைப்பது 20 ரூபாய்தான். ஒரு லிட்டர் பெட்ரோல் தயாரிக்கத் தேவையான குரூட் ஆயிலின் விலையே 20 ரூபாய் ஆகிவிடும். குரூடை பெட்ரோலாக மாற்றும் செல வெல்லாம் கம்பெனிக்கு நஷ்டம். வரிகளைக் குறைக்காமல் பெட்ரோல் விலையைக் குறைக்க முடியாது. எந்த அரசும் தன் வரிகளைக் குறைத்துக்கொள்ள முன் வராது. காரணம், வரி வருமானத்திலிருந்துதான் ஏழைகளுக்கான கெரசின் விலைக்கு மான்யம் தர முடியும்.

எனவே, பெட்ரோல் விலைப் பிரச்னைக்கு தொலை நோக்குத் தீர்வுகளைத்தான் நாம் சிந்தித்தாக வேண்டும். மாற்று எரிபொருள் என்று கருத்தரங்குகளில் பேசிக்கொண்டு இருக் கிறார்களே தவிர, அரசுத் தரப்பிலிருந்து பெரிய அளவில் இதற்கான நடவடிக்கைகள் இல்லை.

ஆனால், குறைந்த விலையில் மாற்று எரிபொருள் சாத்தியம் என்பதை இரண்டு தகவல்கள் உறுதிப்படுத்துகின்றன. ஒன்று, எத்தனால் *(ethanol)* பற்றியது.

எத்தனால் உற்பத்தியைப் பெருக்கினால் பெட்ரோலியப் பொருட்களைப் பயன்படுத்துவதைக் குறைக்க முடியும். கெரசினுக்குச் சிறந்த மாற்று எத்தனால் என்பது 'நிம்ப்கர் அக்ரிகல்ச்சுரல் ரிசர்ச் இன்ஸ்ட்டிடியூட்'டின் *(NARI)* கருத்து. எத்தனாலுக்கு அரசு தீர்வை வரி விதிக்காமல் இருந்தால், அதை லிட்டர் 10 ரூபாய் விலையில் விற்க முடியும்.

எத்தனால் தயாரிக்கக் கரும்புதான் அதிகம் பயன்படுத்தப் பட்டு வந்தது. ஆனால், கரும்பைவிட குறைவான பாசனத் தண்ணீர் தேவைப்படும் சோள வகையை 'நாரி' அறிமுகப்படுத்திச் சுமார் 40 வருடம் ஆகிவிட்டது. இந்தச் சோளக்கதிரிலிருந்து ரொட்டி தயாரிக்கலாம். சோளத்தண்டிலிருந்து எத்தனால் வடிக்கலாம். சக்கை மாட்டுக்குத் தீவனமாகும். நான்கு மாதப் பயிர் என்பதால், வருடத்துக்கு இருமுறை சாகுபடி செய்யலாம். விவசாயிகளுக்கும் இது லாபகரமானது.

பெட்ரோலில் தண்ணீர் கலந்து எரிக்க முடியாது. எத்தனா லில் தண்ணீர் கலக்கலாம். சரிபாதி எத்தனால் – தண்ணீர் கலந்து எரிக்கக்கூடிய ஸ்டவ்வும் உருவாக்கப்பட்டிருக்கிறது. எல்.பி.ஜி. எரிவாயுவுக்கு நிகராக இதன் எரிசக்தி இருக்கிறது என்கிறார்கள் விஞ்ஞானிகள். எத்தனாலைக்கொண்டு நூறு வாட் பல்புக்குச் சமமான வெளிச்சம் தரக்கூடிய லாந்தர் விளக்கையும் வடிவமைத்திருக்கிறார்கள்.

எத்தனாலைக் கொண்டு மின்சாரமும் தயாரிக்கலாம். டூ வீலர் இன்ஜினில் சிறிய மாற்றங்கள் செய்த பின், அதை எத்தனால் கொண்டு இயக்கி, பேட்டரியைச் சார்ஜ் செய்து மின்சாரம் தயாரிக்கலாம். ஓடும்போது டூ வீலர். ஓடாதபோது ஜெனரேட்டர்.

இன்றே, இப்போதே மாற்று எரி பொருள் வேண்டும் என்று அவசரப்படுபவர்களுக்கு, இரண்டாவது தகவல் இனிப் பானது. மகாராஷ்டிர மாநிலத்தில் இருக்கும் நாகபுரியில், பொறியியல் கல்லூரியில் நடைமுறை வேதியியல் பேராசிரியை யாக இருக்கும் அல்கா ஸடகாவ்ங்கர் என்பவர் பிளாஸ்டிக் கிலிருந்து எரிபொருள் தயாரிக்கிறார். இது ஏதோ ராமர் பிள்ளை சமாசாரம் அல்ல. நாகபுரியில் நூற்றுக்கணக்கான வண்டிகள் இந்த எரி பொருளில் ஓடிக்கொண்டு இருக்கின்றன.

இந்த எரிபொருள் தயாரிக்கும் தொழிற்சாலையை மூன்று ஆண்டுகளாக நடத்திவருகிறார் அல்கா. ஒரு கிலோ பிளாஸ்டிக் கழிவிலிருந்து சுமார் 800 மில்லி லிட்டர் எரிபொருள் தயாரிக்க முடிகிறது. இந்தியன் ஆயில் கம்பெனி இவருடைய ஆலைக்குச் சுமார் 60 லட்ச ரூபாய் உதவி அளித்திருக்கிறது. தன் கண்டு பிடிப்புக்குக் காப்புரிமை பெற்றுள்ள அல்காவுக்கு அமெரிக்க, ஜப்பான் தனியார் கம்பெனிகளிடமிருந்தும் அழைப்பு வந்திருக் கிறது. இந்தியாவின் பல பாகங்களில் இப்படிப்பட்ட தயாரிப்பு ஆலைகளை நிறுவ, அல்கா திட்டமிட்டிருக்கிறார்.

இந்தியாவில் தினமும் சுமார் 8 ஆயிரம் டன் பிளாஸ்டிக் கழிவுகள் குவிந்தவண்ணம் உள்ளன. அதில் பாதியை பெட்ரோல் எரிபொருளாக மாற்றினாலே, தினம் 20 லட்சம் லிட்டர் எண்ணெய் கிடைக்கும். 'இப்படியெல்லாம் நடக்குமா னால்...' என்று கற்பனை செய்வதே பிரமிப்பை ஏற்படுத்துகிறது.

பெட்ரோல் மட்டுமல்ல, மின்சாரத் தயாரிப்புக்கும் மாற்று வழிகள் தேவைப்படுகின்றன. அனல், புனல், அணுமின்சாரம் அனைத்திலும் நமக்குச் சிக்கல்கள் உள்ளன.

தமிழகக் கிராமப் பகுதிகளில் செழிப்பாக வளர்ந்து கிடக்கும் கருவேல மரங்களைப் பயன்படுத்தி மின்சாரம் தயாரிக்க முடியும். இவற்றை பாய்லரில் வாயுவாக்கி *(Gassification)* டர்பைன்களை இயக்கி மின்சாரம் தயாரிக்கும் பயோ – பவர் தொழில்நுட்பம் சூழலை மாசுபடுத்தாதது. இதெல்லாம் சாத்தியமா என்றால், ஏற்கெனவே தமிழ்நாட்டில் கோவை மாவட்டத்தில் பல்லடம் தாலுகாவில் சுல்தான்

பேட்டை கிராமத்தில் இப்படிப்பட்ட ஓர் ஆலையை, இளம் தொழிலதிபர் வி.எஸ். பிரகாஷ் சில ஆண்டுகளாக நடத்தி வருகிறார். தமிழ்நாடு முழுவதும் அரசு உதவியுடன் இப்படி நூற்றுக்கணக்கான மின் தயாரிப்பு ஆலைகளை நிறுவும் யோசனையையும், இந்தத் தனியார் நிறுவனம் அரசுக்கு அளித்திருக்கிறது.

பாதுகாப்புத் துறைக்கு 80 ஆயிரம் கோடி ரூபாய் ஒதுக்கும் அரசு, மாற்று எரிசக்தி முயற்சிகளுக்கு ஆயிரம் கோடி ரூபாய் கூட ஒதுக்குவதில்லை. அதனால் தான் அல்காவின் கண்டு பிடிப்பு முதல் பிரகாஷின் முயற்சி வரை நாம் எதிர்பார்க்கும் வேகத்தில் நிகழ முடிவதில்லை.

பிளாஸ்டிக்கிலிருந்து எரிபொருள், சோளத்திலிருந்து எத்தனால், மரத்திலிருந்து மின்சாரம் எல்லாம் நாம் விரும்பும் வேகத்தில் நடக்க என்ன வழி?

நடக்காமல் இருப்பதற்கான காரணங்களை ஒழித்தாலே போதும்! முதல் காரணம், அரசாங்கங்கள் டெல்லியிலும் சரி, சென்னையிலும் சரி... பிரமாண்டமான திட்டங்களையே விரும்புவதுதான் (அதில் கமிஷன் நிறையக் கிடைக்கும்!). இரண்டாவது காரணம், அதிகாரத்தைக் குவித்து வைத்துக் கொள்ள விரும்புவதாகும்.

ஒரு பெரிய அணை கட்டி லட்சக்கணக்கானவர்களை வீடு காலி செய்வதைவிட, யாரையும் காலி பண்ணாமல் நூறு சிறு அணைகள் கட்டலாம் என விஞ்ஞானிகள் அடித்துச் சொல்கிறார்கள். அதேபோல எத்தனால், பிளாஸ்டிக் பெட்ரோல், பயோபவர் எல்லாமே இருபது கிராமங்களுக்கு ஓர் ஆலை வீதம் சிறிய அளவில் ஏராளமாக உருவாக்கக்கூடியவை.

ஒவ்வொரு கிராமப் பஞ்சாயத்து யூனியனும் தனக்குத் தேவையான மின்சாரம், எரிபொருள் தயாரித்து தன்னிறை வுடன் இருக்க முடியும். மின்சாரத்தை நேஷனல் கிரிட்டில் சேர்க்க வேண்டுமென்ற கட்டாயம்தான் பெரிய ஆலைகளை உருவாக்குகிறது. கிரிட்டில் இணைக்காமல், கிராமத்துக்கு ஒரு மின்சப்ளை என்று லோக்கல் மின்சார விநியோகம் செய்ய, சிறு ஆலைகளைப் பயன்படுத்தலாம். இதெல்லாம் சாத்தியமா என்று அவநம்பிக்கை கொள்ளத் தேவையில்லை. ஆந்திர மாநிலத்தில் அம்ராபாத் கிராமத்தில் இருக்கும் சுமார் 90 குடும்பங்களுக்கு விவசாயத்துக்கும் வீட்டு உபயோகத் துக்கும் தேவைப்படும் மின்சாரத்தைத் தயாரித்துத் தர, தமிழகத்

தொழிலதிபர் பிரகாஷுக்கு அந்த அரசு அனுமதி வழங்கியிருக்கிறது. இந்த 25 கிலோவாட் ஆலை இன்னும் சில மாதங்களில் இயங்கத் தொடங்கும். அதற்குத் தேவையான கச்சாப் பொருளான மரத்துண்டுகள் முதல் உழைப்பு வரை எல்லாமே உள்ளூரிலேயே கிடைப்பவை.

உள்ளாட்சி அமைப்புகளிடம் கல்வி முதல் தொழில், மின்சாரம் வரை ஒப்படைத்தால், பெரும் மாற்றம் வரும். இப்படியெல்லாம் செய்யவேண்டுமானால், டெல்லி தன் அதிகாரத்தை சென்னைக்கும், சென்னை தன் அதிகாரத்தை குப்பனாம்பட்டிக்கும் பிரித்துத் தரவேண்டும். அது நடக்காத வரை நம் கனவுகளும், முயற்சிகளும் ஏ.சி. கருத்தரங்க அறைகளுக்குள் முடக்கப்பட்டுத்தான் கிடக்கும்.

***ஆனந்த விகடன்*, 25.06.2006**

# பின் தொடரும் நிழலின் குரல்!

நடுத்தர வகுப்பு மனிதர்களின் இன்றைய முக்கிய கனவுகளில் ஒன்று, சொந்த வீடு! வீடு கட்டுவது, கட்டிய வீட்டை வாங்குவது, வீட்டை விற்பது ... இதில் எது கடினமானது என்று பட்டிமன்றங்களுக்கு ஒரு புதிய சப்ஜெக்டைப் பரிந்துரைக்க விரும்புகிறேன். காரணம், சென்ற வாரம் என் வாழ்க்கையில் முதல்முறையாக வீடு விற்றேன். என் வீட்டைத்தான்!

வீட்டை விற்கத் தேவைப்பட்டது 48 மணி நேரம் தான். ஆனால், அந்த 48 மணி நேர அனுபவங்கள், பல சமூக, அரசியல், பொருளாதார, தத்துவச் சிக்கல் களை உள்ளடக்கியிருந்தன.

சென்னையில் இன்று வீட்டை விற்க 48 மணி நேரம் அல்ல, 48 நிமிடங்கள்கூடப் போதும் என்று தோன்றியது. புரோக்கர்கள் தேவையில்லை. வீட்டு புரோக்கர்கள் வரமா, சாபமா என்றுகூடப் பட்டிமன்றம் நடத்தலாம்.

வீட்டின் விலை 40 லட்சம் ரூபாய் என்று விளம்பரத் திலேயே குறிப்பிட்டுவிட்டதால், அதற்குத் தயாரானவர் கள் மட்டுமே வருவார்கள், பொருத்தமற்ற கூட்டத்தால் நேரமும் சக்தியும் வீணாவது தவிர்க்கப்படும் என்று கருதினேன். ஆனால், சனிக்கிழமை காலையில் ஆங்கிலப் பத்திரிகையில் வரி விளம்பரம் வெளியானதைக் கண்ட தும், அடுத்த அரை மணிக்குள் தொலைபேசி அழைப்புகள் குவிந்தன. சுமார் நூறு பேர் வாங்க விருப்பம் தெரிவித்தனர். அதில் 60 பேர் நேரில் வந்தனர்.

அத்தனை பேருக்கும் வீடு மிகவும் பிடித்திருந்தது. வீட்டின் சிறப்புகளைப் பலர் என் முன்னாலேயே உரக்கப் பேசிக் கொண்டார்கள். விளம்பரத்திலேயே விலை குறிக்கப்பட்டு விட்டதால், இப்போது சிறப்புகளைப் பேசினால் நான் விலையை உயர்த்தி விடுவேன் என்ற கவலைகள் அவர்களுக்கு இருக்கவில்லை. இத்தனை சிறப்புகள் உடைய வீட்டை நான் ஏன் விற்கிறேன் என்று ஒருவரும் என்னிடம் கேட்கவில்லை.

சிலர் என் வீட்டின் சிறப்புகளை என்னிடமே சொல்லினர். அப்படிச் சொன்னது, இவ்வளவு நல்ல வீட்டை விற்கத்தான் வேண்டுமா என்று என் மனதை சில நொடிகள் அலைபாயச் செய்ததை அவர்கள் உணரவில்லை.

நடுத்தர வகுப்பினருக்கு விலை சற்றுக் கூடுதலாகத் தோன்றுமோ என்ற என் சந்தேகம் அர்த்தமற்றதாகிவிட்டது. மொத்தப் பணமும், தான் வாசலில் நிறுத்தி இருக்கும் காரிலேயே இருப்பதாகவும், நான் சம்மதித்தால் உடனே எடுத்து வந்து கேஷாகவே தந்துவிடலாம் என்றும் சிலர் முன்வந்தார்கள்.

'வீட்டை எனக்கே கொடுத்தாக வேண்டும்' என்று அடம் பிடித்தவர்களில் மூன்று வகையினர் இருந்தார்கள். ஒரு பிரிவு மொத்தப் பணத்தையும் கறுப்பாகத் தரத் தயாராக இருந்தது. இன்னொரு பிரிவு (நான் வற்புறுத்தியபடி) மொத்தமும் வெள்ளைக்கு ஆயத்தமாக இருந்தது. மூன்றாவது பிரிவு கறுப்பு – வெள்ளை இரண்டுக்கும் இட ஒதுக்கீடு தந்தேயாக வேண்டும் என்று வற்புறுத்தியது.

வீடு, நில விற்பனைகளில் கறுப்புப் பணம் உற்பத்தியாவதும், தொடர்ந்து தழைப்பதும் எப்படி என்பதில் ஒரு துளியைப் புரிந்துகொள்ளும் வாய்ப்பாக இந்த உரையாடல்கள் இருந்தன. வியாபாரிகளும், தொழிலதிபர்களும்தான் கறுப்புப் பண பேரங்கள் செய்வார்கள் என்ற என் அனுமானம் தவறு என்று பல நடுத்தர வகுப்பு குமாஸ்தாக்கள், மாதச் சம்பளக் காரர்கள் நிரூபித்தார்கள். ஏழைக்கேற்ற எள்ளுருண்டையாக, அவரவர் நிலைக்கேற்ப கறுப்பின் அளவுகள் மட்டுமே மாறுகின்றன.

வீட்டு விற்பனையில் கறுப்புப் பணத்தை ஊக்குவிக்கும் அம்சமாக அரசாங்கத்தின் விதிமுறைகள் இருக்கின்றன. ஒவ்வொரு பகுதிக்கும் வழிகாட்டி மதிப்பு என்று ஒரு கைடுலைன் வேல்யூவை அரசு நிர்ணயித்திருக்கிறது. விற்பனைப் பத்திரம்

பதிவு செய்யும்போது, இந்த வேல்யூவில் 9 சதவிகிதத்துக்கு, முத்திரைத்தாள் கட்டணம் நிச்சயம் செலுத்தியாக வேண்டும்.

இங்கேதான் கறுப்பு நுழைகிறது. கைடுலைன் வேல்யூ சுமார் 24லட்சம். ஆனால், நான் வீட்டை மார்க்கெட் ரேட்டான 40 லட்சத்துக்கு விற்கிறேன். வாங்க விரும்புபவர் சொல்கிறார் ... "24 லட்சத்துக்கே பதிவு செய்வோம். மீதி 16 லட்சத்தை கறுப்பாகத் தருகிறேன். எனக்கு 16 லட்சத்துக்கான முத்திரைத் தாள் கட்டணம் (சுமார் ஒன்றரை லட்சம் ரூபாய்) மிச்சம். உங்களுக்கு கேபிட்டல் கெயின்வரி (சுமார் ஒன்றரை லட்ச ரூபாய்) மிச்சம்!"

இதற்கு ஒப்புக்கொண்டால், அடுத்தபடியாக நான் 16 லட்ச ரூபாய் கறுப்புப் பணத்தை மறைக்க வழிகள் தேட வேண்டும். அடுத்து நான் உத்தேசித்துள்ளபடி ஒரு ஃப்ளாட் வாங்கச் செல்லும்போது, எனக்கு ஃப்ளாட் விற்பவரிடம் பாதி கறுப்பாகத்தான் தருவேன் என்று பேச வேண்டும். இப்படித் தொடர்ந்து வாழ்க்கை முழுவதும், பின்தொடரும் நிழலின் குரல் ஒலித்துக்கொண்டே இருக்கும். அரசு மார்க்கெட் விலைக்கும் கைடுலைன் விலைக்கும் இருக்கும் அபத்தமான வித்தியாசத்தை நீக்கினால், கறுப்பு மட்டுப்படும்.

பத்திரப் பதிவு தொடர்பாக என் அறிவை மேம்படுத்த முயற்சித்தபோது இன்னொரு திடுக்கிடும் தகவல் கிடைத்தது. வீட்டையோ நிலத்தையோ விற்பதைப் பதிவு செய்யும்போது, விற்பவர் கையெழுத்துதான் பதிவு செய்யப்படுகிறதே தவிர, வாங்குபவருடையது அல்லவாம்! அதனால் ஒருவருக்குத் தெரியாமலே, அவர் பெயரில் ஒரு சொத்தை விற்பனைப் பதிவு செய்துவிட முடியும். அவர் பெயரில் இன்ன சொத்து இருக்கிறது என்று அவருக்கே தெரியாமல் இருக்கும். அரசியலில் ஒரு நல்லவரை வீழ்த்த விரும்பினால், அவர் பெயரில் சொத்தைப் பதிவு செய்துவிட்டு, அவர் மீது ஊழல் குற்றச் சாட்டை எழுப்பிவிடலாம். இந்த அபத்தமான விதிமுறை, அண்மைக்காலம் வரை இருந்து வந்திருப்பதாக வீடு, நிலம் விற்பனைப் பதிவுகள் செய்த நண்பர்கள் சொல்கிறார்கள். இன்னும் இந்த வழிமுறை நீடிக்குமானால், உடனே நீக்கப்பட வேண்டும். நீக்கப்பட்டிருந்தால், சபாஷ்!

விளம்பரம் கண்ட, முதல் 48 நிமிடத்துக்குள்ளேயே காரில் கேஷுடன் என் வீட்டை வாங்கும் விருப்பத்துடன் ஆட்கள் வந்துவிட்டபோதும், நான் சனி, ஞாயிறு இரு தினங்களும்

வந்து வீட்டைப் பார்க்க விரும்புவோரை அனுமதித்து, அவர்கள் எல்லாரையும் சந்தித்த பின்னரே யாருக்கு விற்பது என்று முடிவெடுக்கப் போவதாக வந்தவர்களிடம் தெரிவித்தேன். சிலர் மனசுக்குள் 'முட்டாள்' என்று முணுமுணுத்தது எனக்கு உரக்கவே கேட்டது.

எந்த அடிப்படையில் வாங்குபவரைத் தேர்ந்தெடுப்பீர்கள் என்று ஒருவர் கேட்டார். 40 லட்சம் தரத் தயாராக இருக்கும் பலரில் ஒருவரைத் தேர்வு செய்ய, வேறு என்ன அடிப்படை வைத்துக்கொள்ள முடியும்? 'இவரைத் தேர்ந்தெடுத்துவிட்டு, அடுத்து 40க்கு மேல் ஒவ்வொருவரும் எவ்வளவு வரை தரத் தயாராக இருக்கிறீர்கள் என்று கேட்டு, ஹையஸ்ட் பிட்டருக்குத் தரப் போகிறீர்களா?' என்று கேட்டார் ஒருவர். உடனே, இன்னொருவர் தான் மேலும் 2 லட்சம் வரை தரத் தயார் என்று அறிவித்தார்.

40க்கு மேலும் இல்லை, கீழும் இல்லை என்று நான் நிர்ணயித்துவிட்டேன். எனவே, வாங்குபவருக்கு வேற தகுதி என்னதான் இருக்க முடியும்?

அடிக்கடி விலை ஏறக்கூடிய நிலம், வீடுகளை வாங்கி, விற்று லாபம் சம்பாதிக்கும் நோக்கத்துடன் வந்திருந்தவர்களை நிராகரித்துவிட்டேன். முதல்முறையாக வீடு வாங்குபவர்கள், சொந்த உபயோகத்துக்காக வீடு வாங்குபவர்கள் மட்டுமே முன்னுரிமை உடையவர்கள். அடுத்தபடியாக சாதி அடிப்படையில் முன்னுரிமை தரலாமா என்று யோசித்தேன். அப்படித் தந்தால், அது ஒன்றும் தவறல்ல என்றே தோன்றியது. ஏனெனில் இன்னமும் தலித்துகளுக்கும் முஸ்லிம்களுக்கும் பல இடங்களில் வாடகைக்கு வீடு கொடுக்கப்படுவதே சிக்கலாக உள்ள சமூகம் இது. தற்காலிகமாக நான் குடியிருக்கும் மும்பையில் பகுதி வாரியாக வெவ்வேறு சாதியினர், இனத்தினர் அதிக மாகக் குடியமர்த்தப்படுவது அண்மைக் காலமாக நடக்கிறது. மற்றவர்கள் அங்கே சிறுபான்மையாகிவிடுகிறார்கள். நான் குடியிருக்கும் பகுதியில் சைவ குஜராத்திகள் மெஜாரிட்டி என்பதால், கடைகளில் முட்டைகூட விற்கப்படுவதில்லை. 300 கடைகள் இருந்தும் மூன்றே கடைகள் மட்டுமே, அதுவும் கடத்தல் சரக்கு போல முட்டையை விற்கின்றன.

'வீடு விற்பனையில் சாதிவாரியான முன்னுரிமை அளித்து சமூக நீதியைப் பேணுவது டூ மச்' என்றார் ஒரு நண்பர். எனக்கு அப்படித் தோன்றவில்லை.

கடைசியில் எப்படித்தான் வாங்குபவரை முடிவு செய்தேன் என்பதைக் கடைசியில் பார்க்கவும்.

பத்தாண்டுகள் வாழ்ந்த வீடு. நீங்கள் முதன்முதலில் சொந்த மாகக் கட்டிய வீடு. அதை விற்பதில் எந்த சென்டிமென்டல் பிரச்னையும் இல்லவே இல்லையா என்று சில நண்பர்கள் கேட்கிறார்கள்.

வாழ்க்கையில் சென்டிமென்ட்டுகள் முக்கியம்தான். கல்லூரி மாணவனாக இருக்கையில் நான் வரைபடம் தயாரித்து, அஸ்திவாரத்துக்கு நானும் அம்மாவும் கட்டட வேலையாட் களுடன் சேர்ந்து வேலை செய்து தொடங்கிய கட்டடம் முடிக்கப்பட்டதை நாங்கள் இருவரும் பார்க்கவில்லை. பின்னர், அதை என் அப்பா விற்றுப் பத்தாண்டுகளுக்குப் பின்னர்தான், குடியிருந்தவரிடம் விவரம் சொல்லி உள்ளே சென்று சுற்றிப் பார்த்துவிட்டு வந்தேன்.

'விற்பனைக்கு வீடு தயார்' விளம்பரம் வெளியான காலை 7மணிக்கு வருவோரை எதிர்பார்த்து தன்னந்தனியே உட்கார்ந் திருக்கையில், நான் வளர்த்த வேப்பமரத்திலிருந்து குயில் கூவிக்கொண்டு இருந்ததைக் கேட்க இன்பமாகத்தான் இருந்தது.

இதைவிட அதிக இன்ப நினைவுகள், நான் வாழ்ந்த இன்னும் சில வீடுகளுடன் சம்பந்தப்பட்டிருக்கின்றன. மாடிப் படிக்கட்டுக்கு என்றே தனியறை அமைக்கப்பட்டிருந்த ஒரு வீட்டில் தனியே அமர்ந்து கல்லூரி மாணவப் பருவத்தில் நான் நடத்திய கையெழுத்துப் பத்திரிகையை பல மாதங்கள் தயாரித்து வந்திருக்கிறேன். பல வருடம் கழித்து அந்த வீட்டைச் சென்று பார்த்தபோது அது மின் வாரிய கோடவுனாக மாறி, புதர்களும் பாம்புகளும் நிறைந்திருந்தன.

எந்த மனிதனின் வாழ்க்கையிலும் 23 முதல் 43 வயது வரை மிக முக்கியமான ஆண்டுகள். அவற்றை நான் கழித்த அரசாங்க வாடகை வீட்டை என்னுடையதாக எப்படி ஆக்கிக் கொள்ள முடியும்? சொந்த வீடு கட்டியபோது, அதைக் காலி செய்தேன். அதில் குடிவந்த சக பத்திரிகையாளரின் குடும்பமும் நானும் ஒரு கனவான் ஒப்பந்தம் செய்தோம். எப்போது நான் வந்தாலும் முழு வீட்டையும் (மொத்தம் இரண்டே அறைகள்தான்) நான் சுற்றிப்பார்க்க அனுமதிக்க வேண்டும் என்ற ஒப்பந்தம் இன்றுவரை சீராக நடக்கிறது. நான் சென்றதும், 'வாங்க, உங்க வீட்டை பத்திரமாக வைத்திருக் கிறோம்' என்று சொல்லி வரவேற்கிறார்கள்.

இவற்றில் என் வீடென்று எதனைச் சொல்வேன்?

இன்பமான நினைவுகளுடன் சம்பந்தப்பட்ட எல்லாவற்றையும் நம்முடைய நிரந்தர உடைமை ஆக்கிக்கொள்ள முடியாது. வீடுகளுக்கும் அது பொருந்தும். நினைவின் இன்பம் நினைவில் தான் இருக்கிறது. பொருளில், இடத்தில் இல்லை.

சரி, என் வீட்டை யாருக்கு விற்றேன்? 48 மணி நேரம் அறிவுக் கொள்முதலுக்குப் பிறகு, வீடு கேட்டு வந்த என் 25 ஆண்டு கால நண்பர் – சக எழுத்தாளரின் மகளுக்கு வீட்டை விற்றிருக்கிறேன். இது அவள் வாங்கும் முதல் வீடு. பிற்படுத்தப் பட்ட வகுப்பில் பிறந்து, வேற்று மதத்தில் கலப்பு மணம் செய்தவள் அவள் என்பது கூடுதல் சந்தோஷம்!

**ஆனந்த விகடன், 09.07.2006**

# அசுத்தமானவளா பெண்?!

சினிமா + மதம்! எவ்வளவு ஆபத்தான காம்பினேஷன்!

இந்திய சமூகத்தைப் பொறுத்தமட்டில் சினிமாவும் மதமும்தான் முதன்மையான இரண்டு போதைகள். அரசியல் போதைகூட இங்கே மூன்றாவது இடத்துக்கே உரியது. தேர்தல் நேரங்களில் மட்டுமே அது கொஞ்சம் தூக்கலாக இருக்கிறது.

18 வருடங்களுக்கு முன், மரபை மீறி கன்னட நடிகை ஜெயமாலா, ஐயப்பன் சந்நிதிக்குள் நுழைந்தாரா இல்லையா என்பது ஒரு விறுவிறுப்பான துப்பறியும் கதைக்கு நிகரான சுவாரஸ்யத்துடன் விவாதிக்கப்படுகிறது. 'அவர் மட்டுமா, நானும்தான்' என்று இன்னொரு நடிகை சுதா சந்திரன் சொல்கிறார். இதுபோல் இன்னும் சிலரும் வருவார்களோ, என்னவோ!

மீரா ஜாஸ்மின், தான் வழிபட நுழைந்ததால் தீட்டுப்பட்டுவிட்ட வேறொரு கேரளக் கோயிலுக்குத் தோஷம் கழிக்க ஆகும் செலவைக் கொடுக்க முன்வந்திருக்கிறார். ஜெயமாலாவும் அதற்குத் தயார். ஆனால், இருவருமே தாங்கள் விரும்பும் கடவுளை, கோயிலுக்குச் சென்று கும்பிடத் தங்களுக்கு உரிமை உண்டு என்று ஏன் போராட விரும்பவில்லை?

இருவருக்குமே கோயிலின் விதிமுறைகள் தெரிந்திருந்தும், அதை மீறும் அளவுக்குப் பக்தி இருந்திருக்கிறது. ஆனால், விதிகளைப் பெண்களுக்கும் ஆதரவாக மாற்றுங்கள் என்று சொல்லவில்லை. இப்படியொரு உரிமைப்

போராட்டம் நடத்த அவர்கள் தயங்குவதற்கு இரண்டு காரணங்கள் இருக்கலாம். ஒரு பெண் என்ற அடிப்படையில் இரண்டாம் தரப் பக்தராகக் கருதப்படுவது முதல் காரணம். சினிமாவில் நடிக்கும் பெண்களை மற்ற பெண்களைவிட இழிவாகவே நமது சமூகம் இன்னமும் கருதுகிறது என்கிற கசப்பான உண்மை மற்றொரு காரணம்.

நமது சமூகத்தின் எண்ணற்ற போலித்தனங்களில் இதுவும் ஒன்று. நமக்கு டி.வி.யில் 24 மணி நேரமும் சினிமா காட்டினால் கூடப் போதவில்லை. பள்ளிக்கூட ஆண்டுவிழா முதல் ஃபேன்ஸி ஸ்டோர் திறப்பு விழா வரை எல்லாவற்றுக்கும் சினிமா நடிகைகள் நமக்கு வேண்டும். ஆனால், அந்தத் துறையில் இருப்பவர்களுக்கு வீடு வாடகைக்குத் தருவது முதல் திருமண சம்பந்தம் செய்வது வரை எல்லாவற்றிலும் சிக்கல்கள் செய்வோம்.

கேரளா, இந்தியாவில் மிகவும் முற்போக்கான மாநிலம் என்கிறார்கள். நூறு சதவிகித எழுத்தறிவு பெற்ற முதல் மாநிலம். குழந்தை இறப்பு விகிதம் முதல் ஆண் – பெண் விகிதாசாரம் வரை வளர்ச்சி அளவுகோல்களில் எல்லாம் முன்னேறிய மாநிலம். அங்கே பெண் பக்தர்களின் நிலை ஏன் இப்படி இரண்டாம் இடத்தில் இருக்கிறது? தொடர்ந்து கம்யூனிஸ்ட்களை ஆட்சியில் அமர்த்தும் மாநிலம், ஏன் மத விவகாரங்களில் 17ஆம் நூற்றாண்டிலேயே இருக்கிறது?

தமிழ்நாட்டில் அரசியல் தலைவர்களுக்கும் சினிமா நட்சத்திரங்களுக்கும் நடக்கும் ஆராதனை அபிஷேக கட் – அவுட் கலாசாரம் கேரளத்தில் இல்லை. ஆனால், எந்த வயதிலும், எந்த உடல்நிலையிலும் பெண்கள் கோயிலுக்குள் சென்று வழிபடும் உரிமையை தமிழகத்தின் மேல்மருவத்தூர் தான் சாதித்திருக்கிறது. உலக அளவில் பக்தர்களைத் திரட்டி வைத்திருக்கும் ஒரே பெண்சாமியார் கேரளத்தைச் சேர்ந்தவர் என்றாலும், பெண் பக்தர்களின் நிலை ஏன் கேரளத்தில் இப்படி இருக்கிறது?

கோயிலுக்குள் பெண்கள் நுழைந்த பிரச்னையிலான சர்ச்சைகளை ஒதுக்கிவிட்டு, அடிப்படையான சில கேள்விகளைப் பரிசீலிப்போம்.

**பெண்கள் நுழையக் கூடாதவை என்று சில கோயில்கள் இப்போதும் இருப்பது சரிதானா?**

இதைச் சரியென்று ஏற்றுக்கொண்டால், சாதி அடிப்படையில் சிலர் நுழையக் கூடாத கோயில்கள் என்று இருப்பதும்

சரியென்றாகிவிடும். ஒன்றை நீக்கிய பிறகு இன்னொன்றையும் நீக்குவதுதான் நியாயமானது. மாற்றாமல் வைத்திருப்பது, பெண்களை இழிவானவர்களாக மத அமைப்புகள் கருதுகின்றன என்று ஒப்புதல் வாக்குமூலம் தருவதற்குச் சமமாகும்.

பழைய நம்பிக்கை என்பதால், ஒன்றைக் காலங்காலமாக நீடிக்க அனுமதிப்பது சரியல்ல. ஒரு காலத்தில் நரபலிகூட மத நம்பிக்கைதான். இன்று அதை ஏற்பதில்லை அல்லவா? எனவே, எந்த நம்பிக்கையும் இன்னொரு உயிருக்கு வலியோ, தீங்கோ, இழிவோ தராத வரையில் மட்டுமே அதை அனுமதிக்க முடியும்.

**பெண்கள் உடற்கூறு அடிப்படையில் ஆண்களிலிருந்து வித்தியாசப் படுவதால், அவர்களை மாதவிலக்குக் காலங்களில் புனிதமான இடங் களிலிருந்து விலக்கிவைப்பது நியாயமானது என்ற வாதம் சரியா?**

சரியல்ல. விவசாயத்தை மனிதர்கள் கண்டுபிடித்து மேற்கொண்ட ஆரம்ப காலம் வரை, சமூக அமைப்பும் குடும்ப அமைப்பும் பெண்ணை முன்னிறுத்தியே, பெண்ணின் தலைமையிலேயே இருந்து வந்தன என்பது வரலாற்று உண்மை. அந்தச் சமூகத்தில் பெண்தெய்வங்கள் முதன்மையாக இருந்த வரையில், பெண் அசுத்தமானவளாகவோ, விலக்கிவைக்கப்பட வேண்டியவளாகவோ கருதப்படவில்லை. தனி உடைமைச் சமுதாயம் வளர்ந்து, ஆண் கைக்கு அதிகாரம் மாறிய பின்னரே இந்த மாற்றம் ஏற்பட்டது. எனவே, மறுபடியும் ஆண் – பெண் சமத்துவத்துக்காகப் போராடும் 21ஆம் நூற்றாண்டில், பழைய ஆணாதிக்க விதிகளின்படி பெண்ணை அசுத்தமான வளாகப் பார்க்கும் அணுகுமுறையே இழிவானது; தவறானது.

**இந்தப் பிரச்சனைகளில் அரசாங்கம் தலையிட வேண்டுமா? அல்லது, மத அமைப்புகளே தீர்த்துக்கொள்ளட்டும் என்று ஒதுங்கிவிட வேண்டுமா?**

நிச்சயம் அரசாங்கம் தலையிடத்தான் வேண்டும். ஏனென்றால், இது மனித சமத்துவம், மனித உரிமை தொடர்பான பிரச்சனை. ஆனால், நமது அரசாங்கங்கள் மதவாதிகளின் தவறுகளுக்கு எதிராகத் தலையிடுவது இல்லை. அவற்றுக்கு ஆதரவாகத் தலையிடுவதே வழக்கம். அண்மையில், இமயமலை யில் இருக்கும் அமர்நாத் பனிலிங்கம் தொடர்பான சர்ச்சை இதற்கு ஓர் எடுத்துக்காட்டு.

அமர்நாத் குகையில் வருடந்தோறும் குறிப்பிட்ட சீஸனில், பனி குவிந்து லிங்க வடிவில் அமைவது இயற்கையாக நடக்கும்

நிகழ்ச்சி. இதற்கு *stalagmite* என்று பெயர். இந்த ஆண்டு, இமயமலை உச்சியில் மழையும், பனிப்பொழிவும் மிகவும் குறைந்ததால், குகையில் (லிங்க வடிவிலான) பனி வழக்கம் போலக் குவிந்து உறையவில்லை. இதில் அரசு தலையிடத் தேவையே இல்லை. எந்த அளவு லிங்கம் இருக்கிறதோ, அந்த அளவிலேயே அதை பக்தர்கள் வழிபட்டுவிட்டுச் செல்லட்டும் என்று இராமல், ஜம்மு காஷ்மீர் ஆளுநர், பஞ்சாபிலிருந்து உலர் பனியை வர வழைத்து, வழக்கமான லிங்கம் அளவுக்கு அமர்நாத் லிங்கத்தை செயற்கையாக உருவாக்க ஏற்பாடு செய்ததாகக் குற்றச்சாட்டு எழுந்துள்ளது.

இமயமலை, சபரிமலை இவற்றின் சுற்றுச்சூழல் பாதிக்கப் பட்டு, காடுகள் அழிந்து, மழை குறைந்து வரும் பிரச்சனையில் முதலில் அரசாங்கங்கள் கவனம் செலுத்த வேண்டும். பக்தர்கள் ஆனாலும் யாரானாலும் சாதி, ஆண், பெண் அடிப்படையில் வேறுபடுத்தப்படும் மனித உரிமைப் பிரச்சனையில் கவனம் செலுத்துவதும் அரசின் கடமை.

**சபரிமலைப் பிரச்னை, பருவமெய்திய பெண்கள் கோயிலுக்குள் நுழையக் கூடாது என்பது பற்றியது. ஆனால், மீரா ஜாஸ்மின் பிரச்னை வேற்று மதத்தினர் இந்து ஆலயத்தில் நுழைவது பற்றியது அல்லவா?**

ஆம். கிறித்தவ, இஸ்லாமிய, சீக்கிய, வழிபாட்டுத் தலங்களில் வேற்றுமதத்தினர் நுழைவதற்கு எந்தத் தடையும் இல்லை. தமிழ்நாட்டிலேயே நாகூருக்கும் வேளாங்கண்ணிக்கும் ஏராளமான இந்து பக்தர்கள் தடையின்றிச் சென்றுவருகிறார் கள். இந்து ஆலயங்களில் மட்டும் பிற மதத்தினருக்கு உள் வட்டத்தில் நுழையத் தடை இருக்கிறது. எந்த ஆகமத்தில், எந்த வாக்கியத்தில் இதற்கான தடை இருக்கிறது என்று எந்தக் கோயில் அதிகாரியாலும் விளக்க முடியவில்லை. சாதி அடிப்படையில் தாழ்த்தப்பட்டவரையும், இன்னும் சில சாதிகளையும் கோயிலுக்குள் நுழையாமல் தடுத்துவைத்த போது, மிலேச்சரான வெளிநாட்டவரையும் அவர்களுக்கு நிகராகக் கருதி ஒதுக்கிவைத்தனர் என்பதுதான் நடைமுறை உண்மை. இப்போது எந்த சாதியினரும் அர்ச்சகராகவே ஆகலாம் என்ற சட்டம் வரும் சூழலில், வெளிநாட்டவரையும் வேற்று மதத்தினரையும் கோயிலுக்குள் அனுமதிக்க மறுப்பது மனித உரிமைக்கு விரோதமானதாகும்.

என்னைப் போன்ற நாத்திகன், இந்துவாகப் பிறந்த காரணத்தால் எந்தக் கோயிலுக்குள்ளும் நுழையத் தடை இல்லை. ஆனால், ஏதோ ஒரு கடவுளை நம்புகிற ஒரு வேற்று

மதத்து பக்தர் நுழைய மட்டும் தடை! மத அமைப்புகளின் விசித்திரமான அதிகாரப் போக்கின்படி, கடவுள் இல்லை யென்று உறுதியாக மறுத்த பெரியார் கோயிலுக்குள் வர முடியும். ரமணரையும் காஞ்சி சந்திரசேகரேந்திரரையும் தெய்வமாகத் தொழுத வெளிநாட்டுக்காரர் பால் பிரண்ட்டன் நுழைய முடியாது!

கடவுள் நம்பிக்கை அல்லது மறுப்பு என்பது தனி மனிதரின் உரிமை. அதை மதவாதிகளிடம் ஒப்படைத்தால், இப்படித் தான் மனித உரிமை மீறல்கள் நடைபெறும். மன்னிப்புக் கேட்க வேண்டியவர்கள் மீரா ஜாஸ்மினும், ஜெயமாலாவும், சுதா சந்திரனும் அல்ல. இப்படிப்பட்ட காலத்துக்குப் பொருந்தாத விதிகளைப் பின்பற்றியே தீருவோம் என்று பிடிவாதம் செய்பவர்களும், இதைக் கண்டுகொள்ளாமல் உடன் போகிற அரசாங்கங்களும்தான்!

**ஆனந்த விகடன்**, **16.07.2006**

# அன்றே சொன்னார் அண்ணா!

*மதக் கலவரங்களைத் தூண்டிவிடுவது யார்?*

மதத்தை அரசியலுக்காகப் பயன்படுத்த நினைப்போர் எல்லா மதங்களிலும் உண்டு. அவர்கள்தான் தூண்டிவிடுபவர்கள்; சூழலைப் பயன்படுத்திக்கொள் பவர்கள்.

உதாரணமாக, பெரும்பான்மையாக முஸ்லிம்கள் வாழும் மலேகாவ்ன் நகர குண்டுவெடிப்புக்குப் பிறகு, உடனடியாக சிவசேனையின் *சாம்னா* இதழில், முதல் பக்கத்தில் கொட்டை எழுத்தில் போட்ட தலைப்பு என்ன தெரியுமா? 'அவர்கள் விதைத்ததை, அவர்கள் அறுவடை செய்கிறார்கள்!' 'பயங்கரவாதத்துக்கு மதம் கிடையாது என்பதை இப்போதாவது முஸ்லிம்கள் உணர்ந்து, தேசத்துக்கு விசுவாசமாக இனி இருக்க வேண்டும்' என்று அறிக்கை விடுகிறார் உதவ் தாக்கரே. இப்படிப்பட்ட அறிக்கைகளுக்கு எதிராக நடவடிக்கை எடுக்கப்படுவதே இல்லை.

வன்முறையும் பயங்கரவாதமும் மத அடிப்படையில் நடத்தப்பட்டாலும், மதத்தின் பெயரால் நடத்தப்பட்டாலும், அதை எதிர்கொள்வது சட்டத்தின் அடிப்படையில் மட்டுமே இருக்க வேண்டும். வன்முறையிலும் பயங்கரவாதச் செயலிலும் ஈடுபட்டவர் எந்த மதம் என்பது முக்கியமல்ல, அவர் ஒரு கிரிமினல் குற்றவாளி என்கிற அடிப்படையில் மட்டுமே அணுக வேண்டும்.

உண்மையில் எந்த மதக் கலவரமும் மத அடிப்படையில் தூண்டப்பட்டாலும், அசல் நோக்கம் மதத்தின் மேம்பாடோ, வளர்ச்சியோ அல்ல. பல உள்ளூர்

பொருளாதார, சமூகக் காரணங்கள் கலந்தே இருக்கின்றன. இந்தியா முழுவதும் கடந்த 30 ஆண்டுகளில், மதக் கலவரங்கள் கிராமங்களில் நடக்கவில்லை. வளர்ந்து வரும் நகரங்கள், டவுன்கள், வியாபார நகரங்களில்தான் தொடர்ந்து நடக்கின்றன. இவற்றை ஆய்வு செய்தவர்கள், உள்ளூர் வணிகர்களிடையே இருக்கும் வர்த்தகப் போட்டியில் மதமும் பயன்படுத்தப்படுகிறது என்கிறார்கள்.

மராட்டியத்தில், மசூதி தொழுகை சமயத்தில் குண்டுகள் வெடித்துப் பலரை பலி கொண்ட மலேகாவ்ன் நகரில் 80 சதவிகித மக்கள் முஸ்லிம்கள். பெரும்பாலோர் நெசவுத் தொழிலாளர்கள். ஆனால், சொந்தத் தறிகள் இல்லாதவர்கள். தறி உரிமையாளர்கள் பெரும்பாலும் இந்துக்கள். வறுமையும், அடிப்படை வசதிகளும் வேலைவாய்ப்பும் இல்லாத நிலைமையும் மலேகாவ்ன் போன்ற ஊர்களில் இரு மதத்து இளைஞர்களையும் திசை திருப்புகின்றன. ‘சாலையோரம் வேலையற்றதுகள். வேலையற்றதுகள் நெஞ்சில் விபரீத எண்ணங்கள்’ என்று அண்ணா எழுதுவார். அதே நிலைதான்! 8 லட்சம் பேர் வாழும் ஊரில் இரண்டே பொது மருத்துவமனைகள். ஒவ்வொன்றிலும் வெறும் 30 படுக்கைகள். குண்டுவெடிப்பின் போது பலர் உடனடியாக சிகிச்சை கிடைக்காததால், ரத்தம் அதிகம் வெளியேறி இறந்தார்கள்.

வறுமையில் திசை தெரியாமல் தடுமாறும் மக்களுக்கு இருக்கும் ஒரே வலி நிவாரண மருந்து சினிமாதான். சினிமாவில் நடிக்கவேண்டும் என்ற ஆசையுள்ள பல சாமான்ய மனிதர்களைக்கொண்டு படு லோ பட்ஜெட்டில் படங்கள் தயாரித்து வெளியிட்ட ஒரே இந்திய நகரம், இப்போது குண்டு வெடித்திருக்கும் மலேகாவ்ன்தான்.

ரங்கீலா, கரன் அர்ஜுன், லகான், ஷோலே ஆகிய ஹிட் படங்களின் கதையை லேசாக மாற்றி, மலேகாவ்ன் கே கரன் அர்ஜுன், மலேகாவ்ன் கா ரங்கீலா என்று பெயர் சூட்டப்பட்டது. படத் தயாரிப்பாளர், மின்சார வாரியத்தின் லைன்மேன். ஒளிப்பதிவாளர் உள்ளூர் கல்யாண வீடியோ எடுப்பவர். நடிகர்கள்? படத் தயாரிப்புக்குப் பணம் தரும் யாரும் நடிக்கலாம். மொத்த பட்ஜெட் 30 ஆயிரம் ரூபாய் தான்! ஆளுக்கு ஆயிரம் கொடுத்து பல தினக்கூலி நெசவுத் தொழிலாளர்கள்கூட அமிதாப், அமீர்கான் பாத்திரங்களில் நடித்தார்கள். பாலிவுட்டிலிருந்து வரவழைக்கப்பட்ட துணை நடிகைகள் கதாநாயகிகள் ஆனார்கள். ஒளிப்பதிவாளருக்கு கிரேன், டிராலி போன்ற சாதனங்கள் எதுவும் கிடையாது. உள்ளூர் மாட்டுவண்டியே கிரேன். சைக்கிள்தான் டிராலி.

இந்தப் படங்கள் உள்ளூரில் இருந்த வீடியோ பார்லர்களில் ரெகுலர் காட்சிகளாகத் திரையிடப்பட்டு, அவை பெரும் வெற்றியும் அடைந்தன.

வெற்றிகரமாக இரண்டு ஆண்டுகளுக்கு மேல் நடந்த மலேகாவ்ன் திரை உலகம், சமீபத்தில் மூடப்பட்டுவிட்டது. காரணம், வீடியோ தியேட்டர்களுக்கு அரசாங்கம் தடை விதித்ததுதான்.

மலேகாவ்ன் சினிமாக்களில் மத வேறுபாடுகள் எதுவும் இருக்கவில்லை. இந்து, முஸ்லிம் இருசாராரும் இந்தப் படங்களில் பங்கேற்றார்கள்!

'வந்தே மாதரம்' பாட்டு ஏன் சர்ச்சையாக்கப்பட்டது?

தாய்நாட்டுக்கு வணக்கம் கூறும் விதமாக 'வந்தே மாதரம்' என்று தொடங்கும் இந்தப் பாடல் அடிப்படையில் மதச் சார்பற்ற பாடல் அல்ல என்பதுதான் எல்லா சர்ச்சைகளுக்கும் காரணம்.

வங்க எழுத்தாளர் பங்கிம்சந்திரர் 1881இல் எழுதிய 'ஆனந்த மடம்' தொடர்கதையில், முதலில் இடம்பெற்ற பாடல் இது. முஸ்லிம் ஆட்சியிலிருந்து தாய்நாடான வங்கத்தை விடுவிக்கப் போராடும் இந்துச் சாமியார்களைக் கதாநாயகர் களாகக் கொண்ட நாவல் இது. கவிஞர் ரவீந்திரநாத் தாகூர், 1896இல் கொல்கத்தா காங்கிரஸ் மாநாட்டில் இதை முதலில் பாடினார். பாடலின் கடைசி மூன்று கண்ணிகளில், இந்துக் கடவுள்களான துர்க்கை, லட்சுமி, சரஸ்வதி மூவரும் தாய்நாடும் ஒரே உருவமாகப் போற்றப்படுகிறார்கள். 'ஆலயந்தோறும் அணி பெற விளங்கும் தெய்விகச் சிலையெலாம், தேவி, இங்கு உனதே' என்று வரும் பாடலை உருவ வழிபாட்டிலும், பல தெய்வ வழிபாட்டிலும் நம்பிக்கையற்ற முஸ்லிம்கள் பாடவேண்டும் என்று எதிர் பார்ப்பதே தவறானது. இஸ்லாமிய நம்பிக்கைகளின்படி, தாயை எவ்வளவு மதித்தாலும் தொழ முடியாது. தொழுவது என்பது உருவமற்ற ஒற்றை இறைவனுக்கு மட்டுமே உரித்தானது.

விடுதலைப் போராட்டத்தின்போது 'வந்தே மாதரம்' எழுச்சிமிக்க கோஷமாக இருந்தது என்பதில் சந்தேகம் இல்லை. ஆனால், அப்போதும் அது இந்து விடுதலை வீரர்களின் கோஷம்தான். முஸ்லிம் விடுதலை வீரர்கள் மத்தியில் 'இன்குலாப் ஜிந்தாபாத்'தும், 'அல்லா ஹூ அக்பரு'ம்தான் முக்கியமாக இருந்தன.

நம் விடுதலைப் போராட்ட வரலாற்றில், நாம் வசதியாக மறந்துவிடும் முக்கிய விஷயம் ஒன்று உண்டு. ஆங்கிலேயர்களுக்கு எதிராக எழுந்த ஆரம்பப் போராட்டங்கள் எல்லாம் இந்து அல்லது முஸ்லிம் மத உணர்ச்சியின் அடிப்படையில் தொடங்கியவைதான். 1806இன் வேலூர் புரட்சியும் சரி, 1857இன் வட இந்திய சிப்பாய் கிளர்ச்சியும் சரி . . . முஸ்லிம், இந்து மத நம்பிக்கைகளை அந்நியரும் வேற்று மதத்தினருமான ஆங்கிலேயர்கள் இழிவுபடுத்துவதாக ஏற்பட்ட கோபத்தில் தான் தொடங்கின. தனித்தனியே ஆங்கிலேயருக்கு எதிராக இருந்த இந்து, முஸ்லிம் உணர்வுகளை ஒன்றிணைப்பதை காந்திஜிதான் சாதித்தார். ஆனால், அவரும் விடுதலைப் போராட்டத்திலிருந்து மத உணர்ச்சிகளை முற்றாக நீக்கவில்லை. மதத்தை அரசியலிலிருந்து விலக்கிவைப்பது என்ற பார்வைக்கு ஓரளவேனும் அடித்தளமாக அமைந்தது காங்கிரஸுக்குள் இருந்த கம்யூனிஸ்ட்டுகள் மற்றும் நேரு, அம்பேத்கர் ஆகியோரின் அணுகுமுறைகள்தான்.

இன்றைய சூழலில் மத உணர்ச்சிகளுக்கு அப்பாற்பட்டு மக்களை இணைக்கக்கூடிய புதிய கோஷங்களைத்தான் உருவாக்க வேண்டுமே தவிர, எந்தப் பழைய கோஷமும் கூடவே பழைய விரோதங்களையும் சேர்த்தேதான் அழைத்து வரும்!

**விடுகதை**

கொல்லூர் மூகாம்பிகை கோயிலில் பணிபுரியும் ராஜேந்திரா என்கிற ஒரு ஊழியரின் சிகிச்சைக்காகக் கர்நாடக அரசு இதுவரை 13 லட்ச ரூபாய் செலவழித்திருக்கிறது. யார் அந்த ஊழியர்?

1. தலைமை அர்ச்சகர்
2. நாகஸ்வர வித்வான்
3. கோயில் நந்தவனத் தோட்டக்காரர்

மூவரும் அல்ல! ராஜேந்திரா ஒரு யானை. 21 வருடங்களுக்கு முன், மூன்று வருட குட்டியாக கொல்லூர் கோயிலுக்கு வந்த ராஜேந்திரா, சில வருடங்களாக மதம் பிடித்து வன்முறையில் ஈடுபட்டு வருகிறது. காட்டு முகாமுக்கு அழைத்துச் சென்று இதுவரை 13 லட்ச ரூபாய் செலவழித்தும், ராஜேந்திராவைக் குணப்படுத்த முடியவில்லை.

***ஆனந்த விகடன், 24.09.2006***

# சர்ச்சைக்குரிய உறவுகள்!

**கேள்வி 1**: இந்தியன் பீனல் கோட் செக்ஷன் 377ஐ உடனே நீக்க வேண்டும் என்று நோபல் பரிசு பெற்ற பொருளாதார அறிஞர் அமர்த்தியா சென் அறிக்கை வெளியிட்டிருக்கிறாராமே . . . அது என்ன செக்ஷன் 377 ?

**கேள்வி 2** : நான் ஒரு ஆண். திருமணம் செய்துகொள்ளும்படி அம்மா என்னை வற்புறுத்திக்கொண்டே இருக்கிறார். ஆனால், எனக்குப் பெண்களிடம் ஈடுபாடு இல்லை. எப்படி என்னைப் பற்றி அம்மாவிடம் சொல்லுவது?

**கேள்வி 3**: 'வேட்டையாடு விளையாடு' படத்தில், பெண்களிடம் பாலியல் வன்முறையில் ஈடுபடுவோரை ஹோமோசெக்ஷுவலாகவும் காட்டியுள்ளார்களே . . . இது சரியா?

*முதல் கேள்வியிலிருந்தே தொடங்குவோம். அமர்த்தியா சென் மட்டுமல்ல, இன்னும் 150 பேர் ஒன்றாகக் கையெழுத்திட்டு அந்தக் கூட்டறிக்கையை வெளியிட்டார்கள். நேதாஜியின் ராணுவத் தளபதியாக இருந்த கேப்டன் லட்சுமி, இயக்குநர்கள் ஷியாம் பெனகல், கிரீஷ் கர்னாட், இந்துஸ்தானி பாடகி சுபா முத்கல், எழுத்தாளர்கள் விக்ரம் சேத், அருந்ததி ராய், பத்திரிகையாளர்கள் குல்தீப் நய்யார், பி.ஜி. வர்கீஸ், தெஹல்கா தருண் தேஜ்பால், வீர்சங்வி, டி.வி. செய்தியாளர்கள் ராஜ்தீப் சர்தேசாய், பர்கா தத், நடிகை – இயக்குநர் அபர்ணா சென் என்று பலரும் எதிர்க்கும் இந்த செக்ஷன் 377 செக்ஸ் சம்பந்தப்பட்ட சட்டப் பிரிவு.*

*'ஓரினப் பாலுறவு' எனப்படும் ஹோமோ செக்ஷுவாலிட்டியை தண்டனைக்குரிய குற்றமாக*

இந்தியன் பீனல் கோட் சொல்கிறது. அதாவது, இரண்டு ஆண்கள் தங்களுக்குள் விருப்பப்பட்டு உறவுகொண்டாலும் அவர்கள் சட்டப்படி தண்டிக்கப்பட வேண்டியவர்கள். சட்டப் பிரிவில் உள்ள வாசகங்களின் குழப்பத்தால், தன்னின உறவு கொள்ளும் லெஸ்பியன் பெண்களை இதன் கீழ் தண்டிக்க முடியாது. 1861இல், மகாராணி விக்டோரியா காலத்தில் போடப்பட்ட சட்டம் இது. இப்போது பிரிட்டனிலேயே இந்தச் சட்டம் எடுக்கப்பட்டுவிட்டது. அது மட்டுமல்ல, தன்னின விழைவு என்பதை ஒரு நோயாக அறிவித்துவந்த உலக சுகாதார நிறுவனமும் தன் கருத்தை மாற்றிக்கொண்டு பல வருடம் ஆகிவிட்டது.

ஆண்களோ, பெண்களோ, எப்படிப்பட்ட பாலுறவைத் தேர்ந்தெடுத்துக்கொள்கிறார்கள் என்பது அவரவர் தனி வாழ்க்கை தொடர்பான உரிமை என்பதை இன்று உலக அளவில் மனித உரிமையாளர்கள் வற்புறுத்துகிறார்கள். அந்த அடிப்படையில்தான் இந்தப் பிரபலங்கள் இந்தியாவிலும் 377ஐ நீக்கக் கோரியுள்ளனர்.

இப்போதைக்கு இந்தப் பிரிவு, போலீஸுக்கு வசூல் பிரிவு. அரவாணிகள், ஏழைத் தொழிலாளர்கள் பலரை மிரட்ட, இது பயன்படுத்தப்படுகிறது.

இன்று இந்தியாவில் மட்டும் மொத்தம் 5 கோடி ஆண்கள் தன்னினப் பாலுறவு வாழ்க்கை முறையில் இருப்பதாக, அத்தகையவர்களின் கூட்டமைப்பு கணக்கிட்டிருக்கிறது. இந்தித் திரையுலகில் மூன்று டாப் இயக்குநர்கள், பெரும் தொழிலதிபர் குடும்பங்களில் ஆறு பேர், அரசியலில் உச்சமான பதவிகளில் இருக்கும் சிலர், விஞ்ஞானிகள் எனப் பலர் இத்தகைய வாழ்க்கை முறையில் இருந்தாலும், பகிரங்கமாக அதைத் தெரிவிக்கத் தயங்குவதற்கான முக்கிய காரணங்களில் ஒன்று செக்ஷன் 377. இன்னொரு காரணம், நமது குடும்ப அமைப்பு முறை.

இரண்டாவது கேள்வி எழுப்பும் பிரச்னை, குடும்ப அமைப் புடனும் செக்ஸ் பற்றிய நமது பார்வையுடனும் சம்பந்தப் பட்டிருக்கிறது. நம்முடைய விருப்பு வெறுப்புகளை வீட்டிலேயே சொல்லத் தயங்கினால், அப்புறம் தொடர்ந்து சிக்கல்தான். செக்ஸ் உறவு என்பதை இனப்பெருக்கத்துக்கும், வம்சம் தழைப்ப தற்குமான ஒரு கருவியாக மட்டுமே நம் குடும்பங்கள் கருது கின்றன. அதனால்தான் ஆண் – பெண் உறவு மட்டுமே நியாய மான உறவாக நினைக்கப்படுகிறது. அதனால்தான், திருமண

மான சில மாதங்களிலேயே 'இன்னும் கர்ப்பமாகவில்லையா?' என்ற கேள்வி பெண்களை நோக்கி நாசூக்காகவும், நாசூக்கு இல்லாமலும் வீசப்படுகிறது.

எழுத்தாளர் விக்ரம் சேத் தன் அம்மா, சிநேகிதி கேப்ரியல் ஆகியோருடன் தனது 30ஆவது பிறந்த நாளன்று சீனாவுக்குப் பிக்னிக் போயிருந்தார். அன்றிரவு ஒரே அறையில் அவரும் கேப்ரியலும் படுக்கக்கூடாது என்று அம்மா சொன்னார். 'ஒரே அறையில் இன்னொரு ஆணுடன் நான் படுத்தால், உனக்கு அதைப் பற்றி கவலை இருக்காது, இல்லையா?' என்று கேட்டார் விக்ரம். இப்படித்தான் பேசத் தொடங்கி, தன்னைப் பற்றி அம்மாவுக்குத் தெரிவித்ததோடு, தன் ஆண் துணைவரையும் அறிமுகம் செய்துவைத்தார் விக்ரம்.

டீன் ஏஜ் வயதில் ஆணோ பெண்ணோ தங்களுக்கு ஏற்படும் ஈர்ப்புகள், செக்ஸ் பற்றிய குழப்பங்கள் இவற்றை யெல்லாம் பேசித் தெளிவுபடுத்திக்கொள்ள நம் சமூகத்தில் போதுமான வழிமுறைகள் இல்லை. பள்ளிக்கூடங்களில் நம்பிக்கைக்குரிய ஆசிரியர்களும், நம்பிக்கைக்குரிய உறவினர் களும் வழிகாட்டலாம். மனத்தடை இன்றி விவாதிக்க உதவும் விதத்தில் டெலிபோன் கவுன்சிலிங்கை விரிவாகத் தொடங்க வேண்டிய அவசியம் உள்ளது.

ஹோமோசெக்ஷுவல்களை வக்கிரமான ரேப்பிஸ்ட்டு களாகவும் கொலைகாரர்களாகவும் மட்டும் 'வேட்டையாடு விளையாடு' படம் சித்திரிக்கவில்லை; அவர்களுக்கு அமுதன், இளமாறன் என்று தூய தமிழ்ப்பெயர்கள் சூட்டி, தமிழ் ஆர்வலர்களையும் கொச்சைப்படுத்த முயன்றிருக்கிறது. பாலுறவுகளைப் பொறுத்தமட்டில், சில ஆண்கள் ஒரே சமயத்தில் தன்னினப் பிரியர்களாகவும், பெண் உறவையும் விரும்புகிறவர்களாகவும் இருக்கும் வாய்ப்பு உண்டு. பெண்களும் அப்படியே! ஆனால், இவை எதுவும் பொது விதிகள் அல்ல. ஹோமோக்களும் லெஸ்பியன்களும் குற்றம் செய்யும் மனப்பான்மை உடையவர்களாக இருப்பார்கள் என்ற சித்திரிப்பு உண்மைக்குப் புறம்பானது மட்டுமல்ல; அத்தகையவர்களை இழிவானவர்களாக நம் சமூகம் கருதுவதன் இன்னொரு அடையாளமே ஆகும். தமிழ் சினிமா நம் சமூகத்தின் வக்கிரங்களைக் களைவதைவிட, அவற்றுக்கு உபரி தீனி அளிப்பதையே வழக்கமாகக்கொண்டு இருக்கிறது. எனவே, சட்டத் திருத்தமும் மனமாற்றமும் இங்கே அவசரமாகத் தேவைப்படுகின்றன.

இதுவரையில் இந்தப் பிரச்னை குறித்துப் பெரும் எழுத்தாளர்களும், படைப்பாளிகளும், அறிஞர்களும் இப்போது வெளியிட்டது போல கூட்டறிக்கை வெளியிட்ட தில்லை என்ற நிலையில், இப்போதாவது பேசுகிறார்கள் என்பது நல்ல மாற்றம்தான். 27 வருடங்களுக்கு முன்பு இளமைத் துடிப்பில், 'பேசாப் பொருளைப் பேச நான் துணிந்தேன்' என்று எங்கள் நாடகக் குழுவுக்காக ஹோமோ செக்ஷுவாலிட்டி பற்றி 'ஏன்?' என்ற தலைப்பில் நாடகம் எழுதி, இயக்கியிருக் கிறேன். அதே ஆண்டு, ஓரின உறவாளரான ஓர் ஆணும் பெண்ணும் திருமணம் செய்துகொண்டு அவதிப்படுவது பற்றிய என் சிறுகதையும் பிரபல இதழில் வெளியானது. அவற்றை இப்போது திரும்பிப் பார்க்கையில், ஓரின உறவுகளை அனுதாபப் பார்வையுடன் பார்க்கவேண்டும் என்ற எளிய அணுகுமுறையே அன்றைக்குப் 'புரட்சி'கரமானதாகத் தெரிந்திருக்கிறது!

**ஆனந்த விகடன்**, 05.10.2006

# காமராஜர் ஏன் பிரதமராகவில்லை?

பல பிரதமர்களை உருவாக்கியவர் காமராஜர். அவரே பிரதமராகும் வாய்ப்பு 1966இல் வந்தது. ஆனாலும், பிரதமராக அவர் விரும்பவில்லை. ஏன் என்று காமராஜரே தன்னிடம் கூறிய காரணத்தை புகழ்பெற்ற மூத்த பத்திரிகை யாளர் குல்தீப் நய்யார் இப்போது தன் புதிய புத்தகத்தில் சொல்லியிருக்கிறார். காரணம் கடைசியில்!

'ஸ்கூப்' என்ற குல்தீப் நய்யாரின் புத்தகத்தின் தலைப்பே ஒவ்வொரு பத்திரிகை நிருபருக்கும் நோபல், ஆஸ்கர் விருது போன்றது. வேறு யாருக்கும் கிட்டாத செய்தியை, பெரும் சலசலப்பை ஏற்படுத்தக்கூடிய செய்தியைத் தான் மட்டுமே கண்டுபிடித்து வந்து வெளிப் படுத்துவதுதான் ஸ்கூப்.

சுமார் 60 வருட காலமாகப் பத்திரிகையாளராக இருந்து வரும் 82 வயது குல்தீப் நய்யார், இந்தியா – பாகிஸ்தான் பிரிவினை காலம் முதல் சமீபத்தில் லாகூருக்கு நட்பு பஸ் விட்டது வரை, இந்த 60 வருடங் களில் தான் எழுதிய முக்கிய ஸ்கூப்களை இந்தப் புத்தகத்தில் சுருக்கமாகத் தொகுத்திருக்கிறார்.

குல்தீப்பின் பத்திரிகை – சமூக வாழ்க்கை சுவாரஸ்ய மானது. அரசாங்கத்தில் செய்திப் பிரிவு அதிகாரியாக வேலை பார்த்தவர், அரசாங்கத்தாலேயே சிறைவைக்கப் பட்டார். பின்னர், அதே அரசின் தூதராக லண்டனுக்குச் சென்றார். பின்பு, ராஜ்யசபை எம்.பி.யாகவும் ஆனார். அரசியல்வாதிகளின் நண்பராகவும் விமர்சகராகவும் விளங்கியவர். இந்தியாவிலும் வெளிநாட்டிலும் புகழ்

பெற்ற ஆங்கிலப் பத்திரிகைகளில் பணியாற்றியிருக்கிறார். தொடர்ந்து இந்தியா – பாகிஸ்தான் நட்பு, மதச்சார்பின்மை ஆகிய இரண்டு கொள்கைகளிலும் பிடிவாதமாக இருக்கும் குல்தீப் ... காந்தி, ஜின்னா, மவுன்ட்பேட்டன், நேரு, சாஸ்திரி, காமராஜர், இந்திரா, மொரார்ஜி எனப் பல முந்தைய தலைமுறை பிரபலங்களைப் பேட்டிகள் எடுத்தவர்.

அரசியலில் என்ன நடக்கிறது, ஆட்சியில் என்ன நடக்கிறது என்பதை மோப்பம் பிடிப்பது நிருபர்கள் வேலை. அவர்களுக்குத் துளியும் தகவல் தெரியாமல் தடுப்பது அரசியல்வாதிகள், அதிகாரிகள் வேலை. இந்தக் கண்ணாமூச்சி ஆட்டத்தில் மறுபடி மறுபடி ரவுண்ட் கட்டி ஜெயித்தவர் குல்தீப்.

அதிகாரிகள்தான் அவருக்குச் செய்திகளை லீக் பண்ணுகிறார்கள் என்று பிரதமர் இந்திரா நினைத்தார். எனவே, ஓர் அமைச்சரவைக் கூட்டத்துக்கு அதிகாரிகளையே அவர் அழைக்கவில்லை. ஆனாலும், அமைச்சரவை ரகசிய விவாதங்கள் குல்தீப் வேலை செய்த பத்திரிகையில் மறுநாள் வெளியாகின. 'பேப்பரைப் படித்தால், நேற்று கேபினட் கூட்டத்தில் குல்தீப் நய்யாரும் கலந்துகொண்ட மாதிரி தெரிகிறது' என்று எரிச்சலோடு சொன்னார் இந்திரா.

தன் நீண்ட முடியை வெட்டி கிராப் செய்துகொண்டதும் தன் லுக் எப்படி இருக்கிறது என்று சகஜமாக குல்தீப்பிடம் கருத்து கேட்கும் அளவுக்கு சிநேகமாக இருந்த இந்திரா தான், அவரை நெருக்கடி நிலையின்போது கைது செய்து சிறையில் அடைத்தார்.

பத்திரிகைச் சுதந்திரத்துக்காகப் போராடியதில் பெற்ற சிறைவாசத்தில் 10 கிலோ எடை இழந்த குல்தீப், நெருக்கடி நிலையை எடுத்துவிட்டுத் தேர்தல் நடத்தப்போகிறார் இந்திரா என்ற ஸ்கூப் செய்தியை பின்னர் வெளியிட்டார். பாகிஸ்தான் பிரதமராக இருந்த பூட்டோவைக் கைது செய்து, சிறையில் வைத்திருந்த ராணுவ ஆட்சியாளர் ஜியா உல் ஹக்கைச் சந்தித்த குல்தீப் தான், பூட்டோ உடனடியாகத் தூக்கிலிடப்படவிருக்கும் செய்தியையும் முதலில் வெளியிட்டவர்.

இதே போல, பாகிஸ்தான் அணுகுண்டு தயாரித்துத் தயாராக வைத்திருக்கிறது என்ற செய்தியை அதன் அணுகுண்டுத் தந்தையான விஞ்ஞானி ஏ.க்யூ.கானிடம் பேட்டி எடுத்து, முதலில் வெளியிட்டவரும் இவரே!

ராஜீவ் காந்தியுடன் இலங்கை அதிபர் ஜெயவர்த்தனே ஒப்பந்தம் போடுவதற்கு முன்பாக ஜெயவர்த்தனேவை குல்தீப்

நய்யார் எடுத்த பேட்டிதான், ஜெயவர்த்தனேவை நம்பலாம் என்ற நிலைக்கு வெளியுறவு அதிகாரி தீட்சித்தையும் ராஜீவ் காந்தியையும் தள்ளியது. ஆனால், ஜெயவர்த்தனே ஒருபோதும் தமிழர்களுக்கு அதிகாரத்தைப் பகிர்ந்து தர விரும்பாதவராகவே தெரிந்தார் என்று குல்தீப் குறிப்பிடுகிறார்.

குல்தீப் நய்யாரின் புத்தகம் 60 வருட இந்தியத் துணைக் கண்டத்தின் உள்நாட்டு, வெளிநாட்டு அரசியல் வரலாற்றோடு பின்னிப் பிணைந்திருக்கிறது.

ஒரு பத்திரிகை நிருபர் என்பவர் தன் வேலையின் நிமித்தம் அதிகாரத்தில் இருக்கும் மிகப் பெரிய சக்திகளுடன் உறவாடும் வாய்ப்பைப் பெறுகிறார். ஆனால், அதனாலேயே தனக்கும் பெரிய அதிகாரமும் சக்தியும் வந்துவிட்டதாக நிருபர் மயங்கி விடக்கூடாது. வள்ளுவர் சொல்வது போல, நெருப்பில் குளிர் காயும் நிலை தான். மிகவும் நெருங்கினால் சுட்டுவிடும். அதிகம் விலகி இருந்தால், குளிர் போக்க உதவாது. செய்தி சேகரிக்கும் நிருபர்களுக்குத் தேவையான இந்தப் பக்குவத்தை குல்தீப் நய்யார் பெற்றிருந்ததன் அடையாளமாக 'ஸ்கூப்' தொகுப்பு இருக்கிறது. எந்த நிலையிலும் ஒரு நிருபர் தன் நெறிகளைக் கைவிடக்கூடாது என்பதற்கும் குல்தீப் நய்யாரின் அனுபவங்கள் ஆதாரமாக இருக்கின்றன.

காமராஜர் பிரதமர் ஆக விரும்பாததற்குக் காரணம், அவருடைய மொழிக் கொள்கைதான் என்கிறார் குல்தீப். 'நான் பிரதமராக ஆவதென்றால் ஆகியிருக்கலாம். ஆனால், அது நியாயமானதும் முறையானதும் அல்ல. ஏனென்றால் எனக்கு இந்தி, ஆங்கிலம் இரண்டும் தெரியாது. இந்தியாவின் பிரதமர் பதவிக்கு வருபவருக்கு நிச்சயம் இரண்டில் ஒன்றாவது தெரிந்திருக்க வேண்டும்' என்று காமராஜர் தன்னிடம் சொன்னதாகக் கூறுகிறார் குல்தீப்.

***ஆனந்த விகடன்*, 22.10.2006**

# வைகோ ஒரு சைகோ – அனாலிசிஸ்!

மீடியா டிலைட் என்று ஆங்கிலத்தில் சொல்வார்கள். அதாவது, செய்திகள் டல்லாக இருக்கக்கூடிய சூழலில்கூட, இவர்களின் பங்கேற்பு கலகலப்பை ஏற்படுத்திவிடும். அப்படிப்பட்ட மிகச் சிலரில் வைகோ என்று தன் பெயரைச் சுருக்கிக்கொண்ட வை. கோபால் சாமியும் ஒருவர்!

தமிழ்நாட்டில், கடந்த முப்பது வருடங்களில் அரசியல் மேடையில் சிறந்த பேச்சாளர் என்று பட்டியல் போட்டால், இரண்டே இரண்டு பேர்தான் தேறுவார்கள். ஒருவர் கருணாநிதி, இன்னொருவர் வைகோ.

இருவரும் ஒருவர் இன்னொருவரை அவுட் ஆக்க முயற்சிக்கும் அரசியல் விளையாட்டில் அடுத்த ரவுண்ட் தான் இப்போது நடந்து வருகிறது. சேம் சைட் கோல் போடக் கூடிய இரண்டு பேரை (எல். கணேசன், செஞ்சி ராமச்சந்திரன்) தன் அணியில் வைத்திருப்பதுதான் வைகோவின் பலவீனம்; கருணாநிதியின் பலம்!

வைகோ ஒரு சிறந்த உற்சவமூர்த்தி என்பதை கருணாநிதி முதல் செஞ்சியார் வரை, பிரபாகரன் முதல் நெடுமாறன் வரை எல்லாரும் அறிவார்கள். ஆனால், எப்போதுமே கோயில்களில் உற்சவமூர்த்தி வேறு; மூலவர் வேறு. மூலவர்களுக்குத்தான் பாலபிஷேகம் முதல் உண்டியல் வசூல் வரை எல்லாமே! உற்சவர்கள் கற்பூர ஆரத்திகளுடன் திருப்தி அடைய வேண்டியது தான்!

வைகோவை மூலவராக்கிப் பார்க்கத் திட்டமிட்டவர்களில் ஒரு பிரிவினர்தான், இப்போது அவரால் வசூல் நடக்காது என்ற நிலையில் 'சீச்சி, இந்தச் சாமிக்கு சக்தி இல்லை' என்று வேறு கோயிலில் பூசாரி வேலைக்கு மனு போட்டுக் கொண்டு இருக்கிறார்கள்.

அரசியலில் ஏன் இன்னும் வைகோவால் மூலவராக முடியவில்லை? காரணம் மிக எளிது. பக்தன்தான் உணர்ச்சி வசப்படலாமே தவிர, சாமியே உணர்ச்சிவசப்பட்டால் கோயில் தாங்காது. அவருடைய உணர்ச்சிப் பிரவாகத்தை மேடைகளில் பலர் பார்த்திருக்கலாம். தனியே நான் ஒரு முறை தரிசித்தேன்.

வி.பி.சிங், 1987இல் ராஜீவிடமிருந்து விலகியது முதல் 1990இல் அவர் மண்டல் கமிஷன் நிறைவேற்றத்துக்காக பிஜேபியால் பிரதமர் பதவியிலிருந்து கவிழ்க்கப்பட்டது வரை, அவரைத் தீவிரமாக ஆதரித்து நான் செயல்பட்டு வந்தேன். ராஜீவ் எதிர்ப்புப் பிரசாரத்துக்கொன்றே தொடங்கிய *முரசொலி*யின் வார இணைப்பான 'புதையல்' இணைப்பின் தொகுப்பாசிரியனாக ஓராண்டு வேலை பார்த்தேன்.

வி.பி. சிங், திமுகவுடன் இணைந்து தேசிய முன்னணியை உருவாக்கியபோதும், திமுகவுக்காகத் தேர்தல் பிரசாரக் கூட்டங்களில் பேசியபோதும், பல மேடைகளில் நான் அவருடைய பேச்சை மொழிபெயர்த்து வந்தேன்.

பிரதமர் பதவியில் அமர்ந்த வி.பி.சிங், மண்டல் கமிஷனால் பதவி இழந்ததும், தமிழ்நாட்டில் ஒரு சூறாவளிச் சுற்றுப் பயணத்தை திமுக ஏற்பாடு செய்தது. தன்னை முதல்முறை மத்திய அமைச்சராக்கிய வி.பி. சிங்குக்கு, தான் செலுத்தும் நன்றிக் கடனாக அவரது உரையைத் தானே மொழிபெயர்க்க விரும்பினார் மாறன். அவரை உணர்ச்சிவசப்பட்ட நிலையில் நான் பார்த்தது அந்த ஒரு முறைதான்.

வி.பி.சிங்குக்கு, அந்தச் சுற்றுப்பயணத்தில் சென்ற இடமெல்லாம் எழுச்சியான வரவேற்பு. மதுரை வரை எல்லாக் கூட்டங்களிலும் முரசொலி மாறனே மொழிபெயர்த்தார். மற்ற தென் மாவட்டங்களில், தான் மொழிபெயர்க்க வேண்டும் என்று வைகோ விரும்பினார். ஆனால், மாறன் மொழிபெயர்ப்பே தொடர்ந்தது. தன் சொந்தச் சீமையான நெல்லையிலாவது தனக்கு வாய்ப்பு தரப்படும் என்று வைகோ எதிர்பார்த்தார். அங்கேயும் அதற்கான வாய்ப்பு அமையாமல் போனது.

அங்கிருந்து அடுத்த ஊருக்கு வைகோவுடன் நான் ஒரே காரில் போக நேர்ந்தது. அடுத்த அரை மணி நேரம் அவர்

தன் ஆதங்கத்தைக் கொட்டித் தீர்த்தார். திமுகவிலிருந்து தன்னை ஓரங்கட்டுவது தொடங்கிவிட்டது என்ற கடும் கோபமும் வேதனையும் கொந்தளித்தது அவர் பேச்சில். 'தனக்கு யார் நிஜமான தலைவன்' என்று ஒரு குமுறல் குமுறினார்! அவரை அப்போது சமாதானப்படுத்துவது மிகக் கடினமாக இருந்தது.

வைகோவின் உணர்ச்சிவசப்படும் இந்த இயல்புதான் திமுகவிலிருந்து பின்னர் அவர் வெளியேற்றப்பட்டபோது, அவருக்குப் பலமாகவும் இருந்தது; பலவீனமாகவும் இருந்தது. அவரோடு திமுகவிலிருந்து வெளியேறிய தலைவர்களுக்கும் அவருக்கும் இருந்த ஒரே கொள்கை ஒற்றுமை, கருணாநிதி மீது ஏற்பட்டிருந்த வெறுப்பு மட்டும்தான்.

உண்மையில், வைகோவை திமுகவிலிருந்து கருணாநிதி வெளியேற்றாமல் இருந்திருந்தால், இப்போது பத்தோடு பதினொன்றாக இன்னுமொரு மாநில அமைச்சராக இருந்து கொண்டு, தயாநிதி மாறனின் சிறப்பியல்புகளை உணர்ச்சி பொங்கத் தமிழக மக்களுக்கு அவர் எடுத்துச் சொல்லிக் கொண்டு இருக்கக்கூடும்.

வைகோவின் உணர்ச்சிகரமான அரசியலில் அவருடைய உழைப்பும் அதிகம்; பட்ட துயரங்களும் அதிகம். அடைந்த லாபங்கள் மிக மிகக் குறைவு. திமுகவிலிருந்து வெளியேறி மதிமுகவை ஒரு கட்சியாக நிலைநிறுத்த பல தொண்டர்கள் செய்த தியாகத்தையும், தன் சுயமரியாதையையும் ஒதுக்கிவிட்டு, மீண்டும் திமுக அணியில் சேர்ந்தபோதே அவருடைய அரசியல் நம்பகத்தன்மை அடிவாங்கிவிட்டது. அதிலிருந்து மீண்டு வரும் வேளையில் ஜெயலலிதாவுடன் திரும்பவும் கூட்டணி சேர்ந்தது மீண்டும் அவருடைய நம்பகத்தன்மையைக் குலைத்தது. பொடா சிறைவாசம், பாத யாத்திரைகள் எல்லாமே விழலுக்கு இறைத்த நீர்தான்!

ஆனால், தற்போது திமுகவை எதிர்ப்பதைத் தவிர, வைகோவுக்குச் செய்வதற்கு வேறு அரசியல் ஏதும் இல்லை என்பதுதான் இத்தனை குழப்பத்துக்கும் காரணம். கருணாநிதிக்குப் பிறகு திமுக உடைந்தோ உடையாமலோ தன் வசம் வந்து விடும் என்று அவர் போட்ட கணக்குகள், தயாநிதி மாறனின் வருகைக்குப் பிறகு தவிடு பொடியாகிவிட்டன.

திமுகவும் அதிமுகவும் ஒன்றுக்கொன்று மாற்றாகத் தங்களை அறிவித்து வருகிற வரையில், மற்றவர்கள் இதில் ஏதேனும் ஓரணியுடன் இணைந்து சிங்கம் சாப்பிட்டது போகச் சிதறியதைச் சாப்பிடும் நரிகளாக மட்டுமே இருப்பார்

கள். இரு கழகங்களுக்கும் தானே மாற்று என்று தன்னை மூன்றாவது சக்தியாக அறிவித்துக்கொண்டு, அதற்கான தலைமையாகத் தன்னைக் காட்டிக்கொண்ட வரையில் வைகோவுக்கு நம்பகத் தன்மை இருந்தது. இரண்டில் ஒன்றுடன் சேரத் தொடங்கியதும், அவர் கட்சியின் நிலை இடதுசாரிகளின் நிலைக்குச் சமமாகிவிட்டது.

அதனால்தான், வைகோவுக்கு நிகரான பேச்சாற்றலோ, நாடாளுமன்றத் திறமையோ, கட்சி நடத்தும் முன் அனுபவமோ இல்லாத விஜயகாந்துக்கு எட்டு சதவிகித ஓட்டுகள் விழுந்தன. வைகோவின் மதிமுகவுக்கு அதை நெருங்கும் வாய்ப்புகூட இல்லை.

தமிழக அரசியலில் இருக்கும் வெற்றிடம் ஒன்றே ஒன்று தான். திமுகவுக்கு மாற்று அதிமுக; அதற்கு மாற்று திமுக. இரண்டுக்கும் மாற்று யார்?

இதை நிரப்பும் அரசியல் பார்வை, இதற்கான வியூகம் அமைக்கும் ஆற்றல் அனைத்திந்தியக் கட்சிகளான காங்கிரஸுக் கும் இல்லை, பிஜேபிக்கும் இல்லை. யாருக்கு உள்ளது என்ற கேள்வியுடன் சுமார் 15 ஆண்டுகளாகக் காத்திருக்கிறார்கள் மக்கள். வைகோ, ராமதாஸ், விஜயகாந்த் என்று வரிசையாக வந்து செல்லும் ஒவ்வொரு தலைமையும் இன்னும் தடுமாறிக் கொண்டேதான் இருக்கிறது.

இந்தத் தடுமாற்றத்தில் முதலிடம் வைகோவுக்கு! 'எமோஷனல் பாலிட்டிக்ஸ் என்பது மேடைக்கு மட்டுமே சரி' என்பதைத் தன் முன்னாள் தலைவரிடம் அவர் கற்கவே இல்லை!

***ஆனந்த விகடன்,* 03.01.2007**

# கண்டேன்... கண்டேன்...
# என் கண்களால் நான் கண்டேன்!

நான் கண்ணாடி போட ஆரம்பித்ததன் பொன் விழாவை இன்னும் 6 வருடங்களில் கொண்டாடுவது பற்றித் திட்டம் வகுக்கத் தொடங்கிய சமயத்தில், இரண்டு அதிர்ச்சிகள் எனக்கு அடுத்தடுத்து ஏற்பட்டன. கண் ணாடிக்கே தேவையில்லாமல் பார்வையே போய் விடுமோ என்ற நிலைதான் முதல் அதிர்ச்சி. இரண்டாவது அதிர்ச்சியைப் பற்றிக் கடைசியில் சொல்கிறேன்.

ஒன்பது வயதில் கண்ணாடி அணியவேண்டி வந்த போது, எங்கள் பள்ளிக்கூடத்திலேயே கண்ணாடி அணிந்த ஒரே சிறுவன் என்பதால், சிறப்புச் சலுகையாக என்னை மாடியில் இருந்த செக்ஷனிலிருந்து தரைத் தள வகுப்புக்கு மாற்றினார்கள். படிக்கட்டுகளில் நான் தவறி விழக்கூடாது என்பதற்காக இந்த ஏற்பாடு!

ஆரம்பத்திலேயே என் கண்ணாடி சோடா புட்டி தான்! மைனஸ் ஒன்பது. சில வருடங்களுக்குப் பிறகு, குடும்பச் சிக்கல்களால் புதுக் கண்ணாடி வாங்க முடிய வில்லை. சுமார் இரண்டு வருடங்கள் கண்ணாடி இல்லா மல் இருந்தேன். பார்வை இன்னும் சிக்கலானது. பின்னர் கண்ணாடி அணிந்தும்கூட சரியாகத் தெரியா மல், என்னை மாடு முட்டுவதற்கு பதில் நான் அதைப் போய் முட்டியிருக்கிறேன். அது எனக்கு பயந்து விலகிய தால் காயங்கள் இல்லாமல் தப்பித்தேன்.

பத்திரிகையாளனாகப் பணியாற்றத் தொடங்கிய முதல் சில வருடங்களிலேயே கண்ணாடி தடிமன் மைனஸ்

16க்கு எகிறியது. 45 வயதுக்கு மேல் ஏற்படும் மாற்றங்களால் மீண்டும் மைனஸ் 13ஐத் தொட்டதும் ஆறுத லாக இருந்தது. தொழில்நுட்ப வளர்ச்சி என் கண்ணாடியை தடிமனான சோடா புட்டியிலிருந்து மெல்லிய கோலா புட்டியாக்கியது.

ஆனால், திடீரென்று பார்வையே போய்விடுமோ என்ற கவலை கடந்த வருடம் ஏற்பட்டது. மாலை நேரங்களில் வெளிச்சம் குறைவான சென்னை, மும்பை தெருக்களில் என் கால்களே என் கண்களாக இயங்கின. உச்சி வெயில் நேரத்திலும், மூன்றடியே தள்ளி நிற்கிற 30 வருட கால நண்பரைக் கூட என்னால் அடையாளம் காண இயலவில்லை. எல்லோரும் நிழல் உருவங்களாக, வாட்டர் கலர் ஓவியங் களாகவே தெரிந்தார்கள்.

தொடர்ந்து பல கண் மருத்துவர்களைச் சந்தித்தேன். ஒவ்வொன்றும் தனி அனுபவம். பல சோதனைகளுக்குப் பின், என் கண்களில் காட்டராக்ட் எனப்படும் கண் புரை ஏற்பட்டிருப்பதால்தான், நான் முக்கால் குருடனாக இருப்ப தாகச் சொன்னார்கள். அதை நீக்கிவிட்டால், பழையபடி சோடா புட்டியுடன் சமாளிக்கலாம் என்றும் சில மருத்துவர்கள் தெரிவித்தார்கள்.

கடைசியில், எனக்கு அறுவை சிகிச்சை செய்த டாக்டர் தம்பதியினர் முருகேசன் – காந்திமதி இருவரும், 'ஓ' வாசகர்கள். வாழ்க்கையில் ஒரு சிறு காயத்துக்காகவும் மருத்துவமனைக்குச் சென்று, சின்ன தையல் போட்டுக்கொண்ட அனுபவம்கூட இல்லாததால் இந்த அறுவை சிகிச்சை பற்றிப் பெரும் பயமாக இருந்தது. சுஸ்ருதர் காலத்தில் எப்படி காட்டராக்ட் அறுவை சிகிச்சை நடந்தது என்று காந்திமதி சொன்னதும் பாதி பயம் போய்விட்டது. பழுக்கக் காய்ச்சிய இரும்பைப் பழுது பட்ட கண்ணில் 'பக்குவமாக' ஒற்றி காட்டராக்ட்டை நீக்கினாராம் சுஸ்ருதர்.

அறுவை சிகிச்சை முடிந்த அடுத்த நாள் காலை கண்ணைத் திறந்ததும் இரண்டாவது அதிர்ச்சி ஏற்பட்டது. முருகேசன், காந்திமதி முதல் என்னுடன் இருந்த நண்பர் குடும்பத்தினர் வரை எல்லாரும் வேறு மாதிரி தெரிகிறார்கள். கட்டடம் முதல் ஆட்கள் வரை, எல்லாமே சலவை செய்த மாதிரி பளிச் என்று!

ஆக, கண்ணாடி அணிந்ததன் பொன்விழாவை நான் கொண்டாடவே முடியாது. இனி, எனக்குக் கண்ணாடி தேவையில்லை. இந்த இன்ப அதிர்ச்சியிலிருந்து இன்னும்

நான் மீளவில்லை. பிறந்தது முதல் இன்று வரை இவ்வளவு துல்லியமாக எதையும் கண்ணாடி போட்டும்கூட நான் கண்ட தில்லை என்பதால், இந்த அனுபவம் தனிப்பட்ட முறையில் பரவசமாக இருக்கிறது.

ஒரு ஐ.ஓ.எல். – காட்டராக்ட் ஆபரேஷன் இத்தனை குதூகலத்தை ஏற்படுத்த முடியும் என்றால், இந்தச் சொற்பப் பார்வைகூட இல்லாமல் இருந்து பார்வை பெறக்கூடியவர் களுக்கு அது எத்தனை பேரானந்தமாக இருக்கும்? அந்தப் பேரானந்தத்தைப் பெற வேண்டியவர்கள் இந்தியாவில்தான் அதிகமாக இருக்கிறார்கள். ஆம், உலகத்திலேயே பார்வையற்ற வர்கள் மிக அதிகமாக இருப்பது இங்கேதான். உலகின் மொத்த 4 கோடி பார்வையற்றோரில் ஒரு கோடிப் பேர் இந்தியர்கள். இதில் 25 லட்சம் பேர் மாற்று கார்னியா பொருத்தப்பட்டால், என்னைவிடப் பல மடங்கு பேரானந்தம் அடைவார்கள்.

நவீன அறிவியலின் இந்த வசதியை அவர்கள் பெறமுடியா மல் இருப்பதற்குக் காரணம் – கண் தானம் செய்வதில் பல இந்தியர்கள் தயங்குவதுதான். தானங்களிலேயே மிகவும் சுலபமானது இது. ஏனென்றால் நாம் வாழ்ந்து முடிந்தபிறகு தான் இதைத் தரப்போகிறோம்.

ஆனாலும், கண் தானம் இங்கே அதிகம் நிகழாததற்கு இரு காரணங்கள் உள்ளன. முதல் காரணம் மிகவும் சோக மானது. கண் தானம் தருவதாக எழுதிக் கொடுத்தவர்கள் இறந்தபிறகு, வாரிசுகள் அதை நிறைவேற்றுவது இல்லை. என்னைக் கேட்டால், இறந்த பிறகு தன் கண்களை உடனடியாக மருத்துவமனைக்கு அளிக்கத் தவறும் வாரிசுகளுக்கு வாரிசு உரிமையே ரத்தாகிவிடும் என்று உயில் எழுதி வைக்கலாம்.

இரண்டாவது காரணம், மூட நம்பிக்கைகள்! கண் தானம் சாஸ்திர விரோதம் என்று கருதுபவர்களும் உண்டு. ஒரு காலத்தில் கடல் கடந்து போவது சாஸ்திர விரோதம் என்றிருந் தது. ஆனால், அப்படிக் கடல் கடந்துபோன காந்தி வந்துதான் நம்மை விடுதலை செய்தார். கடல் கடந்து சென்று படித்த டாக்டர்கள் தான் துறவிகளுக்கே கண் ஆபரேஷன் செய் கிறார்கள்.

இன்று மருத்துவ உலகமும் கூட மனித நேயத்தைத் தொலைத்துக்கொண்டு இருக்கிறது. என் அறுவை சிகிச்சையை நான் சென்னையில் செய்யவில்லை. காரணம் ஆட்டோ மீட்டர் போல பி.பி.யை ஏற்றுகிற மருத்துவக் கட்டணம்தான். ஒரு கண்ணுக்கு சென்னையில் 20 ஆயிரம் ரூபாய் கேட்டார்கள்.

முசிறி, மதுரை போன்ற இடங்களில் ஆகும் செலவு இதில் பாதிகூட இல்லை. அதே தொழில்நுட்பம். அதே தரத்தில் சிகிச்சை!

ஊருக்கு ஒரு நிலை, ஆளுக்கு ஒரு நிலை என்று இருக்கும் இந்தச் சூழலில் என் போன்ற நடுத்தர வர்க்கத்தினர் நண்பர்களின் ஆலோசனை, உதவிகளால் தப்பித்துக்கொள் கிறோம். ஆனால், பரம ஏழைகளின் நிலை என்ன?

இலவசங்களுக்கெல்லாம் நூற்றுக்கணக்கான கோடி ரூபாய்களை அள்ளித்தரும் மாநில அரசு, கண் அறுவை சிகிச்சைக்காக வெறும் 50 கோடி ரூபாய்களை ஒதுக்கினால் கூடப் போதும். தமிழகத்தின் எல்லா ஏழைகளுக்கும் கண் அறுவை சிகிச்சை செய்துவிட முடியும்.

சுவர் இல்லாமல் சித்திரம் எழுத முடியுமா? கண் இல்லாமல் இலவச டி.வி. பார்க்கமுடியுமா?

***ஆனந்த விகடன்*, 31.01.2007**

# காதலிக்கக் கற்றுக்கொள்ளுங்கள்!

காதலுக்காக ஒரு தினம் கொண்டாடப்படுவதை நான் எதிர்க்கிறேன். மருத்துவர் மாலடிமை (டாக்டர் ராமதாஸ்) சொல்லும் காரணங்களுக்காக அல்ல. காதல் என்பது தினமும் கொண்டாடப்பட வேண்டியது. அதை ஒரு தினம் மட்டும் கொண்டாடி விட்டுவிடுவதில் எனக்கு உடன்பாடில்லை.

காதலர்தின எதிர்ப்பாளர்கள் சொல்லும் காரணங்கள் இரண்டுதான். அந்தக் கொண்டாட்டம் வணிகமயம் ஆகிவிட்டது என்பது ஒரு காரணம். தீபாவளி, பொங்கல், ரம்ஜான், கிறிஸ்துமஸ், ஆயுத பூஜை வரை எல்லாமே இந்த நுகர்வோர் சமூக அமைப்பில் வணிகமயமாக்கப்பட்ட கொண்டாட்டங்கள் தானே? அவற்றை விமர்சிக்காமல் காதலர் தினத்தை மட்டும் ஏன் விமர்சிக்க வேண்டும்?

'அவையெல்லாம் பண்பாடு; இதுவோ பண்பாட்டுச் சீரழிவு' என்பது இரண்டாவது காரணம். அப்படியானால், காதலைக் கொண்டாடும் சங்க இலக்கியமும் பண்பாட்டுச் சீரழிவின் அடையாளம் தானா? டாக்டர் ராமதாஸ் நிறுவிய பாட்டாளி மக்கள் கட்சியின் தலைவர் ஜி.கே. மணி அச்சிட்டு வெளியிடும் தினசரி ஏடான தமிழ் ஓசையில் டாக்டர் சொல்கிறார்: '(அன்றைய நாளில்) பொது இடங்களில் கொட்டமடித்துப் பண்பாட்டுச் சீரழிவை ஏற்படுத்துவோர் மீது கடுமையான நடவடிக்கை எடுக்க வேண்டும். இதில் தனி நபர் உரிமை என்றெல்லாம் சொல்வார்கள். அதைப் பொருட்படுத்தக் கூடாது. வீட்டில் எதை வேண்டுமானாலும் வைத்துக்

கொள்ளட்டும். ஆனால், பொது இடங்களில் கொட்டமடிக்க அனுமதிக்கக் கூடாது!'

பொது இடங்களில் கொட்டமடிப்பது தவறு என்பதில் நமக்கு மாறுபட்ட கருத்தே இல்லை. ஆனால், அப்படிக் கொட்டமடிப்பதை யார் எப்போது, எந்த தினத்தில் செய்தாலும் தவறு என்று சொல்லலாமே தவிர, காதலர் தினத்தைத் தனிமைப்படுத்திச் சொல்ல எந்த நியாயமும் இல்லை.

அப்படிக் காதலர் தினத்தன்று என்ன கொட்டம் பொது இடத்தில் நடக்கிறது? இளைஞர்கள் தங்களுக்கிடையே வாழ்த்து அட்டைகளை, ரோஜா மலர்களை, சாக்லெட்டுகளைப் பரிமாறிக்கொள்கிறார்கள். முத்தங்களைப் பரிமாறிக்கொள்பவர்கள் யாரும் பொது இடத்தில் செய்வதில்லை. செய்தாலும் அது கொட்டம் ஆகாது என்பது என் தனிப்பட்ட கருத்து.

பூங்காக்களில், துரித உணவகங்களில், சாலையோரங்களில், வளாகங்களில் இளைஞர்கள் கூடி உட்கார்ந்து அரட்டை அடிக்கிறார்கள். சந்தோஷமாகச் சளசளவென்று பேசிக்கொண்டும் வாய் (ப்ளஸ் மனம்) விட்டுச் சிரித்துக்கொண்டும் இருக்கிறார்கள். உண்மையில், இவர்கள் எல்லாருமே காதலர்கள் அல்லர். காதலர்களாக இருக்க ஆசைப்படுபவர்கள். அவ்வளவுதான்! ராமதாஸ் வயதில் இருக்கக்கூடிய ஒரு தாத்தா இதையெல்லாம் பார்த்து மகிழ்ச்சி அடைவதுதான் நியாயம். சமூக நீதி!

காதலில் எங்கே சமூக நீதி வந்தது என்று வியப்படைய வேண்டாம். நம்முடைய சமூகத்தை ஆட்டிப்படைக்கும் சாதி அமைப்பை இறுதியாகத் தகர்க்கும் வலிமை காதலுக்கு மட்டுமே உண்டு. இட ஒதுக்கீட்டின் மூலம், சாதி சமத்துவத்தை நிச்சயம் எட்டிப் பிடிப்போம். அதற்கும் அடுத்த பரிமாணம், சாதிகளே இல்லாத நிலையை ஏற்படுத்துவது. அது சாதிகள் இடையிலான கலப்புத் திருமணங்களின் மூலம்தான் சாத்தியம். சாதிகளுக்குள்ளேயே திருமணம் செய்யும் அகமண முறை இருக்கும் வரை சாதியை ஒழிக்க முடியாது என்று சரியாகவே சுட்டிக்காட்டியவர்கள் அம்பேத்கரும் பெரியாரும்.

எனவே, காதலைக் கண்டு சாதிய அரசியல்வாதிகள் மிரள்வதில் ஆச்சர்யம் இல்லை. சாதி அடிப்படையில் ஓட்டுகளைத் திரட்ட முடியாத சிக்கலைக் காதலும் கலப்பு மணமும் ஏற்படுத்திவிடும் என்பதால்தான் இந்த மிரட்சி.

கொட்டத்தை வேண்டுமானால் வீட்டில் வைத்துக்கொள்ளட்டும் என்று ராமதாஸ் சொல்கிறார். இது நம் அரசியலுக்கே

உரிய இரட்டை வாழ்க்கை முறையின் அடையாளம். வீட்டில் மனைவியை அடிக்கலாம், உதைக்கலாம். தப்பில்லை. ஆனால், வெளியே அவளுடன் கைகோத்து, கண்ணியமாக வலம் வந்தால் போதுமா?

நம் வீட்டுப் பேரக் குழந்தைகளை ஆங்கில மீடியப் பள்ளிக்கு அனுப்பலாம். வெளியே மேடைகளில் மட்டும், மற்ற வீட்டுக் குழந்தைகள் தமிழிலேயே படிக்க வேண்டும் என்று உபதேசிப்பது மாதிரியான போலித்தனம்தான் நம் அரசியல்வாதிகளுக்குப் பிடித்தமான வாழ்க்கை முறை.

உண்மையில், பொது இடங்களில் கொட்டம் அடிப்பது அரசியல் கட்சிகள்தான். ஒவ்வொரு மாநாட்டின்போதும், பேரணியின் போதும் வேன், லாரிகளில் கும்பல் கும்பலாக வந்து சாதாரணப் பொதுமக்களின் அன்றாட இயல்பு வாழ்க்கையை நிலை குலையச் செய்வது அவர்கள்தான்.

காதலர்களால் சமூக அமைதி சீர்குலைவதில்லை. பஸ் நிறுத்தங்களில் ஈவ் – டீஸிங் எனப்படும் பெண் சீண்டலில் ஈடுபடுபவர்கள் பொறுக்கிகள்தான். காதலர்கள் அல்ல. அவர்கள் பஸ் நிறுத்தத்துக்குப் பத்தடி தள்ளி, தனியே தங்கள் தனி உலகின் உரையாடலில் ஆழ்ந்திருப்பார்கள்.

காதல் என்பது உன்னதமான மனநிலை. காமம் என்பது வெறும் உடல் தேவை. அதில் காதல் இல்லை. காதலில் காமம் உண்டு. ஆனால், காதல் என்பது காமத்தை, உடல் தாண்டி, மனம் சார்ந்ததாக மாற்றும் ரசவாதம். உடல்கள் தளர்ந்த பின்னும் உயிர்த்திருக்கக்கூடியது காதல். மனித மனதைப் பக்குவமாக்கும் உணர்ச்சி காதல்!

முதலில் நமது அரசியல்வாதிகள் காதலிக்கக் கற்றுக் கொள்ள வேண்டும். காதலையும் காமத்தையும் போட்டுக் குழப்பிக்கொள்ளாமல் இருக்கக் கற்றுக்கொள்ள வேண்டும். அப்படிக் குழப்பும் அரசியலும் சினிமாவும் ஊடகங்களும் தான் நம் இளைஞர்களையும் காதல் பற்றிக் குழப்பி வைத்திருக்கின்றன. இந்தக் குழப்பத்திலிருந்து வெளியே வந்து இளைஞர்களும் காதலிக்கக் கற்றுக்கொள்ள வேண்டும்.

இன்று நம் சமூகத்தின் இளைஞர்கள் இரு பிரிவாக இருக்கிறார்கள். 25 வயதுக்குள் 25 ஆயிரம் ரூபாய் சம்பளத்தை நோக்கி ஓடிக்கொண்டு இருக்கிறது ஒரு பிரிவு. இதற்குக் காதல் சாத்தியப்படவில்லை. காரணம், காதலுக்குத் தேவை நேரம். பல காதல்கள் நேரமின்மையால் மொட்டிலேயே கருகிவிடுகின்றன.

இன்னொரு பிரிவு, மாதம் 3,000 ரூபாய் சம்பளத்தை 30 வயதுக்குள்ளேனும் அடைவோமா என்று ஏங்கிக்கொண்டு இருக்கிற பிரிவு. இதற்கும் காதல் சாத்தியப்படவில்லை. காரணம், இன்று காதலுக்குத் தேவை நேரம் மட்டுமல்ல; ஓரளவேனும் பணமும்கூட!

இந்த விநோதச் சிக்கல்களால் இரு பிரிவு இளைஞர்களும் காதலை விடக் காமத்தை எளிதில் அடையக்கூடியவர்களாக இருக்கிறார்கள். சில மாதங்கள் நெருங்கிப் பழகி உடல் உறவுக்குப் பின் பிரிந்துவிடுவது காதலைவிட எளிதாக இருக்கிறது. இதனால் ஏற்படும் மன வலிகள் ஏராளம். வலி அதிகரிக்க அதிகரிக்க, காமம் வலி நிவாரணி போலத் தோன்றுகிறது. ஆனால், அது மேலும் வலியைத்தான் ஏற்படுத்துகிறது.

இந்த வலிகளையெல்லாம் நேரமின்மையும், வேலைப்பளுவும், பணமும், இதர வாழ்க்கைச் சுமைகளும் மறக்கடிக்கின்றன. இப்படிக் காமத்தைத் தீர்க்க முடியாதவர்கள் மேலும் மன வலிகளுடன் திரிந்துகொண்டு இருக்கிறார்கள். ஊடகங்கள் வழியே இவர்களுக்குக் கிட்டுவது காம ரசம்தானே ஒழிய, காதல் பாடம் அல்ல!

இதற்கு விதிவிலக்காக, மெய்யாகவே காதலிக்கும் காதலர்களுக்கு ஏராளமான எதிரிகள். சாதி வித்தியாசம், அந்தஸ்து வேறுபாடு, போதிய வருவாய்க்கான வேலை வாய்ப்பைத் தேடுதல் போன்ற எதிர்காலச் சிக்கல்களைத் தாற்காலிகமாக ஒதுக்கி வைத்துவிட்டு, காதல் தினத்தன்றேனும் கொஞ்ச நேரம் சந்தோஷமாக இருக்க விரும்பினால், பால் தாக்கரேயின் தமிழ் குளோன்கள் மிரட்டுகிறார்கள். காலந்தோறும் மிரட்டல்களைத் தாண்டி காதல் தழைத்ததன் அடையாளம் தான் காதலர் தினம். காதலர்களுக்கு உதவிய புனிதர் வேலன்டைன் பெயர்தான் சரித்திரத்தில் நிற்கிறது. அவர்களை மிரட்டியவர்கள் பெயர்கள் காணாமல் போய்விட்டன!

***ஆனந்த விகடன்*, 14.02.2007**

# நீதி முழுமையாகக் கிடைத்துவிட்டதா?

ஏழாண்டுகள் கழித்து ஒரு வழக்கில் நீதி கிடைத்து இருக்கிறது. ஆனால், இந்தப் பிரச்னையில் முழுமையாக நீதி கிடைத்துவிட்டதாகச் சொல்ல முடியுமா என்பது தான் என் கேள்வி.

தர்மபுரியில் பஸ் எரிப்பில் கல்லூரி மாணவிகள் கொடூரமாக இறந்த வழக்கில் பஸ்ஸை எரித்த மூன்று அதிமுகவினருக்கு சேலம் செஷன்ஸ் நீதிமன்றம் மரண தண்டனை விதித்திருக்கிறது. அடுத்தடுத்த அப்பீல்களில் இது உறுதிப்படலாம்; குறைக்கப்படலாம்.

இந்த வழக்கு தொடர்பாக எழும் அடிப்படைக் கேள்விகளை கவனிப்போம். மரண தண்டனைக்கு எதிராகக் குரல் எழுப்பும் மனித உரிமை ஆர்வலர்கள், அரசியல்வாதிகள் எல்லாம் தர்மபுரி மாணவிகள் எரிப்பு வழக்கில் மௌனமாக இருக்கிறார்கள். ஏன்?

ராஜீவ் கொலையாளிகள் முதல் அப்சல் குரு தொடர்ச்சியாக, மாணவிகளையும் பஸ்ஸையும் எரித்த அதிமுகவினர் வரை எவருக்கும் மரணதண்டனை தருவதை நான் ஆதரிக்கவில்லை. யார் குற்றவாளி யானாலும், எந்தக் குற்றமானாலும் மரணதண்டனை கூடாது என்பதே என் நிலை. ஆயுள் சிறை மட்டுமே உச்சமான தண்டனையாக இருக்கவேண்டும். ஆனால், விடுதலைப் புலிகளுக்கு மரணதண்டனை என்றால் உரக்கக் கூவும் நெடுமாறன் போன்றவர்களும், சதாமுக்கும் அப்சலுக்கும் தூக்கு என்றால் கவிதை எழுதி இரங்கல் தெரிவிக்கும் கருணாநிதி போன்றவர்களும் வேறு சிலருக்கு மரணதண்டனை என்றால், மௌனமாகி

விடுகிறார்கள். இது சந்தர்ப்பவாத அரசியலே தவிர, கொள்கை சார்ந்த அரசியல் அல்ல!

தர்மபுரி மாணவிகள் எரிப்பு வழக்கில் மரண தண்டனை விதிக்கப்பட்டவர்கள் ஜெயலலிதா கட்சியினர். ஜெயலலிதா வுக்காக பஸ்ஸை எரித்தவர்கள் என்பதற்காக ஜெயலலிதா எதிர்ப்பாளர்கள் மரண தண்டனைக்கு எதிரான தங்கள் (நியாயமான) கருத்தைச் சொல்லாமல் மௌனம் சாதிப்பது எந்த விதத்திலும் நியாயமானது அல்ல. இதே போன்ற பார பட்சமான மௌனத்தையும் திரிப்பையும், பாதி உண்மைகளைப் பேசுவதையும்தான் நமது ஊடகங்களும் பின்பற்றுகின்றன.

தர்மபுரி வழக்கில் மரண தண்டனை அறிவிக்கப்பட்ட அதே தினம் சென்னை மாநகராட்சி தேர்தல் வழக்கில் திமுகவின் வன்முறையைக் கண்டித்து, மூன்றாவது நீதிபதி மிஸ்ராவின் தீர்ப்பும் வந்தது. ஆனால், ஒரு நாளைக்கு 30 முறை பஸ் எரிப்புத் தீர்ப்பைச் சொல்லிக்கொண்டே இருந்த சன் செய்திகளில், மிஸ்ராவின் தீர்ப்பை அன்று சொல்லவே இல்லை. தர்மபுரி தீர்ப்பை ஜெயா டி.வி. தன் செய்திகளில் சொல்கிறதே என்று ஆச்சர்யப்பட்ட அடுத்த நொடியே ஆச்சர்யம் அர்த்தமற்றதாகி விட்டது! தண்டனை விதிக்கப் பட்டவர்கள் அதிமுகவினர் என்பதையும், ஜெயலலிதாவுக்கு எதிரான தீர்ப்பு வந்த ஆத்திரத்தில் வன்முறையில் ஈடுபட்டு மாணவிகள் வந்த பஸ்ஸை எரித்தவர்கள் என்பதையும் ஜெயா டி.வி. சொல்லவே இல்லை.

மாணவிகள் எரிப்பு வழக்குத் தீர்ப்பு பற்றி பிரதான அரசியல் கட்சிகள் எதற்கும் வாய் திறக்கும் யோக்யதையே கிடையாது. காரணம், இந்த பஸ் எரிப்பு என்பது தனிப்பட்ட அந்த மாணவிகளுக்கு எதிராகச் சில முரட்டு அரசியல்வாதிகள் மேற்கொண்ட நடவடிக்கை அல்ல. தமிழகத்தின் பிரதான அரசியல் கட்சிகள் போஷித்து வரும் அரசியல் கலாசாரத்தின் விளைவுதான் பஸ் எரிப்பு.

ஜெயலலிதாவுக்காகக் கட்டை விரலை வெட்டிக்கொண் டால், சன்மானம்; நாக்கை அறுத்துக்கொண்டால் அன்பளிப்பு. வேப்பிலை கட்டிக்கொண்டு மண் சோறு உண்டால் மந்திரிப் பதவி. கருணாநிதிக்காகவும் வைகோவுக்காகவும் ராமதாசுக் காகவும் தீக்குளித்தால் 'தொண்டரின்' குடும்பத்துக்கு நிதி உதவி. எந்தப் பொதுப் பதவியிலும் இல்லாத மு.க. அழகிரியை அவர் கட்சித் தலைமை, கட்சியிலிருந்து தாற்காலிமாகத் தள்ளிவைத்ததும், மதுரையில் பஸ்கள் எரிக்கப்பட்டன. அந்த பஸ்களில் 'அதிர்ஷ்டவசமாக' (வெறென்ன சொல்ல!) யாரும்

சிக்கி எரிந்து போகாததால், அழகிரியும் திமுகவும் தப்பித்துக் கொள்ள முடிந்தது.

இதன் சாராம்சம் என்ன? தமிழக அரசியலே தனி நபர் வழிபாட்டின் அடிப்படையில்தான் நடத்தப்படுகிறது. தங்களை வழிபடும் அளவுக்குக் கட்சித் தொண்டரின் உணர்ச்சியைத் தூண்டிவிட்டுக்கொண்டே இருப்பதுதான் தலைவர்களின் வேலையாக இருந்து வருகிறது. எப்படியெல்லாம் தூண்டுகிறார்கள்? கருணாநிதியை நள்ளிரவில் வீட்டிலிருந்து கைது செய்து இழுத்துக்கொண்டு போனால் பார்க்கிற தொண்டரின் உணர்ச்சியை உசுப்பிவிடும் விதமாகவே அதைத் திரும்பத் திரும்பக் காட்டுகிறார்கள்.

இதே போல, சிந்திக்காமல் ஆவேசப்படும் உணர்ச்சியை உசுப்பி விட்டதால்தான் எம்.ஜி.ஆர் இறந்த சமயத்தில் கருணாநிதியின் சிலை உடைக்கப்பட்டது. வெவ்வேறு சித்தாந்திகள் தங்கள் அணியினரை ஆவேசப்படுத்தி அம்பேத்கர் சிலை, பெரியார் சிலை, தேவர் சிலை, அம்மன் சிலை என்று உடைக்க வைக்கிறார்கள். 'கண்ணுக்குக் கண்' சித்தாந்தப்படி, சிலைக்கு சிலை, பஸ்ஸுக்கு பஸ், ஆளுக்கு ஆள் என்று ஒரு சமூகமே வன்முறை வெறியாட்டத்தை நோக்கித் தூண்டி விடப்படுகிறது.

'அம்மா'வுக்காகவோ 'அய்யா'வுக்காகவோ உணர்ச்சி வசப்பட்டு தன்னையோ பிறரையோ எரிக்கிற தொண்டர்களில் இரு வகை உண்டு. ஒன்று மூளைச் சலவை செய்யப்பட்டுத் தனி மனிதத் துதியில் மயங்கிக் கிடக்கிற அப்பாவித் தொண்டர்கள். இந்த இனம் தற்போது குறைந்து வருவது ஓர் ஆறுதல்.

சாலை மறியல் முதல் பஸ் எரிப்பு வரை, தீக்குளிப்பு முதல் மைதான சைஸ் ரங்கோலி ஓவியம் வரை ஏதாகிலும் செய்து தலைவர் கவனத்தை ஈர்த்து, பதவி வாங்க முயற்சிக்கும் 'காரியக்கார' தொண்டர்கள் இரண்டாவது வகை. எதற்குப் பதவி? மக்கள் சேவைக்குத்தான் என்று அறிவிக்கத் தலைமை கற்றுக் கொடுத்திருக்கிறதே! அப்படி அறிவித்துவிட்டு, கிடைத்த பதவியின் தன்மைக்கேற்ப, வட்ட அளவிலோ, மாவட்ட அளவிலோ, துறை அளவிலோ, மக்கள் பணத்தைச் சுருட்டிக் கொள்வதுதான் நோக்கம்.

பாட்டாளி மக்கள் கட்சியினர் மரம் வெட்டி மறியல் செய்ததும், வைகோவை திமுகவிலிருந்து நீக்கியதற்காகத் தொண்டர்கள் தீக்குளித்ததும், விஜயகாந்த் வீட்டில் வருமான வரிச் சோதனை நடத்தியதற்காக ரசிகர்கள் வாகனங்களை அடித்து நொறுக்கியதும் எல்லாமே இந்த தனி நபர் கலாசார நோயின் அறிகுறிகள்தான். இடப்பற்றாக்குறையினால் கட்சி

வாரியாக தேதி வாரியாக இங்கே பட்டியலிட முடியவில்லையே தவிர, நிகழ்ச்சிகளுக்குப் பஞ்சமில்லை!

இதற்கெல்லாம் முற்றுப்புள்ளி வைக்கவேண்டுமானால் அரசியலில் தனி நபர் வழிபாடு முற்றிலுமாக ஒழிக்கப்பட வேண்டும். அதற்கு என்னென்ன செய்ய வேண்டும்?

1. ஒவ்வொரு கட்சி உறுப்பினரும் தொண்டரும் ஆதரவாளரும் முதலில் தன் கட்சித் தலைவர்களை 'திரு. கருணாநிதி, செல்வி ஜெயலலிதா, திரு. ராமதாஸ்' என்று மட்டுமே மேடையிலும் தனிப் பேச்சிலும் சொல்லப் பழகவேண்டும். ஜார்ஜ் புஷ்ஷையும் டோனி ப்ளேரையும் அவர்களுடைய கட்சிக்காரர்கள், மிஸ்டர் புஷ், மிஸ்டர் ப்ளேர் என்றுதான் சொல்லுகிறார்கள். (இங்கேயோ பத்திரிகை நிருபர்கள்கூடத் தலைவர்களை அப்படிப் பெயர் சொல்லி அழைக்க முடியாது. உடனே ஜால்ராக்கள் முறைப்பார்கள். பெயர் என்ன, பத்திரிகை எது என்றெல்லாம் விசாரிப்பு நடக்கும்.)
2. பொதுக்கூட்டம் முதல் குடும்பத்தில் மஞ்சள் நீராட்டு விழா வரை கட்சித் தலைவர்களின் கட் – அவுட் வைப்பது தடை செய்யப்பட வேண்டும்.
3. எந்த அரசாங்க விளம்பரமானாலும் அதில் முதலமைச்சர், பிற அமைச்சர்கள் படங்கள் தடை செய்யப்பட வேண்டும். 'சென்னை சங்கமம்' என்ற பெயரில் கோடிக்கணக்கான பொதுப் பணத்தில் நட்சத்திர விடுதிகளிலும் பூங்காக்களிலும், சுற்றுலாத் துறையும் சில தனியார் அமைப்புகளும் சேர்ந்து நடத்தும் கலை விழாவுக்கான மெகா சைஸ் பத்திரிகை விளம்பரத்தில், முதலமைச்சர் 70 வருடம் முன்னால் அரை டிராயருடன் பம்பரம் விட்ட புகைப்படம் மட்டும்தான் பாக்கி!
4. அரசியலில் நீடிக்கும் தனி நபர் வழிபாட்டுக் கலாசாரம் தான் சினிமாவிலும் இருக்கிறது. அதனால்தான் அங்கிருந்து இங்கே சுலபமாக வர எல்லா நடிகர்களுக்கும் ஆசையும் வந்துவிடுகிறது. திரையங்குகளில் நடிகர்களின் கட் அவுட்கள், அதற்கு பாலாபிஷேகங்கள், கொடிகள், தோரணங்கள் எல்லாம் தடை செய்யப்பட வேண்டும்.

இவையெல்லாம் உடனடியாகச் செய்யப்படுவதுதான் அநியாயமாக எரிக்கப்பட்ட கோகிலவாணி, ஹேமலதா, காயத்ரி மூவருக்கும் நம் தமிழ்ச் சமூகம் செலுத்தும் மெய்யான அஞ்சலியாக இருக்க முடியும்.

***ஆனந்த விகடன், 28.02.2007***

# நந்திகிராமம் சிந்திய ரத்தம் – ஏன்? எதற்கு? எப்படி?

கொல்கத்தாவுக்கு 150 கிலோமீட்டர் தொலைவில் இருக்கும் நந்திகிராமத்தில் மார்ச் 14 அன்று பொது மக்கள் மீது போலீஸ் நடத்திய தாக்குதலில் சுமார் 50 பேர் இறந்ததாக மாநிலத்தின் ஆளும் இடதுசாரிக் கூட்டணி அரசின் பொதுப்பணித் துறை அமைச்சரே தெரிவித்திருக்கிறார். நூற்றுக்கணக்கானவர்கள் படுகாயம் அடைந்தார்கள். பல குழந்தைகளை இன்னமும் காண வில்லை.

வன்முறை திட்டமிடப்பட்டது என்பதில் சந்தேகம் இல்லை. தாக்குதல் சம்பவத்துக்கு சில தினங்கள் முன்பே மித்னாபூர் போலீஸ் மொத்தம் 40 ஆயிரம் ரவுண்ட் துப்பாக்கி ரவைகளும் 40 ஆம்புலன்ஸ் வண்டிகளும் தேவை என்று மாநில நிர்வாகத்துக்கு கோரிக்கை அனுப்பி யிருக்கிறது.

மக்கள் மீது நடந்த வன்முறைத் தாக்குதலில் போலீசார் வழக்கமாகக் கூட்டத்தைக் கலைக்க சுட வேண்டிய முறை எதையும் பின்பற்றவில்லை. அடிபட்ட பலருடைய நெற்றியிலும் தலையிலும் குண்டு காயங்கள் இருப்பதை முன்னாள் முதலமைச்சர் ஜோதி பாசுவே இடது முன்னணிக் கூட்டத்தில் சுட்டிக் காட்டியிருக்கிறார்.

முப்பது வருடமாக மறுபடியும் மறுபடியும் தேர்தலில் ஜெயித்து ஆட்சியைப் பிடித்துக்கொண்டே இருக்கும் மேற்கு வங்கத்தின் இடதுசாரி அரசுக்கு எதிராக சின்ன விஷயமாகவாவது ஏதேனும் கிடைக்காதா என்று ஏங்கிக்கொண்டிருக்கும் திரிணாமூல் காங்கிரசுக்கும்

பாரதீய ஜனதாவுக்கும் தீவிர இடதுசாரி அமைப்புகளுக்கும், சிங்குர், நந்திகிராமப் பகுதிகளில் புதிய பொருளாதாரக் கொள்கையை அமல்படுத்துவதில் இடது முன்னணி அரசின் முதலமைச்சர் புத்ததேவ் பட்டாச்சார்யா காட்டி வரும் தீவிரம் அருமையான வாய்ப்பாக அமைந்திருக்கிறது. நந்திகிராம அரசு வன்முறை அவர்களுக்கு ஒரு வரப்பிரசாதம் என்பதில் சந்தேகமில்லை.

நந்திகிராம வன்முறை சம்பவத்தை இடதுசாரி அரசாங்கத் துக்கு ஏற்பட்டிருக்கும் களங்கமாகவும் கொள்கைக் குழப்ப மாகவும் மட்டும் குறுக்கிவிடமுடியாது. இன்று மத்தியில் இருக்கும் காங்கிரஸ் அரசும் மாநிலங்களில் இருக்கும் பல்வேறு கட்சிகளின் அரசுகளும் பின்பற்றும் பொருளாதாரக் கொள்கை தொடர்பான ஆழமான பிரச்சனையில் நந்திகிராமம் இன்னொரு அத்தியாயம்.

விவசாய நிலத்தை தொழிற்சாலைகள் அமைப்பதற்காக என்ற சாக்கில் அரசாங்கம் எடுத்துக் கொண்டு தனியாரிடம் ஒப்படைப்பதுதான் இன்று இந்தியா முழுவதும் மத்திய மாநில அரசாங்கங்களின் விவசாய மற்றும் தொழிற் கொள்கை.

இந்தக் கொள்கையை மேற்கு வங்கத்தில் மட்டுமல்ல, வேறு மாநிலங்களிலும் மக்கள் எதிர்ப்பதும் நடந்து வருகிறது. மார்ச் 9 அன்று மகாராஷ்டிரத்தில் புனே அருகே மாண் கிராமத்தில் தங்கள் நிலம் கையகப்படுத்தப்படுவதை எதிர்த்த விவசாயிகள் மீது போலீஸ் துப்பாக்கிச் சூடு நடத்தியது. மூன்று மாதங்களுக்கு முன்பு ஒரிசாவில் கலிங்காநகர் என்ற பழங்குடியினர் பகுதியில் டாட்டா ஸ்டீல் மில்லுக்கு நிலம் ஒதுக்கி சுற்றுச்சுவர் கட்டுவதை எதிர்த்த பழங்குடியினருக்கும் போலீசுக்கும் நடந்த மோதலில் 13 பழங்குடியினரும் இரண்டு போலீசாரும் கொல்லப்பட்டார்கள். நாடு முழுவதும் பல இடங்களில் இதே பிரச்சினைக்காக சாலை மறியல்களும் போராட்டங்களும் நடந்து வருகின்றன. இந்த வன்முறைத் தொடர்கதையில் நந்திகிராமம் இன்னொரு அத்தியாயம்.

அடிப்படைப் பிரச்சினை விவசாயம் பற்றியும் தொழிற் சாலை பற்றியும் அரசாங்கத்தின் கொள்கை என்ன என்பதுதான்.

ஏற்றுமதியைப் பெருக்கவும் வெளிநாட்டு முதலீட்டை ஊக்குவிக்கவும் சிறப்பு பொருளாதார மண்டலங்களை நாடு முழுவதும் ஏற்படுத்தப் போவதாக மத்திய அரசு அறிவித்த கொள்கை, நேரடியாக விவசாயத்தையும் தொழில்மயத்தையும் ஒன்றோடொன்று மோதுவதாக மாற்றிவிட்டது.

செஸ் *Special Economic Zone* எனப்படும் இவற்றை உருவாக்கு வதில் இந்திய அரசுக்கு சீனாதான் முன்னோடி எனப்படுகிறது. ஆனால் இந்தியாவை விட பெரும் நிலப்பரப்பும் மக்கள் தொகையும் உடைய சீனாவில் மொத்தமாக ஆறே ஆறு செஸ்கள்தான் உள்ளன.

இந்தியாவிலோ இந்தக் கொள்கை அறிவிக்கப்பட்ட ஒன்றரை வருடத்துக்குள் 388 செஸ்களுக்கு விண்ணப்பங்கள் வந்தன. 105க்கு அனுமதி தரப்பட்டுவிட்டது. மகாராஷ்டிரத்தில் மட்டும் 63 விண்ணப்பங்கள். ஆந்திரத்தில் 51. தமிழ்நாட்டில் 42. ஏற்றுமதிக்கான துறைமுக வசதியே இல்லாத, கடலுக்கு வெகு தொலைவில் இருக்கும் ஹரியானாவில் 53 விண்ணப்பங்கள்.

செஸ் கொள்கையில் மத்திய அரசும் மாநில அரசுகளும் அறிவித்திருக்கும் பல அம்சங்கள் கவலை தருபவை. சிலவற்றை மட்டும் பார்க்கலாம்.

1. ஆயிரக்கணக்கான ஏக்கர் நிலத்தில் அமையும் செஸ்சில், வெறும் 25 சதவிகிதம் மட்டுமே தயாரிப்பு ஆலைகளுக் கான இடம். மீதி 75 சதவிகித நிலத்தையும் குடியிருப்புகள், சூப்பர் மார்க்கெட்டுகள் போன்றவை கட்டப் பயன் படுத்தலாம். (இந்த விதியைத் தங்கள் மாநிலத்தில் 50 சத விகிதம் என்று மாற்றியதை தன் முற்போக்கான அணுகுமுறை என்று மேற்கு வங்க இடது முன்னணி அரசு சொல்லுகிறது.)
2. செஸ் பகுதிக்கு நல்ல தண்ணீர், தூய மின்சாரம் இவற்றைத் தடையின்றி தரும் பொறுப்பு அரசுடையது. இப்படிப்பட்ட உறுதிமொழியை இதுவரை மக்களுக்கு எந்த அரசும் தந்ததில்லை.
3. செஸ் பகுதியில் இயங்கும் எந்த தொழிலுக்கும் எந்த வரியும் கிடையாது. விற்பனை வரி முதல், வாட், எக்ஸைஸ், கஸ்டம்ஸ் டியூட்டி, ஆக்ட்ராய், ஏற்றுமதி வரி, இறக்குமதி வரி எதுவும் கிடையாது. மின் கட்டணங்களுக்குக் கூட நமக்கு போடப்படும் எக்ஸ்ரா டியூட்டி, டேக்ஸ் எதுவும் கிடையாது.
4. எந்த இறக்குமதிக்கும் லைசன்ஸ் எதுவும் வாங்கத் தேவை யில்லை. செஸ் திட்டத்தில் முதலீடாகப் போடும் பணத் துக்கு, யார் எவ்வளவு போட்டாலும், வருமான வரிச் சலுகை உண்டு.
5. செஸ் பகுதியில் தொழில் நடத்துவோர் பத்தாண்டு களுக்கு வருமான வரியே செலுத்தத் தேவையில்லை.

6. யார் வேண்டுமானாலும் செஸ் தொடங்கலாம். நூறு சதவிகிதம் வெளிநாட்டு முதலீடாகவே இருக்கலாம். கம்பெனி நிர்வாகிகள் இந்தியாவில் குறைந்தபட்சம் இத்தனை மாதம் வசித்திருக்க வேண்டும் என்ற நிபந்தனையெல்லாம் கிடையாது.

7. செஸ் பகுதி ஆலைகளில் வேலை செய்யும் தொழிலாளர்களைப் பொறுத்தமட்டில் இன்டஸ்ட்ரியல் டிஸ்ப்யூட்ஸ் எனப்படும் தொழில் தகராறு சட்டம் செல்லுபடியாகும். ஆனால் செஸ் பகுதியில் இருக்கும் எல்லா தொழிலும், அத்யாவசிய பொதுநலப் பணி என்று சட்டத்தின் கீழ் கருதப்படும். (இதிலேயே பாதி உரிமைகள் காலியாகிவிடும்.)

8. சுற்றுச்சூழல் சட்டங்கள் செஸ் பகுதியில் முழுமையாக செல்லுபடியாகாது. ஒரு திட்டத்தைத் தொடங்கும் முன்பு அதனால் சுற்றுச்சூழல் பாதிப்பு இருக்கிறதா என்று பொதுமக்கள் கலந்துகொள்ளும் பொது விசாரணை நடத்த வேண்டும் என்ற சட்டப்பிரிவு செஸ்சுக்குப் பொருந்தாது. விசாரணை நடத்தவே தேவையில்லை.

சுருக்கமாகச் சொன்னால், செஸ் பற்றிய முதல் அரசு வாக்கியமே எல்லாவற்றையும் நுட்பமாக உணர்த்திவிடுகிறது. அது என்ன?

*Special Economic Zone (SEZ) is a specifically dilineated duty free enclave and shall be deemed to be foreign territory for the purposes of trade operations and duties and tariffs.*

(சிறப்பு பொருளாதார மண்டலம் என்பது தனியே வரையறுக்கப்பட்ட, வரிகளுக்கு அப்பாற்பட்ட வட்டம். வர்த்தக நடவடிக்கைகளுக்கும், தீர்வைகளுக்கும், கட்டணங்களுக்கும் இது அந்நிய தேசமாகவே கருதப்படும்.)

அதாவது இது இந்தியாவுக்குள் இருக்கும் இந்தியா அல்லாத, இந்தியச் சட்டங்களுக்கு அப்பாற்பட்ட அந்நிய மண்டலம்.

இதற்கு நிலம் ஒதுக்குவதில்தான் விவசாயத்துடன் மோதல் தொடங்குகிறது. ஏனென்றால் ஒவ்வொரு மாநிலத்திலும் இதற்கு தேவைப்படும் நிலத்தை செஸ்சை தொடங்கும் தனியார் நேரடியாக வாங்கத் தேவையில்லாமல் அரசு தன் அதிகாரத்தால் கையகப்படுத்தி தனியாரிடம் ஒப்படைக்கிறது.

இப்படி கையகப்படுத்தப்படும் நிலம் எது என்பதுதான் பிரச்சினை. தரிசு நிலமா? விவசாயத்துக்குப் பயன்படுத்த முடியாத நிலமா? பெரும்பாலும் இல்லை.

ஏனென்றால் ஒவ்வொரு செஸ்சும் ஏதோ ஒரு பெரு நகரத்துக்கோ, சிறு நகரத்துக்கோ துறைமுகத்துக்கோ சில நூறு மைல் தொலைவுக்குள் இருப்பதைத்தான் செஸ் அமைக்கும் தனியார் முதலாளிகள் விரும்புகிறார்கள். தண்ணீர் வசதி இருக்கும் நிலம் என்றாலே அது தரிசாகவோ விவசாயத்துக்கு லாயக்கில்லாததாகவோ இருக்க முடியாது.

எல்லாவற்றையும் விட முக்கியமாக 75 சதவிகித நிலத்தை குடியிருப்பு, மார்க்கெட் போன்றவற்றுக்கு பயன்படுத்தலாம் என்று சொல்லும்போது, செஸ் என்பதே சரக்கு உற்பத்தி தொழில்மயத்தை விட ரியல் எஸ்டேட் தொழில்மயத்துக்கான சிறப்புத் திட்டமாகவே நடைமுறையில் ஆக்கப்பட்டிருக்கிறது.

மும்பைக்கு அருகே ராய்காட் மாவட்டத்தில் 45 கிராமங்கள் முழுமையாக ரிலையன்ஸ் கம்பெனியின் செஸ் மண்டலத்துக்காக அரசால் ஒதுக்கப்பட்டது. மொத்தம் 35 ஆயிரம் ஏக்கர் நிலம். (மும்பையின் அளவில் மூன்றில் ஒரு பகுதி.) இது தவிர சுற்றிலும் ரிலையன்ஸ் நிலம் வாங்குகிறது. இங்கே ஒரு ஏக்கர் நிலத்துக்கு அரசு வைத்திருக்கும் மதிப்பீட்டு விலை இரண்டு லட்சம் ரூபாய். ரிலையன்ஸ் தனியே மூன்று லட்சம் ரூபாய் கொடுத்து வாங்குகிறது. ஆனால் அசல் மதிப்பு ஏக்கருக்கு 30 லட்சம் வரை செல்லும். சென்னைக்கு அருகே முப்பது மைலிலேயே ஏக்கர் விலை இன்று 30 லட்சத்துக்கு மேல்.)

ஒரிசா, கர்நாடகம், ஆந்திரா, ஹரியானா என்று எந்த மாநிலமானாலும் செஸ் அமைக்கத் தேவைப்படும் நிலம் என்பது குறைந்தபட்சம் 5 ஆயிரம் ஏக்கர். அதிகபட்சம் 25 ஆயிரம் ஏக்கர்.

இந்த நிலங்கள் எவையும் தரிசு நிலம் அல்ல. குடியரசுத் தலைவரும் சோனியா காந்தியும் சரத்பவாரும் விளைநிலங்களைப் பயன்படுத்த வேண்டாம் என்று சொல்லிக்கொண்டிருந்தாலும், செஸ் தொடர்பான கொள்கைப் பிரகடனங்களிலோ, சட்டத்திலோ அதற்குத் தடை இல்லை.

மூன்று போகம், இரண்டு போகம் விளையும் நிலங்களை எடுக்க மாட்டோம், ஒரேஒரு போகம் விளையும் நிலத்தைத் தான் அதிகபட்சம் எடுப்போம் என்று பல்வேறு மாநில அரசுகள் சொல்லிக்கொண்டிருந்தாலும், அத்தகைய நிலங்கள், தொழிலதிபர்கள் விரும்பும் இடங்களில், குறைவாகவே உள்ளன.

போலீஸ் தாக்குதலும் வன்முறைச் சாவுகளும் நடந்த மேற்கு வங்கத்தை எடுத்துக்கொண்டால் அங்கே இருக்கும்

மொத்த விவசாய நிலம் இந்தியாவின் மொத்த விவசாய நிலத்தில் மூன்று சதவிகிதம். ஆனால் மக்கள் தொகையின் பங்கு எட்டு சதவிகிதம். இனி புதிதாக விளைநிலமாக மாற்ற நிலமே இல்லை. அரிசி உற்பத்தியில் மேற்கு வங்கம் இந்தியா விலேயே முதல் இடத்தில் இருக்கிறது. எண்ணெய் வித்துக்கள் உற்பத்தி பத்தாண்டுகளில் இரு மடங்காகியிருக்கிறது. தேசத்தின் உருளைக்கிழங்கில் 28 சதவிகித பங்கு மேற்கு வங்கத்துடையது தான். சணல் உற்பத்தியில் 60 சதவிகிதம்.

இப்போது செஸ்சுக்கும் குட்டி கார் தொழிற்சாலை போன்ற வற்றுக்கும் நிலம் தரவேண்டுமானால், மேற்கண்ட விவசாய சாதனைகள் செய்த நிலங்களிலிருந்துதான் தரவேண்டும். ஒரு ஏக்கருக்கும் குறைவாக வைத்திருக்கும் விவசாயிகளிடம் தான் 68 சதவிகித விளை நிலங்கள் இருக்கின்றன.

தமிழ்நாடு போன்ற முன்னேறிய மாநிலங்கள் எல்லாமே இந்தப் பிரச்சினையை சந்திக்க வேண்டி வரும். எப்படி சந்திக்கப் போகின்றன என்பதுதான் கேள்வி. அந்தக் கேள்விக்கு விடை காண வேண்டுமானால், வேறு சில கேள்விகளுக்கு அரசாங் கங்கள் முதலில் பதில் சொல்லியாக வேண்டும்.

1. வளர்ச்சி என்பது என்ன? எல்லாருக்கும் உணவு, உடை, உறைவிடம், கல்வி என்பதா? சிலருக்கான மெகா மால்களா?

2. செஸ் திட்டத்தில் தரப்படும் வானளாவிய சலுகைகளில் ஒரு சிறு பகுதி கூட இதுவரை விவசாயத்துக்கு தரப் பட்டதில்லையே, ஏன்? உரம், பூச்சி மருந்து, விதை எதற்கும் வரி, டியூட்டி சலுகைகள் இருந்ததில்லையே?

3. விவசாயம் நஷ்டத்திலேயே இருப்பதால் உடனடி சிக்கலில் நிலத்தை அரசுக்கோ தொழிலதிபருக்கோ விற்றுவிட்டு மாற்று வேலைக்கான வாய்ப்பு, ஆற்றல் எதுவும் இல்லாததால் சில மாதங்களிலேயே தற்கொலை நோக்கித் தள்ளப்படும் நிலைக்கு எல்லா சிறு விவசாயக் குடும்பங்களையும் தள்ள அரசு விரும்புகிறதா?

4. பெரும்பாலான செஸ்கள் கம்ப்யூட்டர் தொழில்நுட்பம் சார்ந்தவை. அதன் மூலம் பணம் ஈட்டலாம். ஆனால் உணவு எங்கிருந்து வரும்? உணவில் சுயசார்பு வேண்டா மென்றால், தொழிலில் மட்டும் சுயசார்பு எதற்கு?

5. செஸ்சில் 100 சதவிகித வெளிநாட்டு முதலீடு சரியென்றால், நாளைக்கே இதே கொள்கைப்படி விவசாயத்திலும் 100 சதவிகித வெளி நாட்டு முதலீடு அனுமதிக்கப்படுமா?

இதுபோல இன்னும் பல கேள்விகள் உள்ளன. எந்தக் கேள்வியும் உடனடியாக இதுதான் பதில் என்று சொல்லிவிடக் கூடியவை அல்லதான். ஆனால் சீக்கிரமாக பதில்களைத் தேடாவிட்டால், நாடு முழுவதும் மக்களுக்கும் அரசுக்குமிடையிலான யுத்தங்கள் அதிகரிப்பதுதான் நிகழும்.

நந்திகிராமம் இடதுசாரிகளின் பிரச்சினை மட்டும் அல்ல. வலது, தீவிர வலது, தீவிர இடது, நடு, நட்ட நடு என்று எல்லாருடைய பிரச்சினையுமாகும் என்பதை நாம் உணர வேண்டும். அதுதான் நந்திகிராமத்தில் சிந்திய ரத்தம் உணர்த்தும் பாடம்.

***பசுமை விகடன்*, 20.03.2007**

# விளையாட்டில் அரசியல்... அரசியலில் விளையாட்டு!

சந்தோஷமாக இருப்பதற்கு மனிதர்கள் கண்டு பிடித்த பல விஷயங்கள் காலப்போக்கில் சீரழிந்து, மனித சந்தோஷத்துக்கே எதிரிகளாகிவிடுகின்றன. அந்தப் பட்டியலில் இந்த நொடியில், முதலிடம் பெறுவது கிரிக்கெட்!

பெரும் பணப் புழக்கம், சூதாட்டம், தில்லுமுல்லு, வன்முறை, போலி தேசபக்தி ஆகியவற்றின் கலவையாக இருக்கிறது இன்றைய கிரிக்கெட். இந்தியா போன்ற பழைய அடிமை நாடுகளில் கிரிக்கெட்டுக்கு உள்ள அந்தஸ்து, அதை அரசியலை விடப் பிரமாண்டமான தாக சமயங்களில் ஆக்கிவிடுகிறது. நமது முன்னாள் எஜமானர்கள் கண்டுபிடித்த ஆட்டத்தை அவர்களை விடச் சிறப்பாக நாம் ஆடிவிட்டால், அவர்களைப் பழி வாங்கிய ஒரு விசித்திர சந்தோஷம் சமூகத்துக்கே கிடைக்கக்கூடும் என்று உளவியல் நிபுணர்கள் கருது கிறார்கள்.

கோக், பெப்சி போன்ற மல்ட்டி நேஷனல் கம்பெனி கள் நுழைந்து மாப்பிள்ளை விநாயகர் சோடா, காளி மார்க் கலர் ஆகியவற்றைக் காலி செய்ததற்கு முன்னோடி கிரிக்கெட்தான்! கிரிக்கெட் நுழைந்த பிறகுதான் கிளித் தட்டு முதல் கபடி வரை உள்ளூர் விளையாட்டுகள் எல்லாம் சவலைக் குழந்தைகளாக மாறின.

கிரிக்கெட்டின் மாயக் கவர்ச்சிக்கு இன்று மயங்காத பிரிவே இல்லை. கோட்டையில் ஆட்சி செய்யும் கலைஞர் கருணாநிதி முதல் கொட்டாம்பட்டிப் புழுதியில்

ஆடு மேய்க்கும் சிறுவன் வரை கிரிக்கெட்டை ரசிக்கிறார்கள். டி.வி. ஒளிபரப்பு கிரிக்கெட்டை ஒவ்வொரு மூலை முடுக்குக்கும் சென்று பரப்பி விட்டது.

சிவசேனா, பாரதிய ஜனதா போன்ற மதவாத அரசியல் அமைப்புகள் கிரிக்கெட்டை இந்தியா – பாகிஸ்தான் யுத்தத்தில் பிரயோகிக்கப்படும் இன்னொரு ஆயுதமாக மாற்றி விட்டன. பாகிஸ்தான் அணி நன்றாக ஆடுவதை ரசித்தால் கூட, ‘நீ தேசத்துரோகி’ என்று அவை கிரிக்கெட்டுக்குப் புதிய அ(ன)ர்த்தங்கள் கற்பித்திருக்கின்றன.

கிரிக்கெட் ஆட்டத்தைத் தொழில் முறையில் ஆடுபவர்களைத் தமிழில் ‘வீரர்கள்’ என்று குறிப்பிடுகிறார்கள். எது வீரம் என்பதே ஒரு சமூகத்துக்குத் தெரியாமல் மழுங்கிப் போய்விட்டதன் அடையாளம்தான், விளையாடுபவர்களை வீரர்கள் என்று வர்ணிப்பதாகும். உண்மையில் இன்றைய சமூகத்தில், நேர்மையாக வாழ்க்கை நடத்த முயற்சிப்பவர்களை மட்டுமே வீரர்கள் என்று குறிக்கத் தகும். கோச்சிங் செய்தால் கூட உயிருக்கு ஆபத்து என்ற நிலையில், இந்த ஆட்டத்தை ஆடுவதே வீரம் என்று கருதப்படுகிறதோ என்னவோ?!

டி.வி. ஒளிபரப்பு உரிமை முதல் பல தகராறுகளை இன்று நீதிமன்றம்தான் தீர்த்துவைக்க வேண்டியிருக்கிறது. கிரிக்கெட்டை நம்பி, அதில் கிடைக்கும் பெரும் பணத்துக்காக ஈடுபடும் விளம்பர கம்பெனிகள், டி.வி. நிலையங்கள், கிரிக்கெட் ‘வீரர்’கள், கிரிக்கெட் போர்டுகள் போன்றோர் தங்கள் சுயநலம் கருதி, தில்லுமுல்லுகளிலும் சூழ்ச்சிகளிலும் ஈடுபடுவதைக் கூடப் புரிந்துகொள்ள முடிகிறது. ஆனால், கிரிக்கெட்டிலிருந்து ஒரு பைசா வருமானம்கூடப் பெற முடியாத கிரிக்கெட் ரசிகன் ஏன் வன்முறையில் இறங்குகிறான்?

கிரிக்கெட் மைதானங்களிலும் வெளியிலும் ரசிகர்களின் வன்முறைச் சம்பவங்கள் அடிக்கடி நிகழ்கின்றன. இதில் லேட்டஸ்ட் பீகார் ராஞ்சி நகரில், தோனி கட்டி வரும் வீட்டை இடித்து ரகளை செய்ததாகும். தோனியின் கொடும்பாவியைக் கொளுத்திய சுமார் 200 ரசிகர்களுக்கு, அந்த வன்முறையால் என்ன லாபம்? எது அவர்களை வன்முறைக்குத் தூண்டியது?

ஏமாற்றம்தான் காரணம். ரன் எடுத்துக் குவித்து வெற்றியை நோக்கி இந்திய அணியை இட்டுச் செல்வார் என்று எதிர்பார்த்த ரசிகனுக்கு, தோனி ஒரு ரன்கூட எடுக்காமல் அவுட் ஆகி வாத்து நடை நடந்ததும் ஏற்பட்ட ஏமாற்றம்தான் வன்முறையாக வெளிப்படுகிறது.

கிரிக்கெட், கால்பந்து, பம்பரம் எல்லாமே விளையாட்டுகள் தான். நன்றாக ஆடுபவர்கள் ஜெயிப்பார்கள்; தோற்றவர்கள் அடுத்த முறை நன்றாக ஆட முயற்சிப்பார்கள் என்று எளிமை யாக இதைப் புரிந்துகொள்ள முடியாமல், ஏன் சிக்கல்படுத்தி வைத்திருக்கிறோம்?

சிக்கலுக்கு இரண்டு காரணங்கள்! முதல் காரணம், வரலாறு ரீதியாகவே விளையாட்டை யுத்தத்துக்கான மாற்றாக, போர் உணர்ச்சிக்கான சாத்விக வடிகாலாகக் கருதும் அணுகுமுறை மனித குலத்தில் இருந்து வருவதாகும். ஆனால் நடைமுறையில், இது யுத்த வெறிக்கு மாற்றாகவும் வடிகாலாகவும் இல்லாமல், யுத்தத்துக்கான ஒத்திகையாகவும், இதுவே இன்னொரு யுத்த வடிவமாகவும் போலி தேசபக்தர் களாலும் வியாபாரிகளாலும் ஆக்கப்பட்டு இருக்கிறது.

கிரிக்கெட் ஆய்வாளரும், வரலாற்று ஆசிரியருமான ராமச்சந்திரகுஹா சொல்வதை இரண்டாவது காரணமாக ஏற்கலாம். இந்திய ரசிகனின் சராசரி வாழ்க்கை நிலைதான், அவனுக்குக் கிரிக்கெட்டில் எதிர்பார்ப்பையும் ஏமாற்றத்தையும் வன்முறையையும் ஏற்படுத்துகிறது என்கிறார் அவர்.

அன்றாட வாழ்க்கையில் உணவு முதல் கல்வி வரையிலான அடிப்படைத் தேவைகள் எல்லாருக்கும் கிடைக்காத தேசங் களில் இந்தியாவும் ஒன்று. உலக வளர்ச்சி அறிக்கையில் இந்தியாவின் இடம் 124. நமீபியாவுக்கும் கீழே! இந்த ஏமாற்றத்தை சராசரி மனிதன் உணர்ந்து, அதற்கு யார் பொறுப்பு என்று யோசிக்கவிடாமல் அவனைத் திசை திருப்புவதையே எல்லா அரசுகளும் அதிகார அமைப்புகளும் கவனமாகச் செய்கின்றன. திசை திருப்புவதற்கான பல உத்திகளில் கிரிக்கெட் சார்ந்த போலி தேசபக்தியும் ஒன்று!

இதன் விளைவாக, கிரிக்கெட்டில் தன் தேசத்து அணியின் வெற்றியையே, தன் தனிப்பட்ட சுயமரியாதையின் வெற்றியாக ரசிகன் குழப்பிக்கொள்கிறான். அதைத் திருப்திசெய்ய வேண்டிய பொறுப்பு கிரிக்கெட் 'வீர'னுடையது. திருப்தி செய்யும்போது அதற்குப் பரிசாக அரசு 50லட்ச ருபாய் மதிப்புள்ள வீட்டு மனையை தோனிக்குத் தரும்போது, சராசரி ரசிகன் எதிர்ப்ப தில்லை. ஏமாறும்போது அதே மனைக்குப் போய் கல் அடிக்கிறான்.

கிரிக்கெட் ரசிகனின் வன்முறை பற்றிக் கடும் விமர்சனங் களை அரசியல் தலைவர்கள் உட்பட யாரும் செய்வதில்லை. ஒப்புக்குச் சொல்வதோடு சரி! ஆனால், நந்திகிராமத்தில்

தன் வாழ்க்கையின் ஆதாரமான விவசாய நிலத்தை அரசு பிடுங்கித் தொழிலதிபருக்குத் தாரை வார்ப்பதை எதிர்த்து நியாயமான கோபத்தோடு விவசாயிகள் வன்முறையில் இறங்கி னால், அதைக் கடுமையாக ஒடுக்க போலீஸையும் ராணுவத்தை யும் அரசு அனுப்புகிறது. தேசத்துக்கு வளர்ச்சி வேண்டு மானால், சிலர் தங்கள் நிலங்களைத் தியாகம் செய்துதான் ஆக வேண்டும் என்று மீடியாவில் 'அறிஞர்'கள் விவாதம் நடத்துகிறார்கள்.

சாதாரண விளையாட்டை அரசியலாகவும், தீவிரமான அரசியலை மற்றவர் வாழ்க்கையில் நடத்தும் விளையாட்டாக வும் ஆக்குகிறபோது, எது வன்முறை என்பது பற்றிய தெளிவுகள் கூடக் குழம்பித்தான் போகும்.

யாரோ விளையாடுவதை நாலு சுவருக்குள் படப்பெட்டி யில் 'பார்த்து', இடையிடையே, விளம்பரங்கள் சொல்வதை யெல்லாம் வாங்கிக் கொறித்தபடி இருக்கிறது இளைய தலைமுறை. 10 வயதில் சர்க்கரை நோயும் 30 வயதில் இதய நோயும் வந்தே தீரும் என்கிற நிலையை தமக்குத் தாமே ஏற்படுத்திக்கொண்டு இருக்கிறது.

தானும் வெளியே போய் ஆடுவதுதான் விளையாட்டு என்பதையே நாம் அவர்களுக்கு இன்னும் சொல்லித் தர வில்லை. டி.வி.யை அணைத்து விட்டு அவர்கள் வெளியே சென்றால், ஏதோ ஒரு கிரிக்கெட் 'வீர'ரின் கொடும்பாவியைக் கொளுத்தத் தான் செல்வார்கள் என்ற நிலையை எப்போது மாற்றப் போகிறோம்?

**ஆனந்த விகடன், 04.04.2007**

# யாரை எதிர்க்க இந்த பந்த்?

'முழு அடைப்பு முழு வெற்றி!', 'தமிழகம் ஒரே குரலில் எதிர்ப்பைக் காட்டியது!', 'வரலாறு காணாத வெற்றி!' என்றெல்லாம் அரசியல் தலைவர்கள் அறிக்கை விட்டுக்கொண்டு இருக்கிறார்கள்.

வரலாறு என்பது உண்மைகள் மட்டுமல்ல; பல பொய்களும் அசட்டுத்தனங்களும் நிரம்பியது என்பதற்கு இவையெல்லாம் இன்னொரு சாட்சியம். தாமிரபரணி, யாழ்ப்பாணம், நந்திகிராமம் போன்றவை எப்படி அரசு பயங்கரவாதங்களோ, அது போல அரசு அராஜகங்கள் பட்டியலில் சேர்க்கப்பட வேண்டியது இந்த பந்த்!

இது மக்கள் மீது நிர்ப்பந்திக்கப்பட்ட ஒரு விடுமுறை தினம்... அவ்வளவுதான்! அன்றைய தினம் தமிழக மக்கள் எல்லாரும் தத்தம் வீடுகளில் உட்கார்ந்து குடும்பம் குடும்பமாக இட ஒதுக்கீடு பிரச்னையின் நுட்பமான சிக்கல்கள் பற்றித் தீவிரமாக விவாதித்து, இதற்கான தீர்வுகள் பற்றி ஆலோசனைகள் நடத்தினார்களா என்றால், அதற்கான சூழலே இங்கு கிடையாது. அழுக்குத் துணிகளைத் துவைக்கவும், வீட்டை ஒட்டடை அடிக்கவும், பெரும்பாலான நேரம் டி.வி. ஒளிபரப்பிய மசாலா சினிமா குப்பைகளைக் கண்டு களிக்கவும் மட்டுமே இந்த பந்த் பயன்படுத்தப்பட்டது. மறுபக்கம், இன்னொரு பெருங்கூட்டம் ரயிலடியிலும், பஸ் நிலையத்திலும் அகால நேரத்தில் தத்தளித்தது. மார்ச் 31 வருடக் கணக்கு முடிக்கும் நாள் என்பதால், பொருளாதாரத் துறையினர் பெரும் பாதிப்புக்கு ஆளாயினர்.

இட ஒதுக்கீடு பிரச்னை மட்டுமல்ல, இலங்கைத் தமிழர் பிரச்னையிலும் சரி... ஆட்சியில் இருந்தால்

பந்த்களை அறிவித்து தங்கள் கருத்துத் தீவிரத்தைக் காட்டிக் கொள்வது நமது தமிழக ஆட்சியாளர்களின் வாடிக்கையாகி விட்டது. ஆனால், பெருவாரியான மக்களுக்கு பந்த் என்பது விடுமுறை மட்டுமே!

எந்தப் பிரச்னைக்காக பந்த் அறிவிக்கப்படுகிறதோ, அது தொடர்பாகப் பெருவாரியான மக்களின் பங்கேற்பை உருவாக்கும் முயற்சியைச் செய்வதுதான் நியாயமானது. ஆனால், நமது அரசியல்வாதிகளால் அது முடியாது.

பந்த் என்ற எதிர்ப்பு வடிவமே, ஆட்சியில் இருக்கும் அதிகார சக்தியால் செய்யப்படும்போது அர்த்தமற்றதாகி விடுகிறது. ஏனென்றால், பந்த் என்பது காந்தி உருவாக்கிய 'சிவில் டிஸ்ஒபீடியன்ஸ்' எனப்படும் ஒத்துழையாமைக் கோட்பாட்டில் உருவானது. யாரை எதிர்க்கிறோமோ அவருடன் ஒத்துழைக்க மறுப்பதுதான் இந்தக் கோட்பாடு. அந்த அதிகார சக்தி விதிக்கும் வரிகள் முதல், அதன் உத்தரவுகள் எதற்கும் உடன்பட மறுப்பதன் ஓர் அம்சம்தான் முழு அடைப்பும்!

இப்போது பந்த் அறிவிக்கும் கருணாநிதியும் ராமதாஸும் யாரை எதிர்த்து ஒத்துழையாமைப் போராட்டம் செய்கிறார்கள்?

இப்போதைய பிரச்சனை உச்ச நீதிமன்றத்தின் இடைக்காலத் தடை உத்தரவு தொடர்பானது. அப்படியானல் எதிர்க்கப்பட வேண்டிய சக்தி உச்ச நீதிமன்றம்தானே? அத்துடன் ஒத்துழைக்க மாட்டோம் என்றுதானே போராட முடியும்? இடஒதுக்கீடு தொடர்பாக நிறைவேற்றும் எந்தச் சட்டத்தையும் விசாரிக்கும் அதிகாரமே நீதிமன்றங்களுக்கு இருக்கக்கூடாது என்று கருதினால், அப்படி ஒரு சூப்பர் சட்டத்தை உருவாக்க வேண்டியது யார்? கருணாநிதியும் ராமதாஸும் அவர்களுடைய கூட்டணிக் கட்சிகளும் செல்வாக்குடன் திகழும் தற்போதைய நாடாளுமன்றமும் அரசாங்கமும்தானே? இப்போது ஆட்சியில் இருப்பதே அவர்கள்தானே? அப்படியானால், தங்களைத் தாங்களே எதிர்க்கிறார்களா?

உச்ச நீதிமன்றத்தின் தீர்ப்பை காவிரி, முல்லைப் பெரியாறு பிரச்னைகளில் கர்நாடக, கேரள அரசுகள் மதிப்பதில்லை என்று விமர்சிக்கும் தமிழக அரசு மட்டும் எப்படி இப்போது அதே மன்றத்தின் இன்னொரு தீர்ப்பை மதிக்காமல் பேச முடியும்?

உச்ச நீதிமன்றம் செய்திருப்பது என்ன? ஒரேயடியாக இடஒதுக்கீட்டைத் தூக்கி எறிந்துவிட்டதா? இல்லை. ஐ.ஐ.டி,

ஐ.ஐ.எம். போன்ற மத்திய உயர் கல்வி நிறுவனங்களில் பிற்படுத்தப்பட்ட வகுப்பினருக்கு 27 சதவிகித இடஒதுக்கீடு செய்யப்பட்டதற்கு மட்டும் இடைக்காலத் தடை விதித்திருக் கிறது. அதுவும் என்ன அடிப்படையில்?

பிற்படுத்தப்பட்டவர்களுக்கு ஒதுக்கீடு 27 சதவிகிதம் என்று கணக்கிடுவதற்கு அடிப்படை என்ன? மக்கள் தொகையில் அவர்களுடைய அளவு என்ன? அரசு சொல்வதுபோல 60 சதவிகிதத்துக்கும் மேல் என்றால், அதற்கான கணக்கு என்ன?

இந்தக் கேள்விகளுக்கு மத்திய அரசும் மாநில அரசுகளும் இதுவரை உச்ச நீதிமன்றத்துக்குச் சரியாகப் பதில் சொல்ல வில்லை என்பதுதான் சிக்கலுக்கு அடிப்படைக் காரணம். விவரம் கேட்டும் பல மாநில அரசுகள் பதிலே தரவில்லை என்று மத்திய அரசே நீதிமன்றத்தில் சொல்லியிருக்கிறது.

மிக மிக அடிப்படையான காரணம், இந்திய மக்கள் தொகையில் எந்தெந்தச் சாதியில் எத்தனை பேர் இருக்கிறார் கள் என்ற கணக்கே சுதந்தர இந்தியாவில் எடுக்கப்படவில்லை என்பது தான்! மண்டல் கமிஷன் உட்படப் பலரும் கேட்டும் மூன்று முறை மத்திய அரசின் உள்துறை அமைச்சகம் சாதிவாரிக் கணக்கெடுப்பு செய்ய மறுத்திருக்கிறது. வல்லபாய் பட்டேல் உள்துறை அமைச்சராக இருந்தபோதே சென்சஸ் கணக்கெடுப்பில் சாதிவாரிக் கணக்கு எடுக்க மறுத்துவிட்டார். அதுவே மத்திய அரசின் கொள்கையாக இதுவரை இருந்து வருகிறது.

அப்படியானால் இடஒதுக்கீட்டுக்கு மத்திய அரசு எடுத்துக் கொள்ளும் அடிப்படைக் கணக்கு எது? 1931ஆம் வருட சென்சஸ் கணக்குதான்.

ஆங்கிலேயே ஆட்சிக் காலத்தில்தான் இந்தியாவில் மக்கள் தொகைக் கணக்கெடுப்பு என்பதே விரிவாகச் செய்யப்பட்டது. அதற்குமுன்பு ஆயிரக்கணக்கான ஆண்டுகளாக இருந்து வந்த குப்த சாம்ராஜ்யம் முதல் மொகலாய சாம்ராஜ்யங்கள் வரை எந்த ஆட்சிக் காலத்திலும் விரிவான சென்சஸ் செய்யப்பட்டதே இல்லை.

இங்கிலாந்தில் 1801இல் தான் முதல் சென்சஸ் எடுக்கப் பட்டது. அதன் பிறகு பத்தாண்டுகளுக்கு ஒரு முறை எடுக்கப் படுகிறது. இந்தியாவில் முதல் சென்சஸ் எடுத்த தேதி 17.2.1881. எதற்காக ஆங்கிலேயர்கள் இந்தியாவில் சென்சஸ் எடுத்தார்கள் என்று ஆராய்ந்தால், சென்சஸ் என்பதே ஓர் அரசியல்தான் என்பது புரியும். ஆட்சி செலுத்தும் நாட்டின் வளங்கள்

என்னென்ன என்று தெரிந்துகொண்டு கொள்ளையடிக்க சர்வே; அடிமை மக்களின் வாழ்க்கை முறையைத் தெரிந்துகொண்டு, அவர்களைப் பிரித்தாளும் சூழ்ச்சி மூலம் தொடர்ந்து அடிமைகளாகவே வைத்திருக்கலாம் என்று திட்டம் வகுக்க சென்சஸ்!

இந்தியாவின் சாதி அமைப்பு முறையைப் புரிந்துகொள்வதில் ஆங்கிலேயர்களுக்குப் பெரும் குழப்பம் இருந்தது. அவர்கள் சாதியை இனத்துடன் (race) அடிக்கடி குழப்பிக்கொண்டார்கள். இங்கிலாந்தில் பின்பற்றிய இரு கோட்பாடுகளை அவர்கள் இங்கேயும் பின்பற்றினார்கள். ஒன்று, இனத் தூய்மை போன்றதே சாதித் தூய்மையும், இரண்டாவது, உடற்கூறுதான் இனத்துக்கும் சாதிக்கும் அடிப்படை.

உடற்கூறு ரீதியில் தங்கள் வெள்ளை இனம்தான் உயர்வானது என்று கருதிய அவர்கள், இந்தியா போன்ற நாடுகளில் இருந்த எல்லா சாதி / இன மக்களும் தங்களைவிடத் தாழ்ந்தவர்கள் என்று காட்ட, இவர்களின் உடற்கூறையே ஆதாரமாகக் கொண்டார்கள். வெள்ளையர்களின் நிறவெறிக் கொள்கைதான் அவர்களுடைய *phrenology, anthropology* ஆகிய இரு சமூக விஞ்ஞானங்களையுமே வழிநடத்தியது. மண்டைஓட்டை வைத்துக்கொண்டு உயர்ந்த இனம், தாழ்ந்த இனம் என்று *phrenology* தீர்மானித்தது. மூக்கு, தலை அளவுகள். உயரம் மூன்றையும் கொண்டு இந்தியாவில் 51 இனக் குழுக்கள் இனத் தூய்மையைக் காப்பாற்றி வந்திருப்பதாக 1937இல் ஹாட்சன் என்ற ஆங்கிலேயர் கணக்கிட்டு இருக்கிறார்.

ஆங்கிலேயர்கள் பின்பற்றிய இந்தக் குழப்பமும் சூழ்ச்சியும் மிகுந்த முறையின் உச்சகட்ட அராஜகம், 1881இல் மனுதர்மத்தையும் மிஞ்சிச் சென்றது. இந்த வருடம்தான் முதல் விரிவான முழுமையான இந்திய அளவிலான சென்சஸ் நடத்தப்பட்டது. அதையொட்டி குற்றப்பரம்பரைச் சட்டம் என்ற பெயரில் ஒரு சாதி முழுமையுமே பரம்பரையாகக் கிரிமினல்கள் என்ற கொடும் சட்டத்தை ஆங்கிலேயர்கள் போட்டார்கள். 'நினைவு தெரிந்த காலம் முதல் இந்தச் சாதியின் மூதாதையர்களே கிரிமினல்கள்! அவர்களின் வழித்தோன்றல்களும் கிரிமினல்களாகத்தான் இருக்கமுடியும். ஆகவே, முழுச் சாதியையே அழித்தொழிக்க வேண்டும் அல்லது இந்தச் சட்டத்தின் கீழ் கண்காணிப்புக்குக் கொண்டு வரவேண்டும்' என்று சட்டத்தின் அறிமுக உரையில் சொல்லப்பட்டது.

ஆங்கிலேயர்கள் சென்சஸ் கணக்கெடுப்பையே உள்நோக்கத்துடன் செய்கிறார்கள் என்ற எதிர்ப்புக் குரல்கள் அப்போதே வந்தன. 1931 சென்சஸின்போது மக்கள் எப்படிப் பதில்

தரவேண்டும் என்று ஆரிய சமாஜம் அப்போது ஒரு துண்டுப் பிரசுரம் வெளியிட்டு இருக்கிறது. (அன்றைய ஆரிய சமாஜம் மத வரம்புக்கு உட்பட்ட சமுகச் சீர்திருத்த இயக்கம். இன்றைய ஆரிய சமாஜம் போல மதவாத, சாதிய அமைப்பு அல்ல!) அதில் எந்தக் கேள்விக்கு என்ன பதில் தரவேண்டும் என்று மக்களிடம் பிரசாரம் செய்திருக்கிறது. 'மதம் : வேத தர்மம். பிரிவு : ஆரிய சமாஜி. இனம் : ஆரியர். மொழி : ஆரிய பாஷை. சாதி : இல்லை என்று பதில் சொல்லுங்கள்' என்கிறது பிரசுரம்.

இன்னொரு பக்கம் முஸ்லிம்களும் சென்சஸ் எடுத்த ஆங்கிலேய அதிகாரிகளைக் கடுமையாக விமர்சித்தார்கள். வங்கத்தில் 1871 – 72இல் சென்சஸ் அதிகாரியாக இருந்த பீவர்லீ, வங்க முஸ்லிம்கள் எல்லாரும் கீழ்சாதி இந்துக்களாக இருந்து முஸ்லிமாக மதம் மாறியவர்கள் என்று சென்சஸ் அறிக்கையில் குறிப்பிட்டதை முஸ்லிம் அறிஞர் ஃபைசல் – இ – ராப் புத்தகம் எழுதிக் கண்டித்திருக்கிறார்.

கீழ்சாதியாகக் கருதப்பட்ட துப்புரவுத் தொழில் செய்துவந்த மஹ்தோன் சாதியினர் தங்களை உயர் இன ராஜபுதனர்களாகவே கருதவேண்டும் என்று 1900த்திலேயே கோரியுள்ளனர். இதை ஆங்கிலேயர்கள் ஏற்கவில்லை. ராணுவத்தில் சேர்ந்தாலும் தாங்கள் ராஜ்புத் படைப் பிரிவில்தான் சேர்க்கப்படவேண்டும் என்பது மஹ்தோன்களின் கோரிக்கை.

1891 முதல் 1931 வரை பல சென்சஸ் கணக்குகளைப் பார்த்தால், அவற்றில் வரும் சாதிப் பிரிவுகளில், உட்பிரிவுகளின் எண்ணிக்கை பிரமிப்பூட்டுகிறது. பஞ்சாபில் ஒரு லட்சம் உட்பிரிவுச் சாதிகள். பிராமணர்களில் மட்டுமே 2,173 உட்பிரிவுகள். சென்னை ராஜதானியில் மட்டும் 30 ஆயிரம் உட்பிரிவுகள். பறையர் சாதிக்குள் மட்டும் 350 உட்பிரிவுகள். பள்ளர் சாதிக்குள் 365 உட்பிரிவுகள் என்கிறது அன்றைய ஆங்கில ஆட்சியின் சென்சஸ் கணக்கு.

இப்படிப்பட்ட சென்சஸ் கணக்கை அடிப்படையாகக் கொண்டு இன்று பிற்படுத்தப்பட்டவர்கள் தொகையைக் கணக்கிடுவது என்றால் எவ்வளவு அபத்தம்?

இன்றைய சமூகத்தில் பிற்படுத்தப்பட்ட சாதிகளின் மொத்தத் தொகை நிச்சயம் 60 சதவிகிதத்துக்குமேல் இருக்கும் என்பதில் சந்தேகம் இல்லைதான். எனவே, அதில் இடஒதுக்கீடு 27 சதவிகிதம் மட்டும்தான் என்பது ஒன்றும் தவறானதல்ல!

ஆனால், ஏன் இன்றைய மக்கள் தொகையில் ஒவ்வொரு சாதியின் அசல் எண்ணிக்கை என்ன என்பதைக் கணக்கெடுப்

பதைத் தவிர்க்கிறோம்? அப்படி எடுப்பது சாதியத்தை ஊக்குவிக்கும் என்ற வாதம் சொத்தையானது. அப்படியானல், எல்லாப் பத்திரிகைகளிலும் மேட்ரிமோனியல் விளம்பரங்களைத்தான் முதலில் தடை செய்யவேண்டும்.

இடஒதுக்கீடு பிரச்னையை ஆதரிப்பவர்களும், சரி, எதிர்ப்பவர்களும் சரி, அதை வெறும் உணர்ச்சிப் பிரச்னையாக்கிக் கொண்டே போவது தவறானது. அறிவு பூர்வமாக அதை அணுக வேண்டும். அப்படி அணுக விரும்பாதவர்கள்தான் இருதரப்பிலும் 'பந்த்' என்பார்கள்; இல்லாவிட்டால் ஐ.ஐ.டி. மாணவர்கள் ஷூ பாலீஷ் போடும் போராட்டம் என்பார்கள்.

அறிவுப்பூர்வமான தீர்வுதான் என்ன?

1. சாதிவாரியான சென்சஸ் எடுக்கப்பட வேண்டும். கம்ப்யூட்டர் தொழில்நுட்பம் உள்ள 2007இல் இதை ஓராண்டுக்குள் செய்து முடிக்க முடியும்.
2. கல்வி, வேலைவாய்ப்பு, அதிகாரப் பதவிகள் (அமைச்சர், ஐ.ஏ.எஸ். முதல் அர்ச்சகர் வரை), வணிகம், தொழில் முதலியவற்றில் பங்கு ஒவ்வொரு சாதிக்கும் எவ்வளவு உள்ளது என்று கணக்கிட வேண்டும்.
3. எந்தெந்தத் துறைகளில் எந்தெந்தச் சாதி பின்தங்கியுள்ளது என்று மதிப்பிட்டு அந்தந்தத் துறையில் அந்தச் சாதிக்கான பங்கை அதிகரிக்கத் தேவையான அளவு இட ஒதுக்கீட்டை உருவாக்க வேண்டும்.
4. ஒவ்வொரு சாதியிலும் (ஓப்பன் கோட்டா உட்பட) கிரீமிலேயர் எனப்படும் வசதியானவர்களின் பங்கு இப்போது கல்வியிலும் வேலைகளிலும் எவ்வளவு என்று கணக்கிடப்பட வேண்டும். சாதிவாரியான இட ஒதுக்கீட்டுக்குள் அந்தந்தச் சாதியில் வசதி அற்றோருக்கு முன்னுரிமை தரப்பட வேண்டும்.
5. அரசாங்க வேலைவாய்ப்புகள் குறைக்கப்பட்டு தனியார் துறையிலேயே வேலைவாய்ப்புகள் அதிகரித்து வரும் நிலையில், சாதிகளின் பங்கு எல்லாத் துறைகளிலும் கணக்கிடப்பட வேண்டும்.
6. பொது ஒதுக்கீட்டுக்கான சாதிகள், பிற்படுத்தப்பட்ட சாதிகள், மிகவும் பிற்படுத்தப்பட்ட சாதிகள், தாழ்த்தப்பட்ட சாதிகள், பழங்குடியினர் என்ற ஐந்து பிரிவுக்குள் எல்லாச் சாதிகளும் வந்துவிடும் என்பதால், சாதி பெயரிட்ட கம்யூனிட்டி சான்றிதழ்களை ரத்து செய்து,

அவற்றுக்குப் பதிலாக மேற்படி ஐந்து பிரிவுகளை மட்டுமே சான்றிதழில் குறிப்பிடும் முறையைக் கொண்டு வர வேண்டும். தொலைநோக்கில் சாதியை ஒழிக்கத் தேவையான நடவடிக்கைகளில் இதுவும் ஒன்று. கலப்பு மணம் செய்து குடும்பத்துக்குள் சாதியை ஒழிப்போரை ஆறாவது பிரிவாக ஆக்கலாம். அவர்களுக்கும் இடஒதுக்கீடு செய்யலாம்.

7. பள்ளி இறுதி வரை எல்லாச் சாதியினருக்கும் (மதத்தின ருக்கும்) தரமான, சமமான கட்டாயக் கல்வி ஏற்படுத்தப் பட வேண்டும். குறைந்த பட்சம் 12 ஆண்டுகள் இதை நிறைவேற்றிய பிறகு, எல்லா இட ஒதுக்கீட்டு அளவு களையும் மறுபரிசீலனை செய்யலாம்.

மேற்படி யோசனைகளில் சாதக பாதகங்களை விவாதித்து திட்டத்தைச் சீர் செய்யலாம். இதற்கு எல்லா அரசியல் கட்சி களும் இயக்கங்களும் முன்வர வேண்டும். அதுவரை குறைந்த பட்சம், அரசாங்க பந்த் போன்ற அசட்டுத்தனங்களை ஓரங்கட்டி வைக்கலாம்!

**ஆனந்த விகடன், 11.04.2007**

# ஏன் தமிழா, ஏன்?

அன்புள்ள தமிழா,

'தமிழன் என்றொரு இனமுண்டு, தனியே அவர்க்கொரு குணமுண்டு' என்று நாமக்கல் இராமலிங்கம் பிள்ளை எதை மனத்தில் கொண்டு எழுதியிருந்த போதும், நடைமுறையில், நம் குணம்தான் என்ன?

எதற்கெடுத்தாலும் உணர்ச்சிவசப்படும் ஓர் இனம் என்று நமக்கு ஒரு பெயர் வந்துவிட்டது. சிங்களவர் நம்மவரைத் துன்புறுத்தினாலும் உணர்ச்சிவசப்படுகிறோம். சிம்பு – நயன்தாரா பிரிந்தாலும் உணர்ச்சிவசப்படுகிறோம்.

உணர்ச்சிகள் இல்லாமல் மனிதர்கள் இருக்க முடியாதுதான். ஆனால், உணர்ச்சி மட்டுமே மனிதர் அல்ல. பகுத்தறியக் கற்றுக்கொள்ளும்படி முதுமையிலும் மூத்திரக் குழாயும் பக்கெட்டுமாகத் திரிந்து திரிந்து பிரசாரம் செய்தாரே பெரியார், அவர் சிலையை எவரோ சிறுமதியினர் உடைத்தாலும் உணர்ச்சிவசப்படுகிறோம். பெரியார் சொன்ன பகுத்தறிவின்படிப் பார்த்தால், அவரது சிலை உடைப்பை ஒளிந்திருந்து செய்வோரின் அற்பச் செயல், பெரியார் அப்படி என்னதான் சொன்னார் என்று அவர் கருத்தை மறந்துவிட்ட தமிழருக்கும், அறியாத தமிழருக்கும் மறுபடியும் மறுபடியும் அவர் கருத்தை நினைவுபடுத்தத்தான் தன்னையறியாமலே உதவுகிறது.

எதிலெல்லாம் உணர்ச்சிவசப்பட வேண்டுமோ, அதில் விட்டுவிடுகிறோம். எப்போதெல்லாம் அறிவைப் பயன்படுத்த வேண்டுமோ, அப்போதும் நழுவ விடுகிறோம்.

எப்போதெல்லாம் உணர்ச்சிவசப்பட்ட மறு நொடியில் அதை ஒதுக்கிவிட்டு, அறிவைக்கொண்டு உணர்ச்சியைத் தூண்டிய பிரச்னையைத் தீர்க்க வேண்டுமோ, அதையும் செய்யத் தவறுகிறோம்.

மூன்று கொலைகள் அண்மையில் நடந்தன. கொல்லப் பட்ட மூவரும் தமிழர்கள். செய்தி அறிந்ததும் நாம் என்ன செய்தோம் என்று பார்ப்போம்.

ஒருவர் அமெரிக்காவில் கொல்லப்பட்டார். இருவர் மலேஷியாவில் கொல்லப்பட்டார்கள். தமிழ்நாட்டில் பத்திரிகை வாசிக்கும் பழக்கமும் டி.வி. பார்க்கும் பழக்கமும் உள்ள தமிழர்களிலேயே பெரும்பாலோருக்கு அமெரிக்காவில் வர்ஜீனியா பல்கலைக்கழகத்தில் வெறிகொண்ட கொரிய மாணவன் ஒருவனால் கண்மூடித் தனமாகச் சுட்டுக் கொல்லப் பட்ட 33 பேரில் ஒருவர் தமிழரான பேராசிரியர் லோகநாதன் என்ற செய்தி தெரியும். ஆனால், மலேஷியாவில் இருவர் கொல்லப்பட்ட செய்தி அந்த அளவு கவனம் பெறவில்லை.

லோகநாதன் கொல்லப்பட்ட ஏப்ரல் 16க்கு ஒரு மாதம் முன்பு, திருவாரூர் அருகிலுள்ள முத்துப்பேட்டையைச் சேர்ந்த 28 வயது இளைஞர் சரவண காந்தி, தான் 12 வருடங்களாக வேலை பார்த்து வந்த மலேஷியாவில், மார்ச் மாதத்தில் மர்மமான முறையில் இறந்தார். அவரின் உடலை இந்தியா வுக்குக் கொண்டுவர அவரது தாயும் உறவினர்களும் படாத பாடு பட்டார்கள். உடலில் காயங்கள் இருந்ததால், அதைப் பெற மறுத்து மார்ச் 15 நள்ளிரவு முழுவதும் முத்துப்பேட்டை காவல் நிலையத்தின் வாசலில் முற்றுகைப் போராட்டம் செய்தார்கள். மறுநாள் காலை, உயர் அதிகாரிகள் வந்து பிரேதப் பரிசோதனை செய்ய ஒப்புக்கொண்ட பிறகுதான், உள்ளூர் மக்கள் அமைதியானார்கள். இன்னும் பிரேதப் பரிசோதனை அறிக்கை வரவில்லை.

லோகநாதன் மறைந்து பத்து நாட்கள் கழித்து, மலேஷியா வில் ஒரு காட்டுப்பகுதியில் கண்டெடுக்கப்பட்டார் கும்பகோணத்தைச் சேர்ந்த 25 வயது கணேஷ் குமார். சுமார் 20 நாட்களாக அவருடைய முதலாளியால் சங்கிலியால் கட்டிப்போடப்பட்டு, சோறு தண்ணியில்லாமல் கொடுமைப் படுத்தப்பட்டவர் அவர். காட்டில் வீசி எறியப்பட்ட அவரைச் சில கிராமவாசிகள் கண்டெடுத்து மருத்துவமனையில் சேர்த்தார்கள். அங்கே போலீஸிடம் வாக்கு மூலம் கொடுத்த கணேஷ்குமார் இரு நாட்கள் கழித்து சிகிச்சை பயனின்றி ஏப்ரல் 27ஆம் தேதி இறந்தார்.

இறந்த மூவரும் தமிழர்கள்தான். எனினும் வெவ்வேறான வாழ்க்கைப் பின்னணியும், பார்வையும் கொண்டவர்கள். லோகநாதன் இங்கே உயர் கல்வி பெற்று, விரும்பி வெளிநாடு சென்று, அந்தக் கல்விச் சூழலுடன் முப்பதாண்டுகள் தன்னை ஐக்கியப்படுத்திக்கொண்டு அங்கேயே வாழ்ந்து, தன் மரணத் துக்குப் பின் அங்கேயே புதைக்கப்பட வேண்டும் என்று விரும்பியவர். எந்த மரணமும் நம் அஞ்சலிக்குரியதுதான்; எந்தக் கொடூர மரணமும் நம்மை வேதனைப்படுத்துவதுதான் என்பதற்கப்பால், தமிழரின் அறிவுத்திறனை உலகுக்கு உணர்த் தியவர்களில் ஒருவர் என்றவிதத்தில் அவருடைய அகால மரணத்துக்கு நாம் நிச்சயம் வருந்துவது சரியே.

அதே சமயம், சரவண காந்தியும் கணேஷ் குமாரும் வெளிநாடு செல்லவேண்டும் என்று திட்டமிட்டு அதற்காகப் படித்து, உழைத்து, சென்று, அங்கேயே வாழ விரும்பியவர்கள் அல்ல. காவிரி பொய்க்காமல் இருந்திருந்தால், தங்கள் கிராமங் களிலேயே வாழ்க்கை முழுக்க அவர்கள் இருந்திருக்கக்கூடும். பஞ்சம் பிழைக்கவும், எப்படியேனும் தங்கள் ஏழ்மைக் குடும்பங் களைக் கரையேற்றவும் கருதி, கந்து வட்டிக்குக் கடன் வாங்கி, கொத்தடிமை வேலைகளுக்காக மலேஷியா சென்ற தமிழர்கள் அவர்கள்.

சரவண காந்தியைப் போலவும் கணேஷ் குமாரைப் போலவும் ஆயிரக்கணக்கான இந்தியர்கள் மலேஷியாவுக்கும் வளைகுடா நாடுகளுக்கும் பஞ்சம் பிழைக்கப் போய்க்கொண்டு இருக்கிறார்கள். இதில் எண்ணிக்கையில் முதலிடத்தில் இருப்பது தமிழர்கள்தான்.

இப்படிச் சென்றவர்களில் வருடந்தோறும் பலர் பிணங் களாகத் திரும்பிக்கொண்டு இருக்கிறார்கள். அம்மாக்களும் மனைவிகளும் அவர்களை அனுப்புவதற்குப் பட்ட பாட்டுக்குச் சற்றும் குறையாமல் அவர்களுடைய பிணங்களை இங்கே திரும்பக் கொண்டுவருவதற்கும் பட வேண்டியிருக்கிறது.

எதற்கெடுத்தாலும் உணர்ச்சிவசப்படும் தமிழகம் இதற்கு என்ன செய்கிறது? லோகநாதனின் மறைவுக்காக சட்டமன்றத் தில் அஞ்சலி செலுத்தப்படுகிறது. உடனடி பாஸ்போர்ட்டும் விசாவும் அளிக்கும் நியாயமான நடவடிக்கைகளுடன் நிறுத்திக் கொள்ளாமல், பொருளாதார வசதியுள்ள அவருடைய குடும்பத் தினர் அமெரிக்கா சென்று இறுதிச் சடங்குகளில் பங்கேற்பதற் காக அரசு இலவச விமான டிக்கெட்டுகள் வழங்குகிறது. சரவண காந்திகளின் குடும்பமோ காவல் நிலையத்துக்கு வெளியே மறியல் செய்து போராடி நீதி கேட்க வேண்டியிருக்கிறது.

ஏன் நாம் இப்படி இருக்கிறோம்? பேராசிரியர் லோகநாதனின் பரிதாபத்துக்குரிய கொலை – ஒருவகையில் விபத்துதான். ஆனால், தொழிலாளிகள் சரவண காந்தி, கணேஷ் குமார் மரணங்கள் விபத்துக்கள் அல்ல, திட்டமிட்ட கொலைகள். உழைப்பை உறிஞ்சிக்கொண்டு நம் தொழிலாளர்களைச் சக்கையாக்கி, தூக்கி எறியும் வெளிநாட்டு முதலாளிகளைக் கேள்வி கேட்கவும் தண்டிக்கவும் நமது அரசாங்கங்களுக்கு திராணியில்லாததால் தொடர்ந்து நிகழும் கொலைகள்.

உள்ளூரில் வேலைக்கு உத்தரவாதம் தரத் தவறிய நமது அரசுகள், வெளிநாடு செல்லும் தமிழருக்கு உயிருக்கேனும் உத்தர வாதத்தைத் தர வேண்டாமா? அங்கே உயிரிழப்போரின் இறுதிச் சடங்கைக் கண்ணியமாக சொந்த மண்ணில் நடத்த வேண்டும் என்று விரும்பும் ஏழைக் குடும்பங்களுக்கு அரசாங்கம் உதவிகள் செய்யாவிட்டாலும் தொல்லைகளேனும் தராமல் இருக்க முடியாதா?

வசதியற்றோர், வசதி படைத்தோர் இருவருக்கும் இடையே இருக்கும் இடைவெளியின் உறுத்தல்தானே, தென் கொரிய மாணவன் சோ – செங் – ஹப்பை கொலை வெறியனாக மாற்றியது? பென்ஸ் கார்களும் வைர நெக்லெஸ்களும் குவித்த பிறகும் உங்கள் பேராசை தணியவில்லையே என்று இரு கலாசாரங்களுக்கிடையே சிக்கித் தவித்த அவன் குரல் ஓலமிட்டதே.

ஏழைக்கொரு நீதி பணக்காரருக்கொரு நீதி என்பதை வாழ்க்கையில் மட்டுமல்ல, மரணத்திலும் பின்பற்றும் சமூக அநீதிக்கு எதிராக அல்லவா தமிழா, நாம் உணர்ச்சிவசப்பட வேண்டும்?

வேட்பு மனு தாக்கல் செய்யும் போது, லட்சமும் கோடியுமாகச் சொத்துக் கணக்கு காட்டி, தேர்தல்களில் சில கோடிகளைச் செலவிட்டு, பதவியில் அமர்ந்திருக்கும் எம்.எல்.ஏ.க்களுக்கு, அரசு சென்னையில் இலவச வீட்டு மனை தரவேண்டும் என்று வெட்கமில்லாமல் அவர்கள் பேசும்போது, ஏன் தமிழா, நாம் உணர்ச்சிவசப்படுவதில்லை?

‘பருத்திவீரன்’ பட கிளைமாக்ஸுக்குக் கண்ணீர் வடிக்கும் தமிழா . . . கணேஷ் குமார், சரவண காந்திகளுக்காக கண்ணீர் சிந்துவது எப்போது?

வருத்துத்துடன்,
**கையாலாகாத ஒரு சக தமிழன்.**

***ஆனந்த விகடன்,* 09.05.2007**

# கலைஞர் அவர்களே,
# கழகத்தைக் காப்பாற்றுங்கள்!

அன்புள்ள கலைஞர் அவர்களுக்கு,

வணக்கம்.

உங்கள் அவளவற்ற அன்புக்குரிய மகன்களும் பேரன்களும் இன்று உங்கள் குடும்ப விஷயங்களைப் பொது விவாதத்துக்குரிய விஷயமாக மாற்றிவிட்டதால் உங்களுக்கு உண்டான தற்போதைய நிலையைப் பார்க்கும் போது, எனக்கு ஒரே நேரத்தில் இரண்டு உணர்ச்சிகள் தோன்றுகின்றன.

ஒன்று, பரிதாப உணர்ச்சி!

இரண்டாம் குழந்தைப் பருவம் என்று சொல்லக் கூடிய 84 வயது முதிர்ந்த பிராயத்தில் இருக்கிறீர்கள். சராசரி மனிதர்கள் ஓய்வெடுக்கும் வயதில், அசாதாரணமான மனிதரான நீங்கள் கடுமையாக உழைத்துக்கொண்டு இருப்பது காலத்தின் கட்டாயமாக இருக்கலாம். ஆனால், உங்கள் வயதில் இருக்கும் யாருக்குமே தேவையானது, உற்றாரும் உறவினரும் ஒரு குழந்தையை எப்படிக் கொஞ்சி சீராட்டுவார்களோ அதே போன்ற ஒரு சீராட்டுதல்தான்.

உங்கள் உற்றாரும் உறவினரும் உங்களைச் சீராட்டுகிறார்களோ இல்லையோ, சிலர் உங்கள் மனத்தையும் வயதையும் துன்புறுத்தும் செயல்களில் ஈடுபட்டிருக்கிறார்கள். இதுதான் என் பரிதாப உணர்ச்சியைத் தூண்டுகிறது. ‘நல்லது செய்தல் ஆற்றீராயினும் அல்லது செய்தல் ஓம்புமின்’ என்று கணியன் பூங்குன்றன் சொன்னதுதானே,

எந்த முதியவருக்கும் சுற்றியிருப்போரிடம் பிரார்த்தனையாக இருக்க முடியும்!

சினிமாக்காரர்களோ, கவிஞர்களோ ... புகழுரைகளைக் கொட்டிக் குவிக்கும் விழாக்களுக்குப் போய் நீங்கள் இளைப் பாறுவதுகூட, குடும்பத்தில் சிலரால் ஏற்படும் மன உளைச்சல் களுக்குத் தற்காலிக மருந்து தேடத்தானோ என்று எனக்குத் தோன்றுவதுண்டு. மதுரையில் உங்கள் குடும்பத்தின் இரு பிரிவினருக்கு இடையே நடந்த மோதல் வன்முறையில் மூன்று அப்பாவி உயிர்கள் கொல்லப்பட்ட சமயத்தில், சென்னை நகரத் தெருவெல்லாம் வாழை மரம் கட்டி வண்ண ஜாலங்கள் செய்து கொண்டாடப்பட்ட சட்டமன்றப் பொன்விழாவில் நீங்கள் கலந்துகொண்டீர்கள். ஒன்றல்ல, வரிசையாக மூன்று பாராட்டு நிகழ்ச்சிகள் உங்கள் மன வலியைக் குறைக்க உதவியிருக்குமோ என்னவோ!

உங்கள் இன்றைய நிலையைக் கண்டு எனக்குக் கூடவே எழுகிற இன்னொரு உணர்ச்சி, கோபம்! மிகுந்த அறிவுக் கூர்மையும் கடுமையான உழைப்பும் உடைய உங்களுக்கு இந்த நிலை ஏற்படுவதற்குக் காரணம் வேறு யாருமே அல்ல ... நீங்களேதான் என்பதால் ஏற்படும் உணர்ச்சி அது.

மதுரையில் உங்கள் பேரனுக்குச் சொந்தமான பத்திரிகை, டி.வி. அலுவலகத்தை எரிக்கத் தூண்டியவர் என்று அவர்களால் குற்றம் சாட்டப்படும் உங்கள் மகன் அழகிரி சொல்கிறார் – அவருக்கும் திமுகவுக்கும் எந்தச் சம்பந்தமும் இல்லை என்று! அவர் அடிப்படை உறுப்பினரா இல்லையா என்பதேகூட மர்மமாக இருக்கிறது.

உங்களால் வானுயரத்துக்குத் தூக்கிவைக்கப்பட்ட பேரன் தயாநிதி மாறன் சொல்கிறார் – அவருக்கும் தினகரன் இதழ், சன் டி.வி. எதற்கும் சம்பந்தம் இல்லை என்று! தங்களுக்குச் சம்பந்தம் இல்லாத விஷயத்துக்காக அவர்கள் மோத நேர்வதும், அதனால் அப்பாவி உயிர்கள் பலியாவதும் எதனால்?

திராவிட இயக்க வரலாற்றிலேயே, எந்தத் தலைவருக்குப் பின் யார் என்பது இப்படிப்பட்ட வன்முறைப் போராட்டமாக இதற்கு முன்பு வெடித்தது இல்லை. 'பெரியாருக்குப் பின் யார்? நானா, மணியம்மையா?' என்ற கேள்வியை அண்ணா எழுப்பவில்லை. தனிக் கட்சி கண்டார். அண்ணாவுக்குப் பின் நீங்களா, நாவலர் நெடுஞ்செழியனா என்று சர்ச்சைகள் ஏற்பட்டாலும், அது வன்முறையாக மாறவில்லை.

பெரியார் தனக்குப்பின் தன் தமையன் ஈ.வெ. கிருஷ்ணசாமி அல்லது அவர் மகன் ஈ.வி.கே. சம்பத் என்றெல்லாம் குடும்பத்திலிருந்து யாரையும் அடையாளம் காட்டவில்லை. அண்ணா தனக்குப் பின் ராணி அம்மையாரையோ, பரிமளத்தையோ அரசியல் வாரிசாக வளர்க்கவில்லை.

குடும்பத்திலிருந்து ஒருவரைக் கொண்டுவருவதை நீங்கள் தான் எழுபதுகளின் தொடக்கத்தில் தொடங்கி வைத்தீர்கள். அன்று தொடங்கி, இன்று வரை உங்கள் குடும்ப உறுப்பினர் ஒருவரை அதிகார மையமாக ஆக்கியதும் நீங்கள்தான். அதன் விளைவுதான் இன்றைய விரும்பத்தகாத நிகழ்வுகள்!

கட்சி உறுப்பினராகக்கூட இருக்கிறாரா, இல்லையா என்று தெரியாத அழகிரி, மதுரையில் அதிகார சாம்ராஜ்யம் நடத்துகிறார் என்று பத்திரிகைகள் பல செய்திகள் வெளியிட்டு வந்திருக்கின்றன. அதிமுக ஆட்சியில் உங்கள் கட்சி அமைச்சர்கள் மீது போடப்பட்ட சொத்துக் குவிப்பு வழக்குகளையெல்லாம் விலக்கியபோதும், அப்போது உங்கள் கட்சிப் பிரமுகர் தா. கிருட்டிணன் கொலையில் அழகிரிமீது போடப்பட்ட வழக்கு மட்டும் உங்களால் இன்னும் விலக்க முடியாத அளவுக்கு வலுவாக உள்ளது.

பத்திரிகை, டி.வி என்று தன் தொழிலைப் பார்த்துக்கொண்டு இருந்த தயாநிதியை நீங்கள்தானே திடீரென்று எம்.பி. ஆக்கி, அடுத்த நாளே மத்திய அமைச்சரும் ஆக்கினீர்கள்? கழகத்தில் வேறு தகுதி உள்ள இளைஞர்கள் இல்லையா என்று கேட்ட போது, ‘விளையும் பயிர் முளையிலேயே தெரியும். குழந்தையாக இருந்தபோதே தயாநிதியின் திறமையைக் கண்டிருக்கிறேன்’ என்றீர்கள். ‘கட்சி விரோத’ வேலைகளில் ஈடுபடக் கூடிய குழந்தை அது என்பது முளையிலேயே உங்களுக்குத் தெரியவில்லையா?

அழகிரியாகட்டும், தயாநிதியாகட்டும்... உங்கள் கண்ணசைப்பு இல்லாமல் கட்சியிலும் ஆட்சியிலும் எந்தச் செல்வாக்கையும் யாரும் பெற்றிருக்க முடியாது என்பது தமிழ்நாட்டின் சிறு குழந்தைக்குக்கூடத் தெரியும். அப்படி வளர்ந்த அவர்களுடைய மோதல் ரத்தக் களறியாகும்போது வேதனைக்குள்ளாவது நீங்கள் மட்டும் அல்ல; சம்பந்தமே இல்லாத நாங்களும்தான்!

உங்கள் குடும்ப உறுப்பினர்கள் வீடு, நிலம், கார், நகை இவற்றுக்காகச் சண்டை போட்டுக்கொண்டால், அது உங்கள்

தனிப் பிரச்னை. ஆனால், அவர்கள் இடையே நடக்கும் சண்டை எதற்காக?

'கருத்துக் கணிப்பினால்' என்று பதில் சொல்லி, அசல் பிரச்னையை மூடி மறைத்துவிட முடியாது. 'கருத்துக் கணிப்பு களில் எனக்கு நம்பிக்கை இல்லை' என்று நீங்கள் அறிக்கைகள் விடுவதே வேடிக்கைதான். தேர்தலில் திமுக தான் அமோக வெற்றி பெறும் என்று கணிப்புகள் வெளியானபோதெல்லாம், அதைப் பெரிய எழுத்தில் போட்டு *முரசொலி* அங்கீகரித் திருக்கிறது.

உங்கள் அரசியல் வாரிசு யார் என்பது பற்றித்தான் கருத்துக் கணிப்பு. உங்கள் அரசியல் வாரிசு யார் என்பதில் தான் இப்போது மோதல்.

எந்தத் திராவிட முன்னேற்றக் கழகம் தங்கள் கைக்கு வரவேண்டும் என்று உங்கள் குடும்ப வாரிசுகள் துடிக்கிறார் களோ, அந்தத் திமுக யாருடைய குடும்பச் சொத்தும் அல்ல; அது தமிழக மக்களின் பொதுச் சொத்து.

திமுகவும் திராவிடர் இயக்கமும் கடுமையாக எதிர்த்த, ராஜாஜியின் குலக் கல்வித் திட்டத்தின் மறுபதிப்புதான் வாரிசு அரசியல்! அப்பாவின் தொழிலை மகன் பள்ளிக்கூடத் தில் செய்து பழகட்டும் என்றார் ராஜாஜி. கட்சியில் அதைச் செய்து பழகட்டும் என்று ஆக்கியது நீங்கள்!

ஐம்பதாண்டுகள் சட்டமன்ற உறுப்பினராக இருந்து வரலாற்றுச் சாதனை படைத்த உங்களுடைய பெரும் பிழை – வாரிசு அரசியல். அதன் விளைவே, இப்போது உங்களுக்கும் பொதுமக்களாகிய எங்களுக்கும் ஏற்பட்டிருக்கும் வேதனைகள்.

இந்தப் பிழையை நீங்களே சரிசெய்ய முடியும். தன் தவற்றைத் தானே திருத்திய சாதனையும் வரலாற்றில் உங்க ளுடையதாகவே இருக்கட்டும்.

மூன்றாண்டு காலமாக நீங்கள் பாசத்தைப் பொழிந்து அரசியலில் வளர்த்துவிட்ட தயாநிதியை ஒரே நாளில் இப்போது அமைச்சர் பதவியில் இருந்து நீக்கியது போல, உங்கள் குடும்ப உறுப்பினர்கள் அத்தனை பேரையும் பதவிகளிலிருந்தும் கட்சிப் பணிகளிலிருந்தும் விலகச் செய்யுங்கள். உங்கள் காலத்துக்குப் பிறகு தங்கள் சொந்த முயற்சியில் அவர்கள் அரசியலிலோ பொது வாழ்விலோ ஈடுபட்டுக்கொள்ளட்டும்.

நீங்கள் இதைச் செய்தால், உங்களைப் பின்பற்றித் தங்கள் குடும்பத்தினரையும் தி.மு. கழகத்தில் செல்வாக்கான இடங்

களில் அமரவைத்திருக்கும் இதர அமைச்சர்கள், மாவட்டச் செயலாளர்கள் பலர் இதே போல அவர்களையும் விலகச் செய்யவேண்டி வரும். திராவிட முன்னேற்றக் கழகம் மறுபடியும் அண்ணா காலத்தில் இருந்தது போல, கொள்கைப் பிடிப்புள்ள மனிதர்கள் குடும்பத்துக்கப்பால் இணைந்து இயங்கிய லட்சிய வேட்கை நிரம்பிய கட்சியாக மீண்டும் மலரும்.

ஜனநாயகம் தழைக்க திமுக காப்பாற்றப்பட வேண்டும். எதிர்க்கட்சியாக இருந்தாலும் சரி, ஆளும் கட்சியாக இருந் தாலும் சரி, அது தன் பணியைச் சரியாகச் செய்ய உண்மை யான ஜனநாயக அமைப்பாகத் திகழ வேண்டும். உடையாமல் வலிமையுடன் விளங்க வேண்டும்.

குடும்பத்தைக் காப்பாற்ற அவர்களுக்குப் போதுமான 'நிதி' இருக்கிறது. நீங்கள், திமுகவையும் தமிழகத்தையும் காப்பாற்றக் 'கருணை' காட்டுங்கள். அதுவே நீங்கள் எங்களுக்குத் தரும் பிறந்த நாள் பரிசாக அமையும்.

உங்கள் வேதனையில் பங்கேற்கும்,
ஒரு முன்னாள் சகா.

***ஆனந்த விகடன்*, 23.05.2007**

# வேண்டும் இன்னொரு அண்ணா!

தமிழக அரசியல், விழாக்கள் நிறைந்த அரசியல்!

அரசியலில் விழாமல் இருப்பதற்கு விழாக்களைப் பயன்படுத்துவது அரசியல் யுக்திகளில் ஒன்று.

தமிழக அரசியலையே அடியோடு புரட்டிப்போட்ட தலைவரான அண்ணாவின் நூற்றாண்டு விழா இன்னும் இரண்டு ஆண்டுகளில் வருகிறது. ஆனால், அண்ணா உருவாக்கிய கட்சி, அண்ணாவின் பெயரில் உருவாக்கப் பட்ட கட்சி இரண்டுக்குமே இன்று அண்ணாவின் பெயரைக் கொண்டாடுவதற்கான தகுதி இல்லை. ஏனெனில், ஜனநாயகத்தில் பெரும் நம்பிக்கை வைத் திருந்தவர் அண்ணா.

பெரியார், தன் தலைமையைக் கேள்வி கேட்காமல் ஏற்பவர்களை மட்டுமே கொண்டு இயக்கம் நடத்த விரும்புவதாக அறிவித்தவர். அவரிடமிருந்து வந்த அண்ணா, உட்கட்சி ஜனநாயக அமைப்புடைய கட்சியை உருவாக்கியவர். அவர் பெயரைப் பயன்படுத்தும் இரு கட்சிகளுமே ஒரு நபர் இயக்கத்தில் இயங்குபவையாக மாறிவிட்டன.

கருணாநிதிக்கு எதிராக அதிமுகவை எம்.ஜி.ஆர். தொடங்கிய ஆரம்பத்திலிருந்தே, அது ஒருநபர் ஆதிக்க அமைப்பாகத்தான் இருந்து வந்தது. அதே ‘கலாசாரம்’ இன்றும் தொடர்கிறது.

வகுப்புவாரி இடஒதுக்கீடு என்ற ஒன்றைத் தவிர, ஆண் – பெண் சமத்துவம், நாத்திகம், ஆடம்பரமற்ற எளிமையான வாழ்க்கைமுறை போன்ற பெரியார்

கொள்கைகள் எதுவும் அரசியலிலும் சரி, சமூகத்திலும் சரி, இன்னமும் வேரூன்றவே இல்லை. அரசியல் ரீதியாகப் பார்த்தால், பெரியார் தோற்றார்; ஜெயித்தவர் அண்ணாதான்! 1917இல் காங்கிரஸில் இணைந்தது முதல், 1949இல் திராவிடர் கழகத்தை நடத்தியது வரை வெகுஜன இயக்கத் தலைவராக இருந்தவர் பெரியார். 1949இலிருந்து அந்த இடத்தைத் தனதாக்கிக் கொண்டவர் அண்ணா.

அண்ணாவை ஜெயிக்க வைத்த ஆயுதமான அன்றைய திமுகவின் அடிப்படை பலங்கள் என்ன? முதல் பலம் – பொதுமக்களிடம் தங்கள் கருத்தை எடுத்துச் சொல்லத் தேவை யான பேச்சாற்றலும் எழுத்தாற்றலும் மிகுந்த ஏராளமான மூத்த, இளம் தலைவர்கள் இருந்தார்கள். இரண்டாவது பலம், தன் இடத்துக்கு அவர்களால் ஆபத்து வந்துவிடுமோ என்று அண்ணா பயப்படவும் இல்லை; அவர்களைச் சாமர்த்தியமாக ஓரங்கட்டவும் இல்லை.

திமுக எழுத்தாளர்களும் ஏடுகளும் தமிழின் தொன்மை, வளமை பற்றிப் பேசுவதோடு மட்டும் நிறுத்திக்கொள்ளவில்லை. உலக அறிஞர்களின் சிந்தனைகளையெல்லாம் தமிழில் வெளிப் படுத்தினார்கள். தெருக்கள்தோறும் திமுகவினர் நடத்திய படிப்பகங்கள், படிக்கும் ருசியை ஏற்படுத்தின. கம்யூனிஸ்ட்டு களுக்கு நிகராக நாங்களும் படிக்கக்கூடியவர்கள் என்ற பெருமைக்கு திமுக தொண்டர்கள் அன்று ஆசைப்பட்டார்கள். தமிழ்ச் சமூகத்தின் மேடு பள்ளங்களை நிரவிச் சமன் செய்து விட வேண்டும் என்ற லட்சியத் துடிப்பில் இருந்த அவர்கள், அதற்கான ஆற்றலும் தெளிவும், தலைவர் அண்ணா கை காட்டும் ஏடுகளையும் நூல்களையும் படித்தால் தங்களுக்கும் வந்துவிடும் என்று நம்பினார்கள்.

முதலமைச்சராகி இரு வருடங்கள் முடிவதற்கு முன்பே, திடீரென அண்ணா மறைந்தபோது, திமுகவில் எல்லாமே தலைகீழாக மாறின. 60ஐ எட்டிப் பிடிக்கும்போதே புற்று நோய்க்கு இரையான அண்ணா, இன்னும் 20 வருடங்கள் இருந்திருப்பாரானால், தமிழக அரசியலின் தன்மையே வேறு விதமாக இருந்திருக்கும்.

அண்ணாவின் உண்மையான அரசியல் வாரிசுகள் என்று படிப்பறிவாலும் அரசியல் அனுபவத்தாலும் குறிக்கத் தக்கவர்களாக அன்றைக்கு இருந்த இரண்டு பேர் – நாவலர் நெடுஞ்செழியன், பேராசிரியர் அன்பழகன். இருவருமே திரை

யுலகம் சாராதவர்கள்; அறிவுலகம் சார்ந்தவர்கள். அண்ணா வுக்கு இரு உலக ஈடுபாடும் ஈர்ப்பும் இருந்தது. ஆனால், அவர் மனச் சாய்வு அதிகமாக அறிவுலகம் பக்கமே இருந்தது. சினிமாவைவிட நாடகத்தில் அண்ணா சாதித்ததே அதிகம். அதுவும் அவருக்குக் கொள்கைப் பரப்புக் கருவிதான்; வாழ்க்கைப் பிழைப்புக்கான சாதனமல்ல!

திமுகவுக்குள் அண்ணா மறைவுக்குப் பின், திரையுலகம் சார்ந்த சக்திகளின் கை ஓங்கியது. நாவலர் நெடுஞ்செழியன் முதலமைச்சராக முடியாமல் தடுத்தது திரையுலகச் சகாக்களான கருணாநிதி – எம்.ஜி.ஆர். கூட்டுதான். இந்தச் சக்திகளின் செல்வாக்கு கட்சி நெடுகப் பரவிய நிலையில், நாவலர், பேராசிரியர் போன்றோர் மனச் சலிப்புடன் ஒதுங்கியிருந்து, வாழ்க்கை முழுக்க அதிகாரமற்ற இரண்டாம் இடத்தில் இருந்து ஓய்வு பெறும் மனநிலைக்குத் தள்ளப்பட்டனர். பணமும் மரியாதையும் மட்டுமே ஆறுதல்களாயின!

அண்ணாவுக்குப் பின் அறிவுத் தேடல் மிகுந்த கட்சியாக இருந்த திமுகவும் அதைத் தொடர்ந்து வந்த அதிமுகவும் அதிகாரம், கான்ட்ராக்ட், தரகு லாபங்கள் தேடும் கட்சிகளாக மாறின. சாக்ரடீஸ், இங்கர்சால், டிக்கன்ஸ், ஷேக்ஸ்பியர் என்றெல்லாம் ஐம்பதுகளிலும் அறுபதுகளிலும் தேடிப் பிடித்துப் படித்த சூழல் நியாயமாக இப்போது சார்த்தர், லெவி ஸ்ட்ராஸ், ரேமண்ட் வில்லியம்ஸ், சாம்ஸ்கி, மார்க்வேஸ் என்றெல்லாம் காலத்துக்கேற்ப வளரத் தொடங்கியிருக்க வேண்டும். அது நிகழவில்லை. தமிழ் என்பது அறிவு வளர்க்கும் கருவி என்ற நிலையிலிருந்து நீக்கப்பட்டு, உணர்ச்சியைத் தூண்டும் போதை மருந்தாக ஆக்கப்பட்டது. முத்தமிழ் அறிஞரின் குடும்பத்தில் ஒருவர்கூட கல்லூரியில் தமிழ் இலக்கியம் படிக்க அனுப்பப்பட வில்லை என்பது வரலாறு.

தன்னை முதலமைச்சராக்கிய எம்.ஜி.ஆரின் செல்வாக்கைக் குறைக்க, அவருக்குத் திரையுலகப் போட்டியாகத் தன் மகன் முத்துவைக் கொண்டுவந்தார் கருணாநிதி. அதன் விளைவாக திமுக பிளவுபட்டு, பலவீனப்படுத்தப்பட்டது. அடுத்த 15 ஆண்டுகளுக்கு, எம்.ஜி.ஆர். மறையும்வரை அவருடைய செல்வாக்கைக் கருணாநிதியால் குறைக்கவே முடியவில்லை.

அண்ணா காலத்திய திமுகவில் அறிவிலும் ஆற்றலிலும் அண்ணாவுக்குச் சில அங்குலங்கள் மட்டுமே அடுத்த நிலையில் இருப்பவர்கள் என்று சொல்லத்தக்க தலைவர்கள் குறைந்தது

பத்து பேராவது உண்டு. ஆனால், கருணாநிதியின் திமுகவில், அவருக்கு அடுத்த நிலையில் ஒருவர்கூட இல்லை. அடுத்தவர் ஸ்டாலின்தான் என்று சொல்லியாக வேண்டிய நிலை. எனவே, வைகோ போன்றவர்கள் வெளியேற வேண்டியதாயிற்று.

திமுக முற்றிலும் கருணாநிதியின் குடும்பத்தினர் நடத்தும் கட்சி என்ற நிலையில்தான் கடந்த 25 ஆண்டுகளுக்கும் மேலாக இருந்து வருகிறது. கட்சி ஏடு என்று சொல்லப்பட்ட *முரசொலி* கூட குடும்பச் சொத்தாகத்தான் பல வருடங்கள் இருந்தது. பத்திரிகையைக் கட்சியின் அறக்கட்டளைக்குச் சில வருடங்கள் முன்பு கொடுத்தபோதும் கூடப் பத்திரிகை அலுவலகக் கட்டடம் குடும்பச் சொத்தாகவே இருந்தது வருகிறது.

அண்ணா காலத்தில் சுமார் 50 பத்திரிகைகள் கழகத்த வரால் நடத்தப்பட்டன. பிறகு, அத்தகைய படிப்புச் சூழலே கட்சியில் இல்லை. கட்சி சார்பான டெலிவிஷன் என்று கருதப்பட்ட சன் டி.வி. குடும்பச் சொத்துதான். (இப்போதுகூட கட்சிக்காக ஆரம்பிக்கப்படுவதாகச் சொல்லப்படும் கலைஞர் டி.வி., கட்சியுடையது அல்ல; தனியாருடையது!)

திமுக இப்படித் தன் 33ஆம் வயதிலிருந்து குடும்ப ஆதிக்கம் என்ற நரம்புத்தளர்ச்சி நோயால் பாதிக்கப்பட்டு கோமாவை நோக்கிச் செல்வது வெளிப்படையாகத் தெரிய வந்தபோது கட்சிக்கு வயது 52.

அப்போது, கட்சியிலேயே இருந்திராத பேரன் தயாநிதி மாறனை எம்.பி. யாக்கி மத்திய அமைச்சராகவும் கருணாநிதி ஆக்கிய போதும் சரி, இப்போது மகள் கனிமொழியை திடீரென எம்.பி. ஆக்கும்போதும் சரி, எந்தச் சலசலப்பும் இல்லை. தயாநிதி, கனிமொழி இருவருக்கும் நிகரான ஆற்றலும் அறிவும் உள்ளவர் கள் அந்த வயதினரில் கட்சிக்குள் வேறு எவரும் கிடையாதா என்ற கேள்வியை ஏன் கட்சிக்குள் யாரும் எழுப்பவில்லை?

அப்படி யாரும் இல்லை என்பதே பதிலாக இருக்குமானால், அத்தகைய இளைஞர்களைக் கட்சி இத்தனை வருடங்களில் உருவாக்கத் தவறியது ஏன் என்பதே அடுத்த கேள்வி.

கட்சியின் அமைப்பு கடந்த 25 ஆண்டுகளில் உள்ளுக் குள்ளேயே மாறி வந்திருக்கிறது என்பதுதான் காரணம். கட்சி யின் சட்ட திட்டங்கள், விதிகள் எல்லாம் எப்படி இருந்தாலும், நடை முறையில் 1969இல் கருணாநிதி முதலமைச்சரானது முதல், பல அமைச்சர்கள், மாவட்டச் செயலாளர்கள், இதர

கீழ் மட்டக் கட்சி நிர்வாகிகள் வரை பலரும் தத்தம் சக்திக்கு உட்பட்ட வகையில் தங்கள் வாரிசுகளைக் கட்சிக்குள்ளும் ஆட்சிக்குள்ளும் கொண்டு வந்திருக்கிறார்கள்.

எனவே, இப்போது இருப்பது திராவிட முன்னேற்றக் கழகம் அல்ல; திரு.மு.க. பப்ளிக் லிமிடெட் கம்பெனி. இதன் ஷேர்ஹோல்டர்களாக உள்ள பல குடும்பங்களின் இளைய தலைமுறையினர் ஆங்காங்கே பிராஞ்ச் மேனேஜர்களாகவும் கம்பெனியின் ப்ராஜெக்ட் எக்ஸிக்யூட்டிவ்களாகவும் இருக்கிறார்கள் என்பதால், யாரும் கம்பெனியின் சேர்மன் தன் விருப்பப்படி டைரக்டர்கள் போர்டை மாற்றி அமைப்பதை ஜெனரல் பாடி மீட்டிங்கில் கேள்வி கேட்பதில்லை. அதிலும் நேற்று வரை எம்.டி.யாக இருந்து வெளியேறியிருக்கும் மாறன் பிரதர்ஸின் தொழில் போட்டியைச் சமாளிக்கவேண்டிய நெருக்கடியான சூழலில் கம்பெனி இருப்பதால், தலைவர் எனப்படும் சேர்மன் பேச்சுக்கு மறு பேச்சு இல்லை.

இன்று திமுகவுக்குள் நிலவும் உட்கட்சி ஜனநாயகச் சூழல் எந்த அளவுக்குச் சீரழிந்துவிட்டதென்றால், குடும்ப ஆதிக்கம் பற்றி விமர்சனம் எழாதது மட்டுமல்ல; திமுகவின் பாரம்பாரியமான சித்தாந்தத்திலிருந்து சறுக்குவது பற்றிக்கூட விவாதங்கள் இல்லை. இரண்டு மாதங்களுக்கு முன்பு கருணாநிதியின் அரசு அமைத்த தமிழக கிராமக் கோயில் பூசாரிகள் நல வாரியத்துக்கு உறுப்பினர்களாக முதலமைச்சர் நியமித்த முக்கியமான இருவர் ஆர்.எஸ்.எஸ். இயக்கத்தைச் சேர்ந்த மூத்த தலைவர்களான வேதாந்தம், ஆர்.பி.வி.எஸ். மணியன் ஆகியோர்.

கிராமக் கோயில்களின் மரபான தமிழ் வழிபாட்டு முறைகளை நீக்கிவிட்டு, அவற்றையும் சம்ஸ்கிருதமயமாக்கி வைதிக மரபுக்குக் கொண்டு செல்லும் வேலையில் ஆர்.எஸ்.எஸ். கடந்த 10 ஆண்டுகளாக ஈடுபட்டு வருகிறது என்ற குற்றச்சாட்டை பெரியார் அமைப்புகளும் இடதுசாரிகளும் சொல்லி வருகின்றன. இதற்கு முன்பு பிஜேபியுடன் கூட்டணி இருந்த காலத்திலும், இவர்களை அரசு வாரியத்தில் நியமித்தார் கருணாநிதி. இப்போது பிஜேபிக்கு எதிரான காங்கிரஸுடன் கூட்டணி இருக்கும் போதும் நியமிக்கிறார். இது ஏன் என்று கேட்க திமுகவுக்குள் யாரும் இல்லை.

சுய மரியாதை இயக்கம், நீதிக் கட்சியில் இணைந்ததும், நீதிக்கட்சி, திராவிடர் கழகமாகப் பெயர் மாறியதும், திராவிடர்

கழகத்திலிருந்து பிரிந்து திராவிட முன்னேற்றக் கழகம் உரு வானதும் காலத்தின் கட்டாயங்கள். அவற்றால் தமிழ்ச் சமூகம் அடைந்த லாபங்கள் கணிசமானவை. இந்தச் சங்கிலித் தொடரில், 'திமுக பப்ளிக் லிமிடெட்'டின் உதயம் என்பது பரிணாம வளர்ச்சி அல்ல!

இன்னும் இரண்டு ஆண்டுகளில் தமிழகம் அண்ணாவின் நூற்றாண்டைக் கொண்டாட இருக்கும் சூழலில், இன்னொரு திராவிட இயக்க வருகைக்காகத் தமிழகம் காத்திருக்கிறது. குடும்பத்தைக் கட்சியாகக் கருதாமல், கட்சியைக் குடும்பமாகக் கருதிய அண்ணாவைப் போன்ற தலைவர்கள் புதிய தலைமுறை யிலிருந்து வந்தால்தான் அத்தகைய இயக்கத்தை சாத்தியப்படுத்த முடியும்!

***ஆனந்த விகடன்*, 13.06.2007**

# வேண்டாம் சாதனை வெறி!

காலங்காலமாக முறுக்கால் புகழ்பெற்ற மணப்பாறை இப்போது ஒரு டாக்டரின் கிறுக்கால், செய்திகளில் இடம் பிடித்திருக்கிறது.

தன் 15 வயது மகன் திலீப் ஒரு கர்ப்பிணிப் பெண்ணுக்கு சிசேரியன் அறுவை சிகிச்சையை வெற்றிகரமாகச் செய்து முடித்தான் என்று டாக்டர் முருகேசன் என்பவர் சொல்லி, அந்த ஆபரேஷனின் சி.டி.யையும் சக டாக்டர்கள் சிலருக்குப் போட்டுக் காட்டியதில் தொடங்கிய சர்ச்சை நீடிக்கிறது. சிக்கலிலிருந்து மீள்வதற்காகத் தொடர்ந்து முன்னுக்குப் பின் முரணாக டாக்டர் சொல்லிவரும் கருத்துக்கள், அவரை மேலும் சிக்கலில் ஆழ்த்தியிருக்கின்றன. கழுத்தில் ஸ்டெதாஸ்கோப் அணிந்த தோற்றத்துடன் சிறுவன் திலீப்பின் புகைப்படமும் வெளியானது.

ஒரு மருத்துவர், மருத்துவத்துக்கான கல்வித் தகுதி இல்லாத ஒருவரை, அதுவும் சிறுவனை அறுவை சிகிச்சை செய்யவோ, அதற்கு உதவியாக இருக்கவோ அனுமதிப்பது எந்த விதத்திலும் நியாயமாகாது. அது மருத்துவத்துறையின் அறநெறிகளுக்கு மட்டுமல்ல, மானுட அறநெறிகளுக்கும் விரோதமானது. டாக்டர் முருகேசன் என்னதான் செய்தார் என்பது பற்றி மருத்துவத் துறை அமைப்புகளும், மாவட்ட நிர்வாகமும் நியாயமான விசாரணை நடத்தி உண்மைகளைத் தெரிவிக்க வேண்டியது மிகவும் அவசியம்.

முருகேசன் முதலில் அளித்த பேட்டிகளில், தன் மகன் கின்னஸ் சாதனையாளர் பட்டியலில் இடம் பெறுவதற்காக அவர் இப்படிச் செய்ததாகக் கூறப்பட்டிருக்கிறது. கின்னஸுக்காக எத்தனையோ கிறுக்கர்கள் என்னென்னவோ விதமான விசித்திர நடவடிக்கைகளில்

ஈடுபடுகிறார்கள். விஷப் பாம்புகளுடன் கூண்டில் இருப்பது, பின்னாலேயே நடப்பது, நூறு இட்லிகள் சாப்பிடுவது என்று வகைவகையாக இப்படிப்பட்ட விசித்திரங்கள் உள்ளன.

பொதுவாக, அவை யாவுமே தன்னைத்தானே வருத்திக் கொள்வதாக அமைந்திருப்பவையே தவிர, இன்னொரு மனித உயிருடனோ, வாழ்க்கையுடனோ விளையாடுவதாக இருப்ப தில்லை. சிசேரியன் ஆபரேஷன் மூலம் பிரசவம் பார்ப்பது என்பது இன்னொருவர் உயிரோடும் வாழ்க்கையோடும் விளையாடுவதாகும்!

இதே காலகாட்டத்தில், ஒரிஸ்ஸாவில் புதியா என்ற ஐந்து வயதுச் சிறுவன், புவனேஸ்வரிலிருந்து கொல்கத்தா வரை 500 கி.மீட்டர் தூர மாரத்தான் ஓட்டம் ஓடுவதாக இருந்தது, போலீஸாரால் தடுத்து நிறுத்தப்பட்டது. புதியா இப்படிப்பட்ட ஓட்டங்களில் கலந்துகொள்ளக் கூடாது என்று ஏற்கெனவே கோர்ட் தடை விதித்திருக்கிறது.

சென்ற வருடம், மே மாதம் தன் நான்காம் வயதில் புதியா 40 மைல் தூரத்தை 7 மணி நேரம் 2 நிமிடங்களில் ஓடிக் கடந்தது ரெக்கார்டாகக் கருதப்படுகிறது.

ஓட்ட முடிவில் புதியா களைத்து மயங்கி விழுந்தான். அவனைச் சோதனை செய்த மருத்துவர்கள், அவனுகு உயர் ரத்த அழுத்தப் பிரச்னையும் மன அழுத்தமும் இருப்பதாகத் தெரிவித்தனர். ஐந்து வயதுகூட நிரம்பாத புதியாவை அவன் பெற்றோரும் பயிற்சியாளரும் பண ஆசையில் இப்படி ஓட்டப் பந்தயங்களில் ஈடுபடுத்துவதாகக் குற்றச்சாட்டுகள் கோர்ட் முன்பு உள்ளன.

ஐந்து வயதுக் குழந்தையானாலும் சரி, 15 வயதுச் சிறுவ னானாலும் சரி, அந்தந்த வயதில் என்ன செய்ய வேண்டுமோ அதைச் செய்யாமல், பெரியவர்கள் செய்யும் செயல்களைச் செய்து 'சாதனை' படைக்க வேண்டிய அவசியம் என்ன?

அது அவர்களுடைய நோக்கம் அல்லவே அல்ல! அந்தந்த வயதுக்குரிய படிப்பிலும் விளையாட்டிலும் பொழுதுபோக்கு களிலும் அவர்கள் ஈடுபடுவதே நியாயமானது. அவர்களைச் சாதனை இயந்திரங்களாக ஆக்குபவர்கள் அவர்களுடைய பெற்றோர்கள்தான்.

புதியா, திலீப்புக்கு வாய்த்த மாதிரிப் பெற்றோர்கள் நம் சமூகத்தில் ஏராளமானவர்கள் இருக்கிறார்கள். வீட்டுக்கு அங்கிள், ஆன்ட்டி என யாராவது வந்தால், அவர்கள் முன் குரங்காட்டி போல தங்கள் குழந்தைகளை ஆட்டிவைத்து

வேடிக்கை காட்டிப் (தங்களுக்கு) பாராட்டு பெற்று மகிழ்வதில் பெருவிருப்பம் கொண்டவர்கள் இவர்கள்.

தங்கள் வாழ்க்கையில் தாங்கள் செய்ய விரும்பி, முடியாமல் போனதை எல்லாம் தங்கள் குழந்தைகளைக் கொண்டு செய்து பார்த்துவிடும் வெறிதான் இத்தகையப் பெற்றோரை இயக்குகிறது. இதற்கு குழந்தைகள் பலியாகிறார்கள்.

15 ஆண்டுகளுக்கு முன்னால் தமிழ் சினிமாவில் குழந்தை நட்சத்திரமாக இருந்த ஒரு சிறுவனைத் தொலைக்காட்சிப் பேட்டிக்காகச் சந்திக்கச் சென்றேன். 'பெரியவனான பிறகு என்னவாக விரும்புகிறாய்? நடிகனாவாயா?' என்று கேட்டேன். 'இல்லை. எனக்கு கிரிக்கெட் பிடிக்கும். கிரிக்கெட் பிடிக்கும். கிரிக்கெட் சாம்பியனாக விரும்புகிறேன்' என்றான் அந்தச் சிறுவன். நாங்கள் பேட்டி எடுத்துக்கொண்டு இருக்கும்போதே அவனுடைய அப்பா வந்துவிட்டார்.

'சூப்பர் ஸ்டார் இடத்தைப் பிடிக்கிறதுதான் சார் அவனோட லட்சியம்' என்று சொன்ன அவர், படத்தில் அவன் பேசிய ஒரு நீண்ட டயலாக்கை எங்களிடம் பேசிக் காட்டச் சொல்லி அவனை வற்புறுத்தினார். அவனோ தன் வயதில் இருந்த அந்த வீட்டு வேலைக்காரச் சிறுமியுடன் பந்து விளையாடுவதில் ஆர்வமாக இருந்தான். அப்பா வலுக் கட்டாயமாக டயலாக் பேச வைத்ததும், அவனுக்குப் பாதி டயலாக் மறந்து போய்விட்டது.

அவர் சட்டென்று அவன் கன்னத்தில் 'பளார்' என்று அறைந்தார். அது அவருடைய வழக்கம் என்று பிறகு தெரிந்தது. நாங்கள் பதறிப்போய் அவரைத் தடுத்தோம். அவரோ பெரும் ஆத்திரத்துடன் இருந்தார். பேட்டி எடுத்ததுவரை போதும் என்று நாங்கள் கிளம்பிவிட்டோம். அவன் அடி வாங்கிய அந்தச் சமயத்தில், அதைப் பார்த்துக்கொண்டு இருந்த அவனுடைய விளையாட்டுத் தோழியின் முகத்தை என்னால் இன்னும் மறக்க முடியவில்லை.

குழந்தைகளின் உரிமைகளில் அத்துமீறுவோர் யாராக இருந்தாலும் சரி, பெற்றோரேயானாலும் தண்டனைக்கு உரியவர்கள் தான். இது பற்றிய ஐக்கிய நாடுகள் சபையின் சட்டத்தை இந்தியாவும் ஏற்றுக்கொண்டு இருக்கிறது.

நடைமுறையில், குழந்தைகளின் வயதுக்குப் பொருந்தாத விஷயங்களில் அவர்கள் ஈடுபடுவதை நம் சமூகத்தில் அமைதியாக ஏற்றுக்கொண்டு இருக்கிறோம்; ரசிக்கிறோம்; ஊக்குவிக்கிறோம். போலீஸுக்குத் தெரியாமல் கொலை செய்யவரும் கதாநாயகனுக்கு உதவியாக, தான் ஒளித்து வைத்திருக்கும்

கத்தியை எடுத்துத் தருவது ஒரு சிறுவன் என்பதைப் பற்றிக் கவலைப்படாமல், தியேட்டரில் கை தட்டுகிறோம். பள்ளிக் கூடம் போய்ப் படிக்காமல், விளையாடாமல் பெற்றோர் மூளைச் சலவை செய்து தலையில் ஏற்றிய ஆன்மிகத் தகவல்களை ஒப்பித்துவிட்டு, பெரியவர்களை இமிடேட் செய்து அதிகப் பிரசங்கித்தனமாகப் பேசும் சிறுவன் காலில் விழுந்து, 'சாமி! ஆசீர்வாதம் பண்ணுங்க' என்று கெஞ்சுகிறோம்.

எது சாதனை என்பதே நமக்கு இன்னும் புரியவில்லை. ரஷ்யாவிலும் பல வெளிநாடுகளிலும் குழந்தைகளுக்கு ஒரு வயதிலிருந்தே நீச்சல் பழக்கம் ஏற்படுத்துவது கல்விமுறையின் ஒரு பகுதி. இங்கேயோ அதைச் சாதனை என்று குழப்பிக் கொள்கிறோம். குழந்தைகள் நிலத்திலும் நீரிலும் விளையாடுவது இயல்பு!

மருத்துவத் துறையில் இன்று எது சாதனையாக இருக்க முடியும்? பணம் சம்பாதிப்பதே பிரதான நோக்கமாக ஆக்கப் பட்டுவிட்ட வணிகச் சூழலில், ஒரு மருத்துவர் குறைந்த செலவில் தரமான சிகிச்சையைச் சாதாரண மக்களுக்கு அளித்தால், அதுதான் சாதனை. 'என் மகன் முறையாகப் படித்து, அப்படிப்பட்ட ஒரு சிறந்த மருத்துவராக வருவான்' என்ற லட்சியக் கனவை ஒரு டாக்டர் கொண்டிருந்தால் பாராட்டலாம். 'எல்லா டாக்டர் வீட்டுப் பையன்களும் (எப்படியோ) டாக்டர் ஆயிடறாங்க. அதனால், என் மகன் சிறுவனா இருக்கும் போதே டாக்டராயிடணும்' என்று ஆசைப்பட்டால், அது சமூகத்துக்கும் குழந்தை உரிமைக்கும் எதிரான செயல்.

இந்தக் கோளாறுகளுக்கெல்லாம் அடிப்படை என்ன? நம் குழந்தைகளை நாம் நம்முடைய சொத்தாகப் பார்ப்பது தான். குழந்தைகள் நம் மூலம் இந்த உலகத்துக்கு வருகிறார்களே தவிர, அவர்கள் நம் தனிச் சொத்து அல்ல! அவர்கள் இந்தச் சமூகத்தின் சொத்து. உரிய பருவம் வரை அவர்களை ஒழுங்காகப் பராமரித்து வளர்த்து, சமூகத்திடம் ஒப்படைப்பது நம் கடமை.

இந்தப் பார்வை ஏற்பட்டால், நாம் நம் குழந்தைகள் அவரவர் வயதுக்கேற்ற சந்தோஷங்களை அடைய வழி வகுப்போம். விளையாட்டிலும் படிப்பிலும் அந்தச் சந்தோஷங்களை அவர்கள் அடைவதைப் பார்ப்பதே ஒரு பெரும் மகிழ்ச்சியை நமக்குத் தரும். ஒவ்வொரு முறை குழந்தைகளுடன் நாடகப் பயிலரங்குகளில் ஈடுபடும்போதும், அவர்கள் அப்படிப்பட்ட மகிழ்ச்சியைத் தாங்களும் அடைந்து, எனக்கும் தருகிறார்கள்.

இந்த வாரம் முத்ரா கலாசார அமைப்பு ஏற்பாட்டில், நானும் சக நாடக்காரர் ஜெயச்சந்திரனும் பத்து வயதுக்

குழந்தைகளுக்கு ஜாலியாக நாடகம் கற்பித்தோம். நடிப்பு என்றால் என்ன என்று விளக்குவதற்காக ஒரு சிறுமியிடம் சின்னதாக ஒரு விளையாட்டு விளையாடினேன். அவள் யார் என்று சொல்லச் சொன்னேன். பெயர் சொல்லிவிட்டு, தான் பள்ளிக்கூடத்தில் இத்தனாவது படிப்பவள், தனக்கு ஒரு தம்பி உண்டு என்றெல்லாம் சொன்னாள்.

'இல்லை. நீ பெரிய கம்ப்யூட்டர் இன்ஜினீயராக வேலை பார்க்கிறாய். உன் பெயர் இது; உன் வேலை இது. இப்போது உன் ஆபீஸில் நீ இருக்கிறாய். என்ன செய்துகொண்டு இருக்கிறாய் என்று செய்து காண்பி!' என்றேன். அவள் உடனே ஒரு கீபோர்டை பாவனை செய்துகொண்டு, அதில் டைப் அடிப்பது போல செய்தாள். 'இதுதான் நடிப்பு. நீ என்னவாக இல்லையோ அப்படிப்பட்ட, வேறொரு பாத்திரத்தை நீ செய்து காட்டுவது தான் நடிப்பு' என்று சொன்னேன்.

அடுத்து உட்கார்ந்திருந்த சிறுவனிடம், "உன் பெயர் என்ன? நீ யார் என்று சொல்லு" என்றேன். அவன் தன் பெயரைச் சொல்லிவிட்டு, 'நான் ஒரு பெண். அமெரிக்க நாசாவில் வேலை செய்கிறேன்' என்று சூப்பராக அளக்க ஆரம்பித்தான். 'இப்போது என்ன செய்கிறாய்?' என்றேன். 'நாசா ஆபீஸில், பாத்ரூமில் இருக்கிறேன்' என்றான்!

'அங்கே என்ன செய்கிறாய் என்று இப்போது செய்து காட்டு!' என்றேன்.

வாஷ்பேசின் அருகே ஒரு கண்ணாடி முன் நிற்பதாகப் பாவனை செய்தான். கைப்பையிலிருந்து லிப்ஸ்டிக் எடுத்து உதட்டில் தடவிக்கொண்டான். முகத்தை ஒற்றிச் சரி செய்து கொண்டான். எல்லாம் பாவனைதான். எல்லாக் குழந்தைகளும் கை தட்டினார்கள்.

இதுதான் குழந்தைகள் உலகம். கற்பனை செய்து மகிழவும், கற்பனை செய்யக் கற்றுக்கொள்ளவும் விரும்பும் உலகம். இந்த ஆற்றல்தான் அவர்களுடைய இதர ஆற்றல்களைக் கூர்மைப்படுத்தி வளர்க்கும். பெரியவர்களானதும் எந்தத் துறைக்குச் சென்றாலும், அதில் பிரகாசிக்கச் செய்யும்.

தயவுசெய்து குழந்தைகளை டாக்டராக நடிக்க விடுங்கள். அசல் டாக்டர் என்று நம்பவிட்டுவிடாதீர்கள். அவர்களுக்கும் கஷ்டம்; நமக்கும் கஷ்டம்!

***ஆனந்த விகடன்*, 04.07.2007**

# ‘நல்ல வேளை என்னை இந்திய அரசு கைது செய்யவில்லை!’

ஆஸ்திரேலியாவில் பணியாற்றிய இந்திய டாக்டர் முகமது ஹனீஃப், பயங்கரவாதி என்ற சந்தேகத்தில் ஆஸ்திரேலிய போலீஸாரால் கைது செய்யப்பட்டு, ஒரு மாத விசாரணைக்குப் பிறகு விடுவிக்கப்பட்டார். அவர் பெங்களூரு திரும்பி வந்து மனைவி, குழந்தையைச் சந்தித்தபின் குடும்பம் முழுவதுமாக கடவுளுக்கு நன்றி தெரிவித்திருப்பார்கள். அவர் நிச்சயம் சொல்லவேண்டிய நன்றி ஒன்று உண்டு: ‘நல்லவேளை, என்னை இந்திய அரசாங்கம் கைது செய்யவில்லை; ஆஸ்திரேலிய அரசு கைது செய்ததால், ஒரு மாதத்தில் விடுவிக்கப்பட்டேன்!’

இந்தக் கட்டுரையின் கடைசிப் பகுதிகளை யாரேனும் ஹனீஃபுக்குப் படித்துக் காட்டினால், நிச்சயமாக இதற்காகவும் அவர் நன்றி சொல்வார் என்பதில் சந்தேகமில்லை.

முதலில், ஹனீஃப் கைது விவகாரத்தில் எழும் கேள்விகளை அலசிவிட்டு அதற்குப் போவோம். பிரிட்டனின் கிளாஸ்கோ விமான நிலையத்தில் வெடி குண்டுகளுடன் ஜீப்பை ஓட்டிவந்து தாக்க முயன்று தீக்காயங்களுடன் சாவின் விளிம்பில் கிடக்கும் கஃபீல் அகமதின் ஒன்று விட்ட சகோதரர் டாக்டர் ஹனீஃப் என்பதாலும், இவருடைய சிம் கார்டும் மொபைலும் கஃபீலிடம் இருந்ததாலும், ஹனீஃப் மீது சந்தேகம் எழுந்தது. தாக்குதல் நிகழ்ச்சிக்கு அடுத்த இரு தினங்களில், தன் புத்தம் புதுக் குழந்தையைப் பார்ப்பதற்காக பெங்களூரு செல்ல ஹனீஃப் விமான டிக்கட் வாங்கியிருந்தது, அவர் தப்பி ஓட முயற்சிப்பதாக சந்தேகத்தை அதிகரித்தது.

நான்கு வார விசாரணைக்குப் பின், ஹனீஃப் மீது எந்தக் குற்றச்சாட்டையும் வைக்க இயலவில்லை என்ற நிலையில் அவரை ஆஸ்திரேலிய போலீஸார் விடுவித்தார்கள். இதற்கு நான்கு வாரம் தேவையா என்பது முதல் கேள்வி. நவீன தொழில்நுட்பத் தகவல் தொடர்பு வசதிகள் வைத்திருக்கும் ஆஸ்திரேலியா போன்ற நாட்டுக்கு, ஹனீஃப் பற்றி அறிந்து கொள்ள அதிகபட்சம் நான்கு நாட்கள் போதாதா என்ன?

ஒரு குடும்பத்தில் ஒன்றுவிட்ட, இரண்டுவிட்ட சகோதரர்கள், சகோதரிகள், உறவினர்கள் ஒருவரோடொருவர் பரிச்சயத்தோடு இருந்தாலும், ஒருவருக்கு மற்றவரை எந்த அளவுக்குத் தெரியும் என்பது இன்றைய வாழ்க்கை முறையில் சந்தேகம் தான். எனவே ஒரு குற்றத்தில் நேரடியாகச் சம்பந்தப்பட்ட ஒருவரின் உறவினர்கள் அனைவரையும் சந்தேகிப்பது என்பதே அர்த்தமற்றது.

கஃபீல், ஹனீஃப் கைதுச் செய்திகள் வந்த உடனே இரண்டு கருத்துக்கள் பெரிதாக ஊடகங்களில் விவாதிக்கப்பட்டன. இருவரும் இந்திய முஸ்லிம்கள். இருவரும் பொறியியல், மருத்துவம் போன்ற பெரிய படிப்புகளில் திறமைசாலிகள். உலக பயங்கரவாதத்தில் இந்திய முஸ்லிம்களும் இணைந்து விட்டார்களா என்று ஒரு விவாதம் ஆரம்பித்தது. கூடவே, 'இந்திய முஸ்லிம்கள் மத்தியில் இருக்கும் பெரும் வறுமை, படிப்பறிவின்மை, வேலையின்மை பிரச்னைகளால்தான் முஸ்லிம் இளைஞர்கள் தீவிரவாதத்துக்கு ஆட்படுவதாகச் சொல்லுவது தவறு. இதோ பாருங்கள்... மெத்தப் படித்த முஸ்லிம் இளைஞர்கள் சிக்கியிருக்கிறார்கள். இஸ்லாமே தீவிரவாதத்துக்கு இட்டுப் போகிற ஒரு மதம்தான்' என்றும் ஒரு குரல் ஒலிக்க ஆரம்பித்திருக்கிறது.

'படித்தவர்களும், நல்ல வசதி, வேலை இருப்பவர்களும் பயங்கரவாதி ஆவதில்லை. படிப்பும் வேலையும் இல்லாத ஏழைகள்தான் பயங்கரவாதி ஆகிறார்கள்' என்ற அடிப்படைக் கருத்தே தவறானது. பயங்கரவாதத்தின் அபடிப்படையே, ஒரு கருத்தின் மீது இருக்கும் வெறிதான்.

மத அடிப்படையில் சைவர்களும் சமணர்களும் மோதிக் கொண்டபோது, பாமரர்களா மோதினார்கள்? மெத்தப் படித்து, சாஸ்திரங்களைக் கரைத்துக் குடித்தவர்கள்தான் அரசனின் ஆதரவுடன் ஆயிரக்கணக்கான சமணர்களைக் கழுவிலேற்றிக் கொன்றார்கள். உலகத்தின் ஒவ்வொரு யுத்தத்திலும் செத்துப் போகிற சிப்பாய்கள் வேண்டுமானால் மெத்தப் படிக்காதவர்களாக இருக்கலாம். ஆனால், யுத்தத்துக்குத் திட்டமிட்டு,

வியூகம் வகுத்து நிறைவேற்றும் அரசியல், ராணுவத் தலைமைகள் எல்லாமே நல்ல படிப்பறிவு உடையவைதான்.

மதம், இனம், பணம் என்ற மூன்றும்தான் உலகில் எந்த பயங்கரவாதச் செயலுக்கும் பின்னால் இருப்பவை. இவற்றின் அடிப்படையில் வெறியை ஊட்டிவிடுபவர்கள் எப்போதுமே படித்த வர்க்கம்தான். செயல்படுத்தும் காலாட்படையில்தான் பாமரர்கள் அதிகம் இருப்பார்கள்.

மும்பை குண்டு வெடிப்புகள், மத வெறியர்களான சில இஸ்லாமியர்களால் திட்டமிடப்பட்டு நடத்தப்பட்டிருப்பதாக வழக்கு விசாரணையில் சொல்லப்பட்டது. ஆனால், அதற்குத் தேவையான ஆர்.டி.எக்ஸ் வெடிமருந்தைக் கடத்திவர உடந்தையாக இருந்த சுங்க அதிகாரி இஸ்லாமியர் அல்லர்; இந்து! இப்போது அவர் புற்று நோயில் கிடப்பதால், மரணதண்டனைக்கு பதிலாக ஆயுள்தண்டனை விதிக்கப்பட்டிருக்கிறது. வெடிமருந்துகள் இந்தியாவுக்குள் வர அவர் அனுமதிக்கக் காரணம் என்ன? பண வெறிதான்.

எல்லா மனிதர்களுக்கும் சமமான கல்வி, சமமான வாய்ப்புகள், சமமான சமூக அரசியல் களம் இல்லாத சமூகத்தில், மதம், சாதி, இனம், பணம் என்ற அடிப்படையில் மனிதர்களுக்கிடையே வேறுபாடுகள் – ஏற்றத்தாழ்வுகள் இருக்கும் வரை, பயங்கரவாதத்தின் கிளைகளை மட்டுமே நாம் வெட்டிக்கொண்டு இருப்போம்; வேர்கள் உயிரோடே இருக்கும்.

ஹனீஃப் மட்டும் இந்தியாவில் நடந்த ஏதோ ஒரு பயங்கரவாதக் குற்றம் தொடர்பாகக் கைதாகி இருந்தால், நான்கு வாரத்தில் விடுதலையாகி இருப்பாரா என்ற கேள்வியை அவரும் நாமும் யோசிக்கவேண்டும். ஆதிவாசிகள் மத்தியில் மருத்துவச் சேவை செய்து வந்த டாக்டர் விநாயக் சென், சட்டிஸ்கர் சிறையில் இன்னும் இருக்கிறார். வேலூர் சி.எம்.சி. மருத்துவர்கள் முதல், உலகப் புகழ் பெற்ற மொழியியல் அறிஞர் நோம் சாம்ஸ்கி வரை விநாயக் சென்னுக்காகக் குரல் கொடுத்தும், மன்மோகன் சிங் அரசு கண்டுகொள்ளவில்லை.

இந்தியச் சிறைகளில் இந்த நொடியில் இருக்கும் சிறைவாசிகளில் 74 சதவிகிதம் பேர் இன்னமும் குற்றவாளிகள் என்று நிரூபிக்கப்படாதவர்களே! அவர்கள் வெறும் விசாரணைக் கைதிகள்! தமிழ்நாட்டுக்கு மட்டும் ஒரு சின்னப் பெருமை. இங்கே 100க்கு 31 பேர்தான் விசாரணைக் கைதிகளாம்! அதுவே எண்ணிக்கையில் ஆயிரக்கணக்கில் போகும். இந்தியச் சிறைகளில் மொத்தம் 3,04,893 பேர் உள்ளனர். இவர்களில் 2,25,817

பேர் விசாரணைக் கைதிகள். பெரும்பாலானவர்கள் ஏழைகள்; படிப்பறிவு அற்றவர்கள்.

வருடக் கணக்கில் விசாரணை நடந்துகொண்டே இருக்கிறது. குற்றவாளி என்று தண்டிக்கப்பட்டால், சட்டப்படி எத்தனை வருடம் சிறைத் தண்டனையோ, அதைவிட அதிக வருடங்களைச் சிறையில் விசாரணைக் கைதிகளாகவே கழித்துக் கொண்டு இருப்பவர்கள் ஏராளம். பீகாரில் போக்கா தாக்குர், ரூடல் ஷா என்று இருவர், 25 வருடங்களுக்கு மேலாக விசாரணைக் கைதிகளாக இருந்தார்கள். கொலைக் குற்றம் நிரூபிக்கப்பட்டிருந்தால், ஒன்று மரணதண்டனையில் எப்போதோ செத்திருக்கலாம் அல்லது ஆயுள்தண்டனை 14 வருடத்தை முடித்துவிட்டு வெளியே வந்திருக்கலாம். இரண்டும் நடக்கவில்லை. ஃபைசாபாதில் ஜகஜீவன் ராம் யாதவ் 38 வருடமாக விசாரணைக் கைதி!

இப்படிப்பட்ட ஒரு வழக்கை மனித உரிமை அமைப்புகள் உச்ச நீதிமன்றத்துக்குக் கொண்டுபோனதில் ஒரு தீர்ப்பு வந்தது. எந்த விசாரணைக் கைதியையும் 6 மாதத்துக்கு மேல் சிறையில் வைத்திருக்கக் கூடாது என்றது நீதிமன்றம்.

ஆனால், அரசு, இந்தியன் பீனல் கோடு 436 – ஏ திருத்தம் கொண்டு வந்தது. அதன்படி, குற்றம் நிரூபிக்கப்பட்டால் எத்தனைக் காலம் தண்டனையோ, அதில் பாதிக்கு மேல் விசாரணைக் கைதியாக இருந்தால் மட்டுமே விடுவிக்கலாம் என்று ஆக்கப்பட்டது. அதாவது, ஐந்து வருட தண்டனைக்குரிய குற்றம் என்றால், இரண்டரை வருடம்வரை விசாரணைக் கைதியாகவே சிறையில் வைத்திருக்கலாம். உச்ச நீதிமன்றத் தீர்ப்பு அர்த்தமற்றதாகிவிட்டது.

உடனடியாக வழக்கை முடிக்காத வக்கீல்கள், நீதிபதிகள், காவல் அதிகாரிகள், இந்தப் பிரச்னையைக் கவனிக்காத அமைச்சர்கள் வரை எல்லாருமே படித்தவர்கள்தான். இவர்கள் யார் மீதாவது வழக்கு என்றால், நடு இரவில் வீட்டிலேயே சில நீதிபதிகள் விசாரித்து உடனே ஜாமீன் கொடுத்து விடுவார்கள்.

எது பயங்கரவாதம் என்பது நம் சமூகத்தில் விவாதிக்கப் பட வேண்டும்.

ஆகவே, டாக்டர் ஹனீஃப்! இந்தியாவில் கைதாகாமல், ஆஸ்திரேலியாவில் கைதானதற்குக் கட்டாயம் கடவுளுக்கு நன்றி சொல்லிக்கொள்ளுங்கள்!

***ஆனந்த விகடன், 08.08.2007***

# தேவை பன்முகக் கலாசாரம்

நானும் என் சிநேகிதியுமாக சுமார் 15 வருடங்கள் நடத்திய எங்கள் குடும்பத்துக்கென, சில நியதிகள் வைத்திருந்தோம். இருவரும் பிரிந்தபிறகு தனித்தனியே நடத்தும் எங்கள் வாழ்க்கையிலும் இந்த நியதிகளில் பலவற்றைத் தொடர்கிறோம்.

எங்கள் வீட்டுக்கு வரும் நண்பர்கள் யாரும் விருந்தினர்களாகக் கருதப்பட மாட்டார்கள். எங்கள் வீட்டில் அவர்களும் ஓர் அங்கமாகவே கருதப்படுவார்கள். சமையலறையில் இருப்பதைப் பயன்படுத்தி யாரும் சமைத்துச் சாப்பிடலாம்.

நாங்கள் சைவ உணவுப் பழக்கம் உள்ளவர்கள் என்பதால், சைவச் சமையலுக்கான பொருட்களே இருக்கும். அசைவ உணவு சாப்பிடும் நண்பர்கள் வெளியிலிருந்து வாங்கிக்கொண்டு வருவார்கள். சிலர் இங்கேயே அசைவம் சமைத்துச் சாப்பிட்டதும் உண்டு. எங்கள் வீட்டுக்குள் யாரும் புகை பிடிக்கவும் வன்வகை மது அருந்தவும் அனுமதி இல்லை.

வீட்டில் சோபா, நாற்காலிகள் கிடையாது. தரையில்தான் உட்காருவோம்; சாப்பிடுவோம்; தூங்குவோம். கம்ப்யூட்டருக்கு மட்டுமே மேசை, நாற்காலி. தரையில் உட்கார இயலாத உடல்நிலை உள்ளவர்கள் பயன்படுத்த ஒரு மரபெஞ்ச் உண்டு. அதில் பெரும்பாலும் பத்திரிகைகளும் புத்தகங்களுமே குவிந்து கிடக்கும்.

நாங்கள் நாத்திகர்கள் என்பதால், எங்கள் வீட்டில் எந்தக் கடவுள் உருவங்களோ, அடையாளங்களோ

கிடையாது. எங்கள் வீட்டில் இதுவரை சமயரீதியிலான எந்தச் சடங்குகளும் நடந்தது இல்லை.

கடவுள் நம்பிக்கை உள்ள வயது முதிர்ந்த உறவினர்கள் சிலர் தற்காலிகமாக எங்கள் வீட்டுக்கு வந்து சில தினங்கள் தங்கிச் செல்ல வேண்டிய கட்டாயம் ஓரிரு முறை நேர்ந்த போது, அவர்களும் எங்களிடம் பூஜை அறை எங்கே என்று கேட்டதில்லை. தங்கள் பெட்டிகளிலிருந்து தாம் கொண்டு வந்த சாமிப் படங்களை எடுத்து வைத்துக்கொண்டு, தனியே தொழுதுவிட்டுப் போவார்கள்.

இதெல்லாம்தான் எங்கள் வீட்டுக்கு நடைமுறைகள். இப்படி ஒவ்வொரு வீட்டுக்கும் ஒவ்வொரு குடும்பத்துக்கும் விதவிதமான பழக்க வழக்கங்கள் இருக்கும். இன்னொருவர் வீட்டுக்கு நாம் போகும்போது, அங்கே நமக்கு ஏற்காதவற்றில் நாம் பங்கேற்பதில்லை. உடன்பாடு உள்ளவற்றில் மட்டுமே உறவாடுகிறோம். உடன்பாடில்லாதவர்கள் வீட்டுக்குப் போய் நாம் தங்குவதில்லை.

இந்த நடைமுறைகளில் எந்தத் தவறும் இல்லை – ஒரே ஒரு முக்கியமான ஆபத்தைத் தவிர! அது என்ன? கடைசி பத்திகளில் பார்ப்போம்.

ஆஸ்திரேலிய பிரதமர் ஹோவர்ட் முன்வைத்துவரும் சில கருத்துக்கள், இன்று உலகம் முழுவதும் தொடர் விவாதங் களை எழுப்பி வருகின்றன. உலகில் பல நாடுகளிலிருந்தும் பல வகை மக்கள் ஆஸ்திரேலியாவுக்குப் போய் குடியேறி வருகிறார்கள். அப்படிக் குடியேறும்போது, வெவ்வேறு கலா சாரங்களிலிருந்து வருபவர்கள் சந்திப்பதால் சிக்கல்கள் தோன்றுகின்றன.

ஒரு காலத்தில் ஆஸ்திரேலியா, நிறவெறி மிகுந்த வெள்ளை யர்களின் சமூகமாக இருந்தது. பின்பு அது மாறி, 'மல்ட்டி கல்ச்சுரல் சொசைட்டி' எனப்படும் பன்முகக் கலாசாரங்கள் கலக்கும் தேசமாக மாறத் தொடங்கியது.

கலாசாரங்கள் கலப்பது என்பது என்ன?

இதைப் பற்றி வெவ்வேறு பார்வைகள் இருக்கின்றன. இன்னொரு கலாசாரத்திலிருந்து தனக்குப் பிடித்ததை எடுத்துக் கொண்டு, தன் கலாசாரத்தின் ஒரு பகுதியாக அதை ஆக்கிக் கொள்வது என்பது ஒரு பார்வை. பிடித்ததைப் பின்பற்றி னாலும் தன் கலாசாரத்தை அப்படியே தக்கவைத்துக்கொள்ள வேண்டும் என்பது இன்னொரு பார்வை. யாரும் எந்தக்

கலாசாரத்தையும் அப்படியே வைத்துக்கொள்ளத் தேவையின்றி, எல்லாவற்றையும் கலந்து பயன்படுத்துவது என்பது மூன்றாவது பார்வை.

இதில் என்ன சிக்கல் என்றால், ஒரே சமயத்தில் எல்லா சமூகங்களிலும் மூன்றும் நடந்துகொண்டே இருக்கின்றன. இன்னும் பெரிய சிக்கல் – தன் கலாசாரம்தான் மேலானது என்ற பார்வை.

'ஆஸ்திரேலியாவின் சட்டதிட்டங்களை, பழக்கவழக்கங் களை, நெறிமுறைகளை ஏற்று வாழ்வதானால் இங்கே வா! உன் தேசத்துக் கலாசாரம் சிறந்தது என்றால், அங்கேயே இருந்துகொள்! அதை எங்கள் மீது திணிக்கப் பார்க்காதே!' என்கிறார் ஹோவர்ட்.

அவர் கருத்துக்குப் பின்னால் பழைய வெள்ளை நிறவெறித் தொனி இருப்பதாகச் சிலர் கருதுகிறார்கள். அதே சமயம், ஆஸ்திரேலியாவில் குடியேறி வரும் இஸ்லாமியர்களின் கலாசாரத்துடன் ஏற்படத் தொடங்கியுள்ள மோதலின் அடையாளமாகவும் இதைப் பார்க்க வேண்டியிருக்கிறது.

அமெரிக்க இரட்டைக் கோபுரங்கள் மீதான தாக்குதலை அடுத்து உலகம் முழுவதும் பயங்கரவாதத்துக்கு எதிரான நடவடிக்கைகளை அரசுகள் கடுமையாக்கின. குறிப்பாக, இஸ்லாம் மதத்தைச் சேர்ந்த தீவிரவாதிகளுக்கு எதிரான நடவடிக்கை என்ற பெயரில், எல்லா இஸ்லாமியர்களுக்கும் எதிரான மனநிலையை உருவாக்குவது என்ற போக்கு உருவானது. இதை மேலும் சிக்கலாக்கும் விதத்தில், ஆஸ்திரேலியா வில் சில இஸ்லாமிய மதத் தலைவர்கள் 'ஜஹாத்' பற்றியும், பல சமூக விஷயங்கள் பற்றியும் கூறும் கருத்துக்கள் அமைந்து விட்டன.

ஆஸ்திரேலியாவில் வசிக்கும் இமாம் ஷேக் ஹமீத் ஹிலாலி, சிட்னி நகரில் வெள்ளைப் பெண்மீது நடந்த பாலியல் வன்முறையில், லெபனான் முஸ்லிம் இளைஞர்களுக்கு அளிக்கப் பட்ட 65 வருட சிறைத் தண்டனையை விமர்சித்துப் பேசினார். 'பொது இடத்தில் இறைச்சியை மூடாமல் வைத்தால், பூனை வந்து சாப்பிடத்தான் செய்யும். அது பூனையின் குற்றம் அல்ல; உடலை மூடி மறைத்து உடையணியாத பெண்கள் அந்த இறைச்சியைப் போன்றவர்கள்' என்று ஹிலாலி கூறியதை, ஹோவர்ட் கடுமையாகக் கண்டித்தார்.

'ஆஸ்திரேலியா, கிறிஸ்துவ நம்பிக்கையில் உருவாக்கப் பட்ட நாடு. கிறிஸ்துவர்களால் உருவாக்கப்பட்ட நாடு. இந்தச்

சமூக வாழ்க்கையைத் தீர்மானிப்பது இதன் ஜனநாயகமும், நாடாளுமன்றமும், சட்டமும்தான். இவற்றை ஏற்றுக்கொள்ளாதவர்கள் இங்கே வரத் தேவையில்லை. ஷரியத் சட்டம், ஷரியத் வாழ்க்கை முறைதான் சிறந்தது என்று கருதினால், அது எந்த நாட்டில் இருக்கிறதோ, அங்கே போய் வாழுங்கள். இங்கே வருவதானால், இங்குள்ள சட்டத்தை ஏற்று வாழுங்கள்' என்றார் ஹோவர்ட்.

ஹோவர்டின் பேச்சுக்குப் பின்னால், ஆஸ்திரேலியா என்பது கிறிஸ்துவர்களின் நாடு என்ற தவறான தகவலும், அதற்குக் காரணமான வெள்ளை ஆதிக்க மனப்பான்மையும், ஹிலாலியின் பேச்சுக்குப் பின்னால், மதப் பழைமைவாதத்தின் இறுக்கமும் கலந்திருக்கின்றன.

ஒரு நவீன தேசம் / சமூகம் என்பது புதிய சிந்தனைகளான ஜனநாயகம், சமத்துவம், சுதந்தரம் போன்ற கோட்பாடுகளின் அடிப்படையில்தான் அமைய முடியுமே தவிர, சாதி, மதக் கோட்பாடுகளின் அடிப்படையில் அல்ல!

ஹோவர்டின் பேச்சுக்கள் அண்மைக்காலமாக இன்டர்நெட்டில் இந்துத்துவ தீவிரவாதிகளால் அதிகமாகச் சுற்றுக்கு விடப்பட்டு வருகிறது. அதாவது, 'ஆஸ்திரேலியாவில் வாழ்வதானால், இன்ன மாதிரி இரு; இல்லாவிட்டால் வெளியேறி விடு!' என்று முஸ்லிம்களுக்கு ஹோவர்ட் சொல்வதுபோல, இந்தியாவிலும் சொல்லப்பட வேண்டும் என்ற பிரசாரமாக இது நெட்டில் செய்யப்பட்டு வருகிறது. எப்படி ஆஸ்திரேலியா, கிறிஸ்துவக் குடியரசு இல்லை என்பதை மறந்துவிட்டு ஹோவர்ட் பேசுகிறாரோ, அதே போல இந்தியாவும் மதச்சார்பு அற்ற குடியரசுதான் என்பது இவர்களால் வசதியாக ம(றை)றக்கப்பட்டு விடுகிறது.

ஒரு மதச்சார்பற்ற குடியரசு மத விஷயங்களில் எப்படி நடந்துகொள்ள வேண்டும் என்பதற்கு பிரான்ஸ் ஒரு சிறந்த எடுத்துக்காட்டு. இரண்டு ஆண்டுகளுக்கு முன்னர், பள்ளிக்கூட மாணவர்கள் எந்த மத அடையாளத்தையும் வகுப்புக்கு அணிந்து வரக் கூடாது என்ற விதியைக் கடுமையாக்கியது பிரான்ஸ். முஸ்லிம் மாணவிகள் முகமூடித் துணி, தலைக்கட்டு அணிவதையும், கிறிஸ்துவ மாணவர்கள் வெளியில் தெரிவது போல சிலுவை கோத்த சங்கிலிகள் அணிவதையும் தடை செய்தது.

நாமோ எல்லா மதங்களைப் பற்றியும் அவற்றின் சிறப்புக்கள், சிக்கல்கள் பற்றியும் குழந்தைப் பருவத்திலேயே பாடம் சொல்லித் தரத் தயாராக இல்லை. ஆனால், பள்ளிக்கூடங்களில்

சர்வ மதப் பிரார்த்தனை செய்வதையே மதச்சார்பற்ற தன்மை என்று தவறாகக் கருதி வருகிறோம்.

நம் சமூகம், டைவர்சிட்டி எனப்படும் பன்முகக் கலாசாரத் தன்மையைப் பாதுகாப்பது அவசியம்தான். ஆனால், டைவர் சிட்டி என்பது ஈக்வாலிட்டிக்கு – மனித சமத்துவத்துக்கு எதிரானதாக இருக்க முடியாது.

நம் வீட்டுப் பழக்கவழக்கங்கள் சாதி அடிப்படையிலோ, மத அடிப்படையிலோ, வர்க்க அடிப்படையிலோ மனிதர்களுக் குள் ஏற்றத்தாழ்வுகளைக் கற்பிக்காதவையாக இருக்கவேண்டும். அப்போதுதான் வீட்டுக்கு வீடு வேறுபடும் பழக்கவழக்கங்களை மதிக்க இயலும்.

வீட்டுக்கு வீடு நம் பழக்கங்கள் வேறுபடலாம்; வெளியே வந்ததும் எல்லாரும் பொதுவாக ஏற்கும் நடைமுறைகளையே நாமும் பின்பற்றுகிறோம். எல்லா வண்டிகளும் இடப்பக்கம் செல்ல வேண்டும் என்கிறபோது, ஒருவர் மட்டும் வலப்புறம் செல்வதில்லை. சென்றால் விபத்துதான்!

ஹிலாலிகளும் வேதாந்திகளும்தான் சமூகத்தை விபத்துக் களில் தள்ளுகிறார்கள்!

***ஆனந்த விகடன்,* 07.11.2007**

# என் சினிமா கனவுகள்!

## இது என் கனவுகள் சில நிறைவேறும் காலம்!

சினிமா பற்றிய ஒரு கனவு இந்த மாதம் நிறைவேறுகிறது. கடந்த 54 வருட ஜீவிதத்தில் குறைந்தபட்சம் 54 முறையேனும் யாராவது என்னிடம், 'நீங்கள் ஏன் இன்னும் சினிமா டைரக்ட் செய்யவில்லை?' என்று கேட்டிருக்கிறார்கள். நாடகம், டி.வி. தொடர்கள், வீடியோ செய்திப் படங்கள் எல்லாம் எழுதி இயக்குகிற ஒருவர், அடுத்தகட்டமாக சினிமாவை இயக்குவதுதான் 'வளர்ச்சி' என்று பலரும் நினைக்கிறார்கள். சினிமா ஏற்படுத்துகிற தாக்கத்துக்கு நிகராக, பத்திரிகை, நாடகம், டி.வி. தவிர வேறு எந்த ஊடகமும் ஏற்படுத்த முடியாது என்ற கருத்தும் பலருக்கு இருக்கிறது.

பத்தாண்டுகளுக்கு முன்பு மதுரையில் ஒரு கல்லூரியில் வீதி நாடகப் பயிற்சி அளித்துக்கொண்டு இருந்தபோது, அதில் பங்கேற்ற ஒரு மாணவி, 'யு ஆர் வேஸ்ட்டிங் யுவர் டைம் வித் அஸ். போய் ஒரு சினிமா எடுத்தால் அது இன்னும் அதிக பயனைத் தரும்' என்று சற்றுக் கோபமாகவே சொன்னாள். இந்தக் கருத்துகளுடன் எல்லாம் எனக்கு உடன்பாடு இல்லை.

பல கோடி ரூபாய்கள் புரளும் தொழிலாக சினிமாக இருப்பதால் இதைச் சுற்றி ஒரு கவர்ச்சிகரமான பிம்பம், காலம் காலமாகக் கட்டப்பட்டு வந்திருக்கிறது. சினிமா என்ற தொழில் இன்று பத்திரிகைகள், டி.வி. ஆகியவற்றை நம்பியே இயங்கி வருகிறது. ஆனால், பத்திரிகை விற்பதற்கு சினிமா தேவை இல்லை. ஒரு டி.வி. சேனல் வெற்றிகரமாக இயங்குவதற்கும் சினிமா தேவை இல்லை.

ஆனால், பத்திரிகையும் டி.வி.யும் இல்லாமல் இன்று சினிமாத் தொழில் லாபகரமாக நடக்கவே முடியாது. சினிமாத் தொழிலின் வர்த்தக வெற்றிக்கு அடித்தளமாக இருப்பது, நட்சத்திரங்களின் பிரபலம். அதற்கு முக்கியமான காரணம், திரும்பத் திரும்ப அவர்களைப் பத்திரிகைகளும் டி.வி.யும் நினைவுபடுத்திக் கொண்டே இருப்பதுதான்.

சினிமா என்ற தொழில் வேறு, சினிமா என்ற வடிவம் வேறு. சினிமா என்ற வடிவத்துக்கு ஒரே ஒரு தனிச் சிறப்பு மட்டும்தான் உள்ளது என்பது என் தீர்மானமான கருத்து. இருட்டான அரங்கில், பெரிய திரையில் காட்சியைப் பார்க்கும் அனுபவம் தான் அது. அதே சினிமாவை டி.வி. பெட்டியில் வீட்டில் அரை வெளிச்சத்தில் பார்க்கும்போது அந்த அனுபவம் கிட்டாது. இந்த ஒற்றைச் சிறப்பில்தான் சினிமா தழைக்கிறது.

அதிகமானவர்களை சினிமா சென்று சேர்கிறது என்ற கருத்து, டி.வி. வருவதற்கு முந்தைய காலத்துக்கு மட்டுமே பொருந்தும். ஒரு கமர்ஷியல் வெற்றிப் படத்தைக் கொட்டகை களில் சென்று பார்த்தவர்களின் எண்ணிக்கைக்குச் சமமாக, (சமயங்களில் அதிகமாகவே) தமிழில் ஒரு சாதாரண டி.வி. தொடரைப் பார்க்கிறார்கள்.

இந்தக் காரணங்கள் மட்டுமன்றி, சினிமா என்ற தொழிலில் பின்பற்றப்பட்டுவரும் பல அணுகுமுறைகள் எனக்கு ஏற்புடை யன அல்ல. ஒரே வேலைக்கு ஆணைவிடப் பெண்ணுக்குக் குறைந்த சம்பளம், உதவி இயக்குநர்களும், உதவி ஒளிப்பதிவாளர் களும், இதர தொழிலாளர்களும் மனிதத் தன்மையின்றி நடத்தப் படும் விதம், அது நியாயப்படுத்தப்படும் விதம் போன்ற நடைமுறைகள், மற்ற மீடியாக்களில் இல்லாதவை. மேலும் இதர மீடியாத் தொழில்களைவிட சினிமாத் தொழில் ஓர் இறுக்கமான ஃபார்முலா வடிவத்துக்குள் வணிகத் தயாரிப்பாளர் களால் அடைக்கப்பட்டுவிட்டது. படைப்பாளிகளுக்கு இதர மீடியாக்களில் இருக்கும் சுதந்தரத்துடன் ஒப்பிடும்போது, சினிமாத் தொழிலில் நியாயமான சுதந்தரம் இன்னமும் இல்லை.

புகழ், பணம் என்ற இரு அம்சங்கள், க்ரியேட்டிவ் சேட்டிஸ் பேக்ஷன் எனப்படும் படைப்புத் திருப்தி என்ற அம்சத்தைப் பின்தள்ளும் ஆபத்து எதுவும் பத்திரிகை, டி.வி. மேடை நாடகத் துறைகளில் கிடையாது என்பதால், அவையே எனக்குப் போதுமானவையாக இருந்துவந்தன.

ஆனால், சினிமாவை ஜனநாயகப்படுத்தவும், எளிமைப் படுத்தவும், புதிய பார்வைகளுக்கு இடம் அளிக்கும் தளமாக

மாற்றவும் ஓர் இயக்கத்தை உருவாக்க வேண்டும் என்பது என் கனவாக இருந்து வந்தது.

பொதுவாக சில சினிமா பிரமுகர்கள் சினிமாவின் தரமின்மைக்குக் காரணமாக, பார்வையாளர்களையே பழி சொல்வார்கள். பார்வையாளர்களோ, எங்களுக்குத் தரப்படு வதைத்தானே நாங்கள் பார்க்க முடியும் என்பார்கள். வேறு விஷயங்களைக் கொடுப்பதற்கு, சினிமாத் தொழிலின் அச்சாணி கள் தயாராக இல்லை.

ஃபார்முலாவிலிருந்து விலகிய மாற்று முயற்சிகளை முதல் கட்டத்தில் இலவசமாகப் பார்வையாளர்களுக்குக் கொடுத்து, ரசனையைச் செழுமைப்படுத்தவும் இப்படிப்பட்ட படைப்புகளைப் புதியவர்கள் உருவாக்கவும் வழி உண்டா என்று யோசித்தேன். ஒற்றை ரீல் இயக்கம் என்ற கனவு பிறந்தது.

ஒரு ரீல் என்பது ஆயிரம் அடி பிலிம் சுருள். 11 நிமிடங்கள் ஓடக்கூடியது. நாம் காணும் வணிகப் படங்கள் பெரும்பாலும் 14 முதல் 16 ரீல்கள் நீளம் உடையவை. பத்து நிமிடங்களுக்குள் ஒரு கதையைச் சொல்வது; ஒரு நிமிடம் விளம்பரதாரர்களுக்கு என்ற அடிப்படையில் ஒற்றை ரீல் படங்களை உருவாக்கி, திரையரங்குகளில் பிரதானப் படத்துக்கு முன்பாக இலவச மாகப் பார்வையாளர்களுக்கு வழங்கலாம் என்று திட்டம் தீட்டினேன். கடந்த நான்கு ஆண்டுகளில் இது தொடர்பாக, சில தயாரிப்பாளர்களிடமும், விநியோகஸ்தர்களிடமும், அரங்க உரிமையாளர்களிடமும் பேசினேன். பொதுவாக, திட்டம் உற்சாகமாக வரவேற்கப்பட்டது என்றாலும் யார் முதல் மணியைக் கட்டுவது என்ற தயக்கம் இருந்தது.

தங்கள் வசம் சுமார் 200 தியேட்டர்களை வைத்திருக்கம் கார்ப்பரேட் கம்பெனியான பிரமிட் சாய்மீராவும் எங்கள் ஞானபாநுவும் இணைந்து பதினைந்தே நாட்களில் முதல் படம் தயாராகி, சென்சார்கூட முடித்துவிட்டோம். 'யு' வித்தவுட் கட்ஸ். படத்தில் பல பரிசோதனைகள். பத்து நிமிடங்களும் ஒரே ஷாட் என்று திட்டமிட்டோம். ஆனால், ஆயிரம் அடிச் சுருளை மாட்ட, கேமராவுக்கான மேகசின் இல்லை. எனவே, ஐந்து ஐந்து நிமிடங்களாக இரு ஷாட்களில் எடுத்தார் ஒளிப் பதிவாளர் பி.எஸ்.தரன். இரண்டே பாத்திரங்கள். பத்து நிமிடங்களும் பேசிக்கொண்டே இருக்கும் கணவனாக நீல்சன். ஒரு வார்த்தையும் பேசாத மனைவி பாத்திரத்தில் ரோஹிணி. இந்த மூவரைத் தவிர மற்ற எல்லாருக்கும் – கதாசிரியர்

திலீப்குமார், எடிட்டர் சிவமதி, இசையமைப்பாளர் அனில், இயக்குநராகிய நான் என – இது முதல் படம்.

புதிய கருத்துக்கள், புதிய அணுகுமுறை, புதியவர்களுக்கே அதிக வாய்ப்பு என்ற அடிப்படையில் தொடங்கியுள்ள ஒற்றை ரீல் இயக்கத்தின் முதல் படம் டிசம்பர் 28 அன்று தமிழகம் முழுவதும் தியேட்டர்களில் மக்களைச் சந்திக்க இருக்கிறது. சரியாக 112 வருடங்களுக்கு முன்னால், இதே தேதியில்தான் முதல் சினிமாவை லூமியர் சகோதரர்கள் பாரிஸ் நகரின் ஓட்டல் மண்டபத்தில் மக்களுக்குக் காட்டினார்கள். அது ஒரு ரீலைவிடச் சின்னது. மொத்தம் பத்து படங்கள், ஒவ்வொன்றும் சுமார் 40 செகண்டுகள் ஓடியவை.

இன்னும் ஒரு சினிமாக் கனவு பாக்கி இருக்கிறது. முதல் படத்தை உருவாக்கிய சமயத்தில் அந்தக் கனவு இன்னும் பலமாகிவிட்டது.

சினிமாவின் தொழில்நுட்பம் நெகட்டிவ், பாசிட்டிவ் படச் சுருள்கள், கழுவுதல், பிரின்ட் செய்தல், சவுண்ட் நெகட்டிவ், பாசிடிவ், மேரிட் ப்ரின்ட் போன்ற வழிமுறைகள் எல்லாம் பழைமையானவை. சினிமாவுக்கு அடுத்தகட்டத்தில் கண்டு பிடிக்கப்பட்ட வீடியோ தொழில்நுட்பம் இன்னும் நவீனமானது. மேலும் டிஜிட்டல் முறையில் அதிநவீனமாகிக்கொண்டே வருகிறது. சினிமாவில் ஆறு ஸ்டெப்கள் தேவைப்படும் வேலையை, வீடியோ இரண்டே ஸ்டெப்களில், சமயத்தில் ஒரே ஸ்டெப்பில் முடித்துவிடும்.

இன்னும் பாக்கி இருப்பது ஒரே ஒரு அம்சம்தான். அரங்குகளில், பெரிய திரையில் காட்டும்போது துல்லியமான ப்ரொஜெக்ஷனுக்கான ரெசல்யூஷன். அதுவும் டிஜிட்டல், ஹை டெபனிஷன் தொழில்நுட்பங்களில் சாத்தியமாகிவிட்டது. முற்றிலும் வீடியோ தொழில்நுட்பத்தில் எடுக்கப்பட்டு, பெரிய திரையில், டிஜிட்டல் முறையில், சினிமாவுக்கு நிகரான துல்லியத்துடன் படம் காட்டும் கனவு நிறைவேறினால், சினிமா தயாரிப்பது என்பது இன்னும் எளிமையாகிவிடும்; இன்னும் ஜனநாயகமாகிவிடும்; இன்னும் புதியவர்கள் பலர் பங்கேற்கும் வாய்ப்பு ஏற்பட்டுவிடும்.

அதையும் ஒற்றை ரீல் இயக்கம் சாதிக்க வேண்டும் என்பதே அடுத்த கனவு!

**பின்குறிப்பு :** ஒற்றை ரீல் இயக்கத்தின் முதல் படம் தமிழக மெங்கும் 40 அரங்குகளில் ஆங்காங்கே தமிழ் எழுத்தாளர்கள்

தொடங்கி வைக்க, சுமார் இரண்டு மாத காலம், காட்டப்பட்டது. பெரும்பாலான இடங்களில் அஜித் நடித்த பில்லா படத்துக்கு முன்னதாக இது காட்டப்பட்டது. மக்கள் வரவேற்பு சிறப்பாக இருந்தது. அடுத்த படம் எழுத்தாளர் அன்பாதவனின் சிறு கதையை அடிப்படையாகக் கொண்டு நடிகர் தலைவாசல் விஜய் பங்கேற்க 'உள்ளேன் அய்யா' என்ற தலைப்பில் என்னால் உருவாக்கப்பட்டது. ஒவ்வொரு படத்துக்கும் விளம்பரதாரரைக் கண்டறிந்தபின்னரே இனி திரையிட இயலும் என்று பிரமிட் சாய்மீரா நிர்வாகிகள் தெரிவித்தனர். ஓராண்டு ஆகியும் அவர்களால் விளம்பரதாரர்களைக் கண்டறிய முடியாததால், இரண்டாவது படம் இன்னும் அரங்குகளுக்குச் செல்லவில்லை. ஒற்றை ரீல் இயக்கத்துக்காக சுமார் 90 விண்ணப்பங்கள் வந்தன. அவற்றில் 8 கதைகள் படமாக்க ஏற்றவையாகக் கண்டறியப்பட்ட போதும், பிரமிட் சாய்மீரா நிறுவனம் அடுத்த கட்டத்துக்குத் தயாராக இல்லாத நிலையில் இயக்கம் முடங்கி விட்டது. *(டிசம்பர் 2008.)*

**ஆனந்த விகடன், 26.12.2007**

# காகித ஓடம் கடலலை மீது . . .

கலைஞர் – பாலு கம்பைன்ஸ் வழங்கும் மெகா தயாரிப்பான சேது கால்வாயில் எத்தனை கப்பல் போகும், எவ்வளவு நேரம், தூரம், பணம் மிச்சமாகும் என்ற விவரங்களையெல்லாம், அரசின் பூம்புகார் கப்பல் கம்பெனியிடம் சமூக ஆர்வலரான முன்னாள் ஐ.ஏ.எஸ். அதிகாரி அ.கி. வேங்கடசுப்பிரமணியன் கேட்டதற்கு, எங்களிடம் அந்தத் தகவல் எதுவும் இல்லை என்று சொல்லிவிட்டார்கள்.

ஆனால் அமைச்சர் டி.ஆர். பாலு ஒரு புள்ளி விவர அறிக்கை வெளியிட்டார்: 'இந்தியாவில் உள்ள 12 துறை முகங்களிலிருந்தும் 2006 – 2007இல் வந்து சென்ற கப்பல்கள் 20,864. இதில் 50 ஆயிரம் டன் எடைக்கு மேல் உள்ளவை 4422. எஞ்சிய 16,442 கப்பல்களும், சேது கால்வாய் வெட்டி முடித்திருந்தால் அதன் வழியே வந்து போயிருக்கும்' என்றார். கேட்கவே ஆனந்தமாக இருக்கிறதே! எப்பாடு பட்டாவது கால்வாயை சீக்கிரம் வெட்டி முடியுங்கள் பாலு என்று சொல்ல எனக்கும் ஆசைதான்.

ஆனால் அறிஞர் அ.கி.வே. அமைச்சரின் அறிக்கை யில் இருக்கும் ஓட்டைகளை சுட்டிக் காட்டும்போது 'அந்தக் காகிதக் கப்பல் தரை தட்டிவிடுகிறது. முதலில் கப்பல் எண்ணிக்கை சரியா? துறைமுகங்களிலிருந்து பெற்ற தகவல் என்பதால், ஒரு கப்பல் மும்பைக்கும் கொச்சிக்கும் சென்றிருந்தால், அது மும்பை துறைமுகக் கணக்கிலும் இருக்கும், கொச்சி கணக்கிலும் இருக்குமே. அடுத்தது ஆழம். சேது கால்வாயின் ஆழம் 12 மீட்டர். கப்பல் மிதக்கும் ஆழம் 10 மீட்டராச்சே. அப்படியானால்,

மொத்த கப்பல்களில் 10 சதவிகிதம் மட்டும்தானே இந்தக் கால்வாயில் போகமுடியும்' என்கிறார் அ.கி.வே.

அடுத்து, எப்படி இந்தியாவுக்கு வந்த எல்லா கப்பலும் (16,442) சேது கால்வாய்க்கு வரும் என்று கணக்கிடமுடியும்? அரபிக்கடல் பகுதியிலிருந்து வளைகுடா, ஆப்ரிக்கா, ஐரோப்பா, அமெரிக்கா போகும் கப்பல்கள் சேதுப் பக்கமே வரத் தேவையில்லையே. கிழக்குக் கடற்கரையிலிருந்து சிங்கப்பூர், சீனா, ஜப்பான், ஆஸ்திரேலியா போகும் கப்பலும் சேதுவுக்கு ஹலோ சொல்லத் தேவையில்லை. மேற்கிலிருந்து கிழக்கு நாடுகளுக்கும் அங்கிருந்து மேற்கு தேசங்களுக்கும் செல்லும் கப்பல்கள் மட்டுமே சேதுவைப் பயன்படுத்த வரமுடியும்.

அடுத்தபடியாக கப்பல் எண்ணிக்கையை விட, டிரிப் எண்ணிக்கைதான் முக்கியம். பூம்புகார் கப்பல் கம்பெனியின் 15 கப்பல்கள் ஒரே வருடத்தில் 300 பயணங்கள் செய்யலாம். பாலுவின் அறிக்கையை விட முக்கியமானது சேது கால்வாய் கன்சல்டண்ட்டுகளான எல் அண்ட் டி நிறுவனத்தின் அறிக்கை. அதன்படி 2008இல் மொத்தம் 3055 டிரிப்புகள் இருக்கலாம். 2025இல் இது 7141 ஆக அதிகரிக்கலாம். மத்திய அரசின் ஷிப்பிங் கார்ப்பரேஷன் மதிப்பீடு இப்போதைக்கு 2310 டிரிப்புகள் தான். ஆனால் இந்த நிறுவனங்கள் சாராத நிபுணர்கள் மொத்த டிரிப்புகள் 1000தான் என்று கணக்கிடுவதாக அ.கி.வே. தெரிவிக்கிறார்.

சேது கால்வாயின் வருமானம் என்பது என்ன? ஒரு டிரிப்புக்கு வசூலிக்கும் கட்டணம்தான். திட்டச் செலவு முதல் மதிப்பீட்டில் 2000 கோடி ரூபாய். இதை வட்டியுடன் 25 வருடங்களில் திரும்ப எடுக்க வேண்டுமானால், கப்பலுக்கு 20 லட்ச ரூபாய் கட்டணம் வைக்க வேண்டும். இப்போது திட்டச் செலவு 4000 கோடி ஆகிவிட்டது. அப்படியானால் கட்டணம்? 40 லட்ச ரூபாய்? நேரம், எரிபொருள் மிச்சமாவதை விட கட்டணம் அதிகமாகிவிடும்! இதைத்தான் சுண்டைக்காய் கால்பணம், சுமை கூலி முக்கால் பணம் என்று பல நூற்றாண்டுகளுக்கு முன்பே தமிழன் சொல்லிவைத்தான்.

சேது கால்வாய்த் திட்டம் நம் சூழலையும் நம் பொருளாதாரத்தையும் நாசமாக்கும் திட்டம் என்பதில் எனக்குத் துளியும் சந்தேகமில்லை. இதை மறுப்பவர்கள் தொடர்ந்து சால்ஜாப்பு அறிக்கைகள் விடாமல், முழு உண்மைகளுடன் ஒரு வெள்ளை அறிக்கை தரவேண்டும். தரமாட்டார்கள்.

தந்தாலும் எப்படிப்பட்ட அறிக்கைகள் வெளியிடுவார்கள் என்பதை கூட்டணிக் கட்சியான மார்க்சிஸ்ட் கட்சி இந்த

வாரம் அம்பலப்படுத்தியிருக்கிறது. வீடு, மனை, நிலம் வழங்கு வதில் மற்ற மாநிலங்களை விஞ்சி நிற்கிறது தமிழகம் என்று கலைஞர் கருணாநிதி மார்க்சிஸ்ட்டுகளை விமர்சித்து ஓர் அறிக்கை வெளியிட்டார். அதில் இடதுசாரிகள் ஆளும் கேரளா, மேற்கு வங்க மாநிலங்களை விட தமிழக தி.மு.க அரசின் சாதனை பெரியது என்று காட்ட 2006 – 07ஆம் வருட புள்ளி விவரங்களைக் கொடுத்திருந்தார்.

மார்க்சிஸ்ட் தலைவர் என். வரதராஜன் வெளியிட்ட பதில் அறிக்கையில் கலைஞர் கையாண்ட கெப்பல்ஸ் உத்தி அம்பலமாகிவிட்டது. இதுவரை இந்தியா முழுவதும் வழங்கப் பட்டுள்ள நிலத்தில் 50 சதவிகிதம் மே. வங்கத்தில்தான் வழங்கப் பட்டுள்ளது என்ற தகவலை மறைத்துவிட்டு, சமீபத்திய ஒரு வருடக் கணக்கை மட்டும் கலைஞர் எடுத்துக் காட்டியிருக்கிறார். இதுதான் தமிழக அரசியலில் பிரபலமான செலக்ட்டிவ் அம்னீஷியா.

இந்த செலக்ட்டிவ் அம்னீஷியா அவரது ஆதரவு ஜால்ராக் களுக்கும் நிறையவே உண்டு.

அதனால்தான் சேது கால்வாய்த் திட்டத்தை எதிர்ப்பவர்கள் எல்லாரும் ராமர் பால பஜனை கோஷ்டியான பண்டாரம் பரதேசிக் கட்சி ஆதரவாளர்கள் என்று முத்திரை குத்தும் ஜால்ராக்களுக்கு, இன்று வரை பகுத்தறிவுப் பகலவன் கலைஞர் கருணாநிதி அசல் பண்டாரம் பரதேசிக் கட்சிப் பிரமுகர் களுக்குக் காட்டி வரும் ஆதரவு செலக்டிவ் அம்னீஷியாவில் மறந்து போய்விடுகிறது.

கிராமப் பூசாரிகள் சங்கம் என்று ஒன்று இருக்கிறது. இந்தப் பூசாரிகள் யார்? ஆகம வழிபாட்டுக்கு அப்பாற்பட்ட, பார்ப்பனிய பூசை முறைகளுக்கு உட்படாத கிராமிய தெய்வங் களான மாடன், காடன், முனியாண்டி, செல்லியம்மன் வகையறாக்களின் கோவில்களின் பூசாரிகள். இவர்களை ஒன்றிணைத்து இந்துத்துவ குடும்பத்துக்குள் சேர்ப்பதுதான் ஆர்.எஸ்.எஸ். அமைப்பின் நோக்கம். இதையே இடதுசாரிகள், பகுத்தறிவாளர்கள், பெரியாரிஸ்ட்டுகள் மொழியில் சொல்வ தானால், சாதாரண மக்களின் வழிபாட்டு முறைகளை பார்ப்பன, வேத, ஆகம முறைக்கு மாற்றி அவர்களின் சுய அடையாளங்களை ஒழித்துக் கட்டும் சதி.

இந்தப் பூசாரிகள் சங்கத்தை உருவாக்கி வழிநடத்துபவர்களில் முக்கியமானவர்கள் ஆர்.எஸ்.எஸ்., விஸ்வ ஹிந்து பரிஷத் தலைவர்களான வேதாந்தம், ஆர்.பி.வி.எஸ். மணியன் ஆகியோர்.

பூசாரிகள் சங்கத்தின் மாநில மாநாட்டில் கலந்து கொண்டவர் முதலமைச்சர் ஜெயலலிதா அல்ல. கலைஞர் கருணாநிதி. அப்போது அவர் பிஜேபியுடன் கூட்டணி வைத்திருந்த முதலமைச்சராக இருந்தார். கிராமப் பூசாரிகள் நல வாரியம் அரசால் தொடங்கப்படும் என்று அறிவித்தார். அறிவித்தபடி தொடங்கினார். அதில் வேதாந்தத்தையும் மணியனையும் அரசு நியமிக்கும் உறுப்பினர்களாக்கினார். சரி, எல்லாம் கூட்டணி தர்மம் என்று விட்டுவிடலாம்.

கூட்டணி மாறி, மதச்சார்பின்மையின் காவல் தெய்வங்களான காங்கிரஸ், இடதுசாரிகளுடன் கூட்டுச் சேர்ந்தார் கருணாநிதி. கிராமப் பூசாரிகள் நல வாரியப் பதவிகளில் ஊரன் அடிகளோ, குன்றக்குடி அடிகளோ நியமிக்கப்பட்டார்களா? இல்லை. மீண்டும் மீண்டும் வேதாந்தமும் மணியனுமே திமுக அரசால் நியமிக்கப்பட்டு வருகிறார்கள். இதை நான் இப்போது ஆறாவது முறையாகச் சுட்டிக் காட்டுகிறேன். கலைஞருக்கு நாமாவளி பாடிக்கொண்டிருக்கிற 'சில' இடதுசாரிகள், பகுத்தறிவாளர்கள், பெரியாரிஸ்ட்டுகள் ஒருமுறை கூட இது பற்றி வாயைத் திறந்ததில்லை.

இந்த வாரம் கூட அரசு வாரிய உறுப்பினர் வேதாந்தம், 'ராமர் பாலத்தைக் காப்பாற்றத் தொடர்ந்து போராட்டம் நடத்துவோம்' என்று அறிவித்திருக்கிறார். பகுத்தறிவுச் சிங்கம் கலைஞருக்கு வேதாந்திகள் உண்மையில் நண்பர்களா? பகைவர்களா? மஞ்சள் துண்டு போல இதுவும் பகுத்தறிவால் அவிழ்க்க முடியாத மர்மம்தான் போலும்!

***குமுதம்***, **20.02.2008**

# திருமணம் செக்ஸுக்காகவா? நட்புக்காகவா?

"கல்யாணம்தான் கட்டிக்கிட்டு ஓடிப் போலாமா? இல்ல, ஓடிப் போயிக் கல்யாணம்தான் கட்டிக்கலாமா?" என்ற உளவியல் தத்துவச் சிக்கல் பற்றிய பாடல் ஒரு காலத்தில் தமிழகத்தின் மூலை முடுக்குகளில் எல்லாம் ஒலித்துக்கொண்டிருந்தது. அதை அப்போது கேட்டு இன்புற்ற டீன் ஏஜ் பெண்களும் ஆண்களும் என்ன முடிவுக்கு வந்தார்கள் என்பது பற்றி யாரும் ஆய்வுகள் செய்து முடிவுகளை அறிவிக்காதது சமூக விஞ்ஞானத்துக்கு ஒரு பெரும் இழப்புதான்.

பெரும்பாலானவர்கள் கல்யாணத்துக்கு முன்போ பின்போ ஓடிப்போயிருக்க மாட்டார்கள் என்பதுதான் என் அனுமானம். இருவீட்டார் சம்மதத்துடன் கணிச மான செலவில் கல்யாணம் மட்டும் செய்திருப்பார்கள். ஓடிப்போய் காதல் திருமணம் செய்தவர்கள் எண்ணிக்கையும், எளிமையான திருமணம் செய்தவர்கள் எண்ணிக்கையும் விரல் விட்டு எண்ணும் அளவில்தான் இருக்கக்கூடும்.

சென்ற வாரம் ஒரு 'முற்போக்கு' திருமணத்தில் வாழ்த்திப் பேசவும் ஒரு மகளிர் கல்லூரியில் சிறப்புரை நிகழ்த்தவும் அழைக்கப்பட்டிருந்தேன். தற்செயலாக இரு இடங்களிலும் என் திருமணத்தைப் பற்றிப் பேச வேண்டி வந்தது. திருமண வீட்டில் எனக்கு முன்னால் வாழ்த்தியவர்கள் சிலர் வாழ்த்துவதற்கான தங்கள் தகுதிகளைப் பற்றி குறிப்பிட்டதையடுத்து நானும் என் தகுதி பற்றி உடனடியாக யோசித்துப் பேச வேண்டியவனானேன். கல்லூரியில், மாணவிகளிடம் ஆண் – பெண் சமத்துவத்

தின் தேவை பற்றித் தீவிரமாகப் பேசியதும், கேள்வி நேரத்தில் அப்படிப் பேசுவதற்கான என் தகுதி பற்றி ஒரு மாணவி கேள்வி எழுப்பினாள். எனவே, என் திருமணம் பற்றிப் பேச வேண்டியதாயிற்று.

காதலிக்கிறபோதே நானும் என் தோழியும் ஒரு தீர்மானத் துக்கு வந்திருந்தோம். பின்னாளில் திருமணத்துக்குப் பின் கணவன் – மனைவி என்ற உறவு எங்கள் நட்புக்கு விரோதமாக மாறுமானால், நட்பைக் காப்பாற்றுவதும் தொடர்வதும்தான் முக்கியம்; அதற்குத் தடையாக இருக்கும் திருமண உறவை வேண்டுமானால் முறித்துவிடலாம் என்பதே அந்தத் தீர்மானம்.

பின்னாளில் அவ்வாறே நிகழ்ந்தது. எங்கள் இருவரின் நட்புக்கும் விரோதமாக இருந்த திருமண உறவை இருவரும் நிராகரித்துவிட்டு, எங்கள் மகனுக்கும் இதைப் புரியச் செய்து பின்னர் பிரிந்தோம். தொடர்ந்து (மூவரும்) நல்ல நண்பர் களாகவே இருந்து வருகிறோம். (இப்போது இந்தக் கட்டுரையைக் கூட என் தோழியின் வீட்டுக்கு வந்திருக்கையில் அங்கே உட்கார்ந்துதான் கணினியில் எழுதிக் கொண்டிருக்கிறேன் என்பது ஒரு தற்செயலான நிகழ்ச்சி!)

எங்கள் பிரிவையும் நட்பையும் எங்களிருவருக்கும் நெருக்க மான வட்டத்தில் இருக்கும் நண்பர்களும் உறவினர்களும் மிகுந்த சிரமத்துடனே புரிந்துகொண்டு ஏற்றுக்கொண்டும் (சகித்துக் கொண்டும்!) உள்ளனர் என்றபோதும், இன்னும் பலருக்கு இது சிக்கலாகவே இருக்கிறது.

காரணம், நாம் சமூகத்தில் திருமணம், விவாகரத்து பற்றி உள்ள கருத்துக்கள்தான். 'கடவுள் சேர்த்து வைத்ததை மரணம் வரை மனிதன் பிரிக்காமல் இருப்பானாக' என்ற கருத்தே திருமணத்துக்குப் பின் தொடரும் வாழ்க்கையின் ஆதாரமாக இருக்கிறது. அப்படிப் பிரிய நேர்ந்தால், இனி ஒருமுறைகூட ஒருவர் மற்றவர் முகத்தில் விழிக்கவே கூடாது என்று நினைக்கும் அளவுக்குக் கசப்புடனும் வெறுப்புடனுமே பிரிகிறார்கள்.

அப்படிக் கசப்பும் வெறுப்பும் இல்லாமல் திருமண உறவைத் துண்டித்துக் கொள்வதை நம் சமூகத்தில் பலரால் இன்னும் ஏற்கமுடியாமல் இருக்கிறது. ஆணும் பெண்ணும் மிகச் சிறந்த நண்பர்களாக வாழ்வதற்கு உதவக் கூடிய ஓர் ஏற்பாடாகவே திருமணமும் இருக்க வேண்டும். அதற்குத் திருமணம் உதவவில்லையென்றால், திருமணத்தைத்தான் கைவிடவேண்டுமே தவிர, நட்பையல்ல.

திருமணத்தைக் கைவிடக் கூடாது என்று கருதும் கணவன் – மனைவி ஜோடிகளில் பலரும் தமக்குள் நட்பாக இருப்பது அரிதாகிவிட்டது. பரஸ்பர சகிப்புடன் மட்டும் இருக்கிறார்கள். குழந்தைகளுக்காக ஒருவரையொருவர் சகிப்பது நட்பாகாது. அல்லது இருவரில் ஒருவர் தன் அடையாளத்தை அழித்துக் கொள்வதால் திருமணத்தைக் காப்பாற்றுவது நடக்கிறது. ஆணும் பெண்ணும் திருமண உறவுக்குள்ளே சமமான வேலைப் பகிர்வு. சமமான நட்பு இரண்டையும் சாதிப்பது எங்கள் தலைமுறையில் நிகழவில்லை. அடுத்த தலைமுறையிலேனும் சாதியுங்கள் என்று வாழ்த்தினேன்.

இதைத் திருமண விழா மேடையிலும் கல்லூரி மேடையிலும் நான் தெரிவித்ததையடுத்து கொஞ்சம் சலசலப்புகள் ஏற்பட்டன. திருமண வீட்டுக்கு வந்திருந்த பெண்களில் சிலர், நான் அமங்கலமாகப் பேசிவிட்டதாகக் கருதினார்கள். கல்லூரி மாணவிகள் சிலருக்கு நான் சொன்ன தகவல்கள் புது மனக் குழப்பங்களை ஏற்படுத்தின.

திருமண உறவு என்பது என்ன? செக்ஸ் மட்டுமா? செக்ஸ் மட்டுமல்ல, இன்னும் பல என்றால் அவை என்னென்ன? இந்த உறவுகளில் சமத்துவம் என்பது என்ன? நம் குடும்பங்களில் இந்தச் சமத்துவம் இருக்கிறதா? இல்லையென்றால் அதற்கு என்ன செய்யலாம்? இப்படி அடுக்கடுக்காக பல கேள்விகள் நம் பதில்களுக்காகக் காத்துக்கொண்டிருக்கின்றன.

இன்றைக்கு நம் சமூகத்தில் எந்தப் பிரச்னையை எடுத்துக் கொண்டாலும் அதற்கு அரசியல் மீது பழி போட்டுவிடுவது சுலபமான வேலை. ஆனால் இன்னும் கொஞ்சம் யோசித்தால், எல்லா பிரச்னைகளுக்கும் வேர்கள் நமது குடும்பம் என்ற அமைப்பிலிருந்தே தொடங்குவதைக் காணலாம்.

நமது அரசியல்வாதிகள், சினிமாக்காரர்கள், எழுத்தாளர்கள், விஞ்ஞானிகள் உட்பட சமூகத்தின் சகல தூண்களும் குடும்பம் என்ற இந்த அமைப்பிலிருந்து உருவானவர்கள்தான். அந்த அமைப்புதான் நம் அரசியல்வாதிகளைக்கூட ஆட்டிப் படைக்கிறது. அது கருணாநிதிக்கும் பொருந்தும்; ஜெயலலிதாவுக்கும் பொருந்தும்.

நம்முடைய கல்வி முறையிலிருந்து அரசியல் வரை எதைப் பற்றியும் நம் குடும்பத்துக்கு ஒரு பார்வை இருக்கிறது. சின்னச் சின்ன தப்புகள் செய்வது, லஞ்சம் வாங்குவது, லஞ்சம் கொடுப்பது, அதிகாரத்தில் இருப்பவர்களிடம் பல்லிளிப்பது, தவறுகளைக் கண்டுகொள்ளாமல் இருப்பது என்று அத்தனை

குணங்களும் குடும்ப நலனின் பெயரால்தான் நியாயப்படுத்தப் படுகின்றன.

மகளிர் தினத்தன்று ஒரு பக்கம் பவுடர், கிரீம், மெடிக்கல், விளம்பர வியாபாரம் வருடாவருடம் நடப்பது இந்த ஆண்டும் நடக்கும். இன்னொரு பக்கம் குடும்ப வன்முறை, வரதட்சணைக் கொடுமைகள் பற்றியெல்லாம் கொஞ்சம் பேர், யார் கேட்டாலும் கேட்காவிட்டாலும் 'என் கடன் பணி செய்து கிடப்பதே' என்ற அர்ப்பண உணர்வுடன் மக்களிடம் கவன ஈர்ப்பு முயற்சிகளில் ஈடுபட்டிருப்பார்கள்.

இன்று டீன் ஏஜில் இருக்கும் ஒவ்வொரு பெண்ணும் மார்ச் 8 அன்று தன்னைத் தானே கேட்டுக்கொள்ள வேண்டிய கேள்விகள் கொஞ்சம் இருக்கின்றன. என் எதிர்காலம் எதைப் பொறுத்தது? சிகப்பழகு கிரீமையா? தாலிக் கயிற்றையா? எனக்கு ஒரு பையனின் கம்பெனி ஏன் தேவைப்படுகிறது? அவனுக்கு நான் ஏன் தேவைப்படுகிறேன்? செக்ஸுக்காக மட்டுமா? நட்புக்காகவுமா?

'இது பெரியார் பூமி. இங்கே மதவெறி, மதவாதம் ஒரு போதும் தழைக்க முடியாது' என்று வீரம் பேசுகிற சக்திகள் பலவும், மார்ச் 8இல் 'இது பெரியார் பூமி, இங்கே பெண் ணடிமைத்தனம் ஒருபோதும் தழைக்க முடியாது' என்று பேசும் திராணியற்றவையாகவே இருக்கின்றன.

இங்கே சில விதிவிலக்குகளைத் தவிர இதர முற்போக்கு பகுத்தறிவுத் திருமணங்களால்கூட பார்ப்பன வைதீக சடங்கு களை மட்டும்தான் நிராகரிக்க முடிந்திருக்கிறதே தவிர, இன்னமும் பெண்ணடிமைச் சின்னமான தாலியைக் கட்டிக் கொண்டு அழவேண்டியிருக்கிறது. இதற்கெல்லாம் காரணம், பெரியார் பெயரைப் பேசிக்கொண்டு தேர்தல் அரசியலில் பிழைப்பு நடத்துவோர் எல்லாரும் பெரியாரின் கொள்கை களில் இட ஒதுக்கீடு ஒன்றைத் தவிர மீதி அனைத்தையும் குழி தோண்டிப் புதைத்தவர்களாக இருப்பதுதான்.

மகளிர் தினத்தை கிளாரா ஜெட்கின் உருவாக்கியது, ஜெயலலிதாக்களுக்கும் கனிமொழிகளுக்கும் அரசியல் ஏணி யாகப் பயன்படுவதற்கு அல்ல.

*குமுதம்*, **12.03.2008**

# தமிழ்நாடு தனி நாடாக வேண்டுமா?

தனிநாடு கோருவது சட்ட விரோதம் என்ற சட்டத்தை மத்திய அரசு 1963இல் கொண்டு வந்ததும், அதுவரை தனி திராவிடநாடு கோரி வந்த திராவிட முன்னேற்றக் கழகம் பிரிவினைக் கோரிக்கையைக் கைவிட்டது. "கோரிக்கையைக் கைவிடுகிறோம்; ஆனால் பிரிவினைக் கோரிக்கைக்கான காரணங்கள் அப்படியே இருக்கின்றன" என்றார் அறிஞர் அண்ணா.

அவர் சொல்லி சுமார் அரை நூற்றாண்டு ஓடிய பிறகும், பிரிவினைக் கோரிக்கைக்கான காரணங்கள் இன்னமும் அப்படியே இருக்கின்றன. ஆனால் திராவிட நாடு பிரிவினைக்கல்ல. தமிழ்நாடு பிரிவினைக்குத்தான். இதற்கான இன்னொரு சாட்சியம்தான் ஒகேனக்கல்.

ஐம்பதுகளிலிருந்தே பேசப்பட்ட ஒகேனக்கல் குடிநீர்த் திட்டம் தொண்ணூறுகளில்தான் திட்ட வடிவம் பெற்றது. அப்போது கர்நாடக அரசு பெங்களூரு நகருக்கு குடிநீர் வழங்க, தன் பங்குக் காவிரி நீரை எடுக்கத் திட்டமிட்ட போது தமிழக அரசும் தனக்கு ஒதுக்கப்பட்ட பங்கிலிருந்து காவிரி நீரை ஒகேனக்கல் திட்டத்தில் பயன்படுத்த விரும்புவதாகத் தெரிவித்தது. இதை மத்திய நீர்வளத்துறை அமைச்சகச் செயலாளரும் இரு மாநில அரசுகளின் அதிகாரிகளும் சந்தித்துப் பேசியபோது ஏற்றுக்கொண்டனர்.

கர்நாடக அரசு பெங்களூரு திட்டத்தை உடனடியாக நிறைவேற்றி முடித்துவிட்டது. தமிழக அரசு பத்து வருடங்களாகியும் தன் திட்டத்தை நிறைவேற்றவில்லை. இப்போது கர்நாடகத்தில் சட்டமன்றத் தேர்தல்

சூழ்நிலையில் கன்னட வெறியைத் தூண்டினால், ஓட்டு லாபம் கிடைக்கும் என்று பிஜேபியின் எடியூரப்பாவும், காங்கிரசின் எஸ்.எம். கிருஷ்ணாவும், ஜனதா தளத்தின் தேவெகவுடாவும் ஒகேனக்கல் திட்டத்தை எதிர்க்கிறார்கள்.

சுறுசுறுப்பாக 1998இல் கருணாநிதியோ அல்லது 2001இல் ஆட்சிக்கு வந்த ஜெயலலிதாவோ ஒகேனக்கல் திட்டத்தை நிறைவேற்றியிருந்தால் இந்தப் பிரச்னை வந்திருக்காது. ஏன் செய்யவில்லை என்பதற்கு கருணாநிதி சார்பில் கனிமொழி ஜப்பான் மீது பழி போடுகிறார். இந்தத் திட்டத்துக்கு ஜப்பான் நாட்டு வங்கி, கடன் தருவதாக இருந்தது. வாஜ்பாயி அரசு அணுகுண்டு சோதனை செய்ததில் ஜப்பான் கோபமடைந்து கடன் தர மறுத்துவிட்டதாம். எனவே தாமதமாகிவிட்டதாம். இந்த பொய்ச்சாக்கை டாக்டர் ராமதாஸ் தன் புள்ளி விவரங்களால் உடைத்து நொறுக்கிவிட்டார்.

திட்டத்துக்கு அன்று தேவைப்பட்ட தொகை வெறும் 576 கோடி ரூபாய்தான். பத்து வருட தாமதத்தினால் இப்போது செலவு மதிப்பீடு மூன்று மடங்கு உயர்ந்து 1334 கோடி தேவைப் படுகிறது! இலவச டி.வி. பெட்டி வழங்க வருடந்தோறும் 750 கோடி ரூபாய் வீதம் 2250 கோடி ஒதுக்கிய கருணாநிதிக்கு, ஏன் தர்மபுரி, கிருஷ்ணகிரி வட்டாரத்து மக்கள் 40 லட்சம் பேரின் குடிநீர்த் தேவை, அதைவிட முக்கியமானதாகப் படவில்லை? என்று ராமதாஸ் கேட்கிறார். இதற்கு எந்த திமுக ஜால்ராவாலும் பதில் சொல்லமுடியாது.

வன்முறையைத் தவிர்ப்பதற்காக கர்நாடகத் தேர்தல் முடியும்வரை இப்போது திட்டத்தை தள்ளி வைப்பதாக கருணாநிதி அறிவித்ததும், தமிழக உரிமையையே கர்நாடகத்திடம் அடகு வைத்துவிட்டார் என்று அறிக்கை விடும் ஜெயலலிதாவுக்கு இதைப் பற்றி வாயைத் திறக்கவே தார்மிக உரிமை இல்லை. தன் ஐந்து வருட ஆட்சியில் இந்தத் திட்டத்தை அவர் அரை அங்குலம் கூட முன் நகர்த்தவில்லை.

தமிழகத்துக்கும் கேரளா, கர்நாடகம், ஆந்திரப் பிரதேசம் ஆகிய பக்கத்து மாநிலங்களுக்கும் இடையே 52 வருடங்களாகத் தண்ணீர், எல்லை இரண்டிலும் பிரச்னைகள் இருந்து வருகின்றன.

'தமிழ்க் கடவுள் முருகனைக் கும்பிடுங்க. ஏன் ராகவேந்திரரைக் கும்பிடப்போறீங்க?' என்று நடிகர் சத்யராஜ் உண்ணா விரத நிகழ்ச்சியில் தமிழர்களிடம் எரிந்து விழுந்தார். ம.பொ.சி எனப்படும் தமிழறிஞர் ம.பொ. சிவஞானமும் அவரது தமிழரசுக் கழகமும் மட்டும் போராடாமல் இருந்திருந்தால், தமிழ்க்

கடவுள் முருகன் ஆலயம் இருக்கும் திருத்தணி கூட இன்று தமிழ்நாட்டில் இராது. தமிழும் வேண்டும், இந்தியாவும் வேண்டும் என்று போராடியவர் என்பதால் பின்னாளில் அவரை தேசிய, திராவிட இயக்கங்கள் இரண்டுமே உரிய அளவுக்குக் கொண்டாடவில்லை. துக்ளக் சோ அவரை ஒரு கோமாளியாக சித்திரித்து அவமானப்படுத்தினார்.

இன்று ஆந்திராவிடம் இருக்கும் சித்தூர், திருப்பதி இரண்டுமே பழைய சென்னை ராஜதானியில் தனி மாவட்டங்களாகக் கூட இல்லை. வட ஆற்காடு ஜில்லாவுக்குள்ளேயே இருந்தவை. திருப்பதி வேங்கடவன் கோயிலில் உள்ள 38 கல்வெட்டுகளில் மூன்றில் மட்டுமே தெலுங்கு உள்ளது. தமிழில் இருப்பவை 24, தெலுங்கு மொழியில் இருக்கும் பழைய பக்தி இலக்கியங்களில் திருப்பதி பற்றி இல்லை. ஆனால் சிலப்பதிகாரமும் ஆழ்வார் பாசுரங்களும் திருப்பதி பற்றி பேசுகின்றன. திருப்பதி என்ற சொல்லே தமிழ்ச் சொல்தான்.

கேரளத்திடமிருந்து குமரி மாவட்டத்தைக் காப்பாற்ற, நேசமணி, சங்கரலிங்கனார் போன்றோர் இயக்கம் நடத்திப் போராட வேண்டியிருந்தது. தமிழக, கேரளா மொத்த எல்லை நீளம் 830 கிலோமீட்டர். இதில் 200 கி.மீ. தான் இதுவரை துல்லியமாக வரையறுக்கப்பட்டிருக்கிறது. கண்ணகிக்காக என்னை மிரட்டுபவர்களுக்கு இன்னமும் கண்ணகிக் கோவில் பகுதியில் தொடர்ந்து அத்து மீறல்கள் செய்யும் கேரள அரசை மிரட்ட முடியவில்லை.

அதிக அளவில் காவிரி நீரை தங்களிடமே முடக்கிக் கொள்வதற்காக கர்நாடக அரசு பல வருடங்களாக அணைகள் கட்டி வருவது ஓரளவு நாம் அறிந்த செய்தி. நாம் அறியாதது பாலாற்றையும் அது இப்படி முடக்கியது என்பதுதான். தமிழக எல்லையிலிருந்து 23 மைல் தூரத்திலேயே 25 ஏரிகளைக் கட்டி பாலாற்று நீரை முடக்கினார்கள். இதைப் பற்றி 104 வருடங்களுக்கு முன்பே சர்ச்சை எழுந்தது.

இந்தப் பிரச்னைகள் பற்றியெல்லாம் திமுக, அதிமுக போன்ற பெரிய கட்சிகள் அக்கறை காட்டியதே இல்லை. நெடுமாறன் போன்ற தமிழ்த் தேசியவாதிகள் மட்டும்தான் கொஞ்சமாவது சத்தம் போடுகிறார்கள். அவர்களே ஈழத்துக்காக எழுப்பும் கூக்குரலில் இந்த உள்ளூர் பிரச்னைகள் எல்லாம் அமுங்கிப் போய்விடுகின்றன.

எல்லா கோளாறுகளுக்கும் அடிப்படை இந்திய அரசியல் சட்டம்தான். இந்தியாவில் இருக்கும் தமிழ், பஞ்சாபி, ஹிந்தி,

மணிப்பூரி, அசாமி என்று பல்வேறு தேசிய இனங்களின் கூட்டமைப்பாக ஒன்றியமாக இந்தியாவை உருவாக்காமல், ஒன்றை மத்திய அரசு, அதற்குக் கட்டுப்பட்ட மாநில அரசுகள் என்று உருவாக்கியதால் ஒவ்வொரு காலகட்டத்திலும் விதவித மான ஆதிக்கங்களுக்கு எதிராகப் போராட வேண்டியிருக்கிறது.

ஒகேனக்கல் பிரச்னைக்காக உச்ச நீதிமன்றம் போவேன் என்று சொல்லும் கிருஷ்ணாவும் தேவெகவுடாவும் காவிரி நீர் பிரச்னையில் இதே உச்சநீதிமன்றம் கொடுத்த தீர்ப்பை மதிக்காதவர்கள். ஆனால் கர்நாடகம் தனி நாடு; தமிழ்நாடு இன்னொரு தேசம் என்றிருந்தால், உலக நீதிமன்றம் கொடுக்கும் தீர்ப்பை ஏற்றுத்தான் தீரவேண்டியிருக்கும். பிரிட்டிஷ் இந்தியா வில் சிந்து மாநிலத்துக்கும் பஞ்சாப் மாநிலத்துக்கும் இடையே தீர்க்கமுடியாமலிருந்த தண்ணீர்ப் பிரச்னை, அவை பாகிஸ்தான், இந்தியா என்று இரு நாடுகளானவுடன் தீர்க்கப்பட்டுவிட்டது!

எனவே பிரிவினைக்கான மன நிலையை இன்றைய அரசியல் அமைப்புச் சட்டமும் பல்வேறு மாநில அரசியல் வாதிகளும் ஆங்காங்கு உள்ள அந்தந்த மொழி வெறியர்களும் தான் உருவாக்கிக் கொண்டிருக்கிறார்கள்.

'பிரிட்டிஷ் ஏகாதிபத்தியம் பல தேசங்களை ஒன்றாகத் தைத்து அமைத்த தேசம் இந்தியா. அதன் தையல்கள் இப்போது பலவீனமாகிக் கொண்டிருக்கின்றன' என்று உண்ணாவிரத நிகழ்ச்சியில் பேசிய கவிஞர் வைரமுத்து எச்சரித்தார். இந்தக் கவலை சுதந்திரத்துக்கு முன்பே தமிழக அறிஞர்களுக்கும் அன்றைய அரசியல் தலைவர்களுக்கும் இருந்தது. அதனால் தான் ஒவ்வொரு தேசிய இனத்துக்கும் சுய நிர்ணய உரிமை யுடன் கூடிய கூட்டாட்சியாக சுதந்திர இந்தியா உருவாக்கப்பட வேண்டும் என்று தீர்மானம் போட்டார்கள்.

யார் யார் தெரியுமா? தமிழறிஞர், தொழிற்சங்கத் தலைவர் திரு.வி.க, அரசியல் தலைவர்கள் காமராஜர், டாக்டர் சுப்பராயன், ஜீவானந்தம், செங்கல்வராயன், படைப்பாளி களான பாரதிதாசன், வ.ரா, கல்கி, தமிழறிஞர் தெ.பொ.மீ, ம.பொ.சி முதலானோர்தான்.

இந்தப் பார்வையை காங்கிரஸ், திராவிட இயக்கம், பொது உடைமை இயக்கம் ஆகிய மூன்று இயக்கங்களுமே 1947க்குப் பின் கைவிட்டுவிடாமல் இருந்திருந்தால், சோவியத் யூனியனுக்கு நிகரான இந்திய யூனியன் உருவாகியிருக்கும். ஜனநாயகத்துடன் கூடிய தேசிய இனக் கூட்டாட்சி என்பதால், அரசியல் வடிவத்தில் அது சோவியத் யூனியனை விட சிறப்பான

தாகக் கூட இருந்திருக்கும். தேர்தல் முறையும் இப்போதைய சிம்பிள் மெஜாரிட்டி என்ற அபத்தம் இல்லாமல், விகிதாசாரப் பிரதிநிதித்துவமாகிற வாய்ப்பும் அதில் இருந்தது. ஆனால் அவை எதுவும் நடக்கவில்லை.

அந்தத் தவறை ஓரளவேனும் சரி செய்யத்தான் மொழிவாரி மாநிலங்கள் என்ற கொஞ்சம் கெட்டித் தையலை 1956இல் போட்டார்கள். இப்போது அந்தத் தையல் நெகிழ்ந்துகொண்டிருக்கிறது. மறுக்கப்பட்ட தேசிய இனங்களின் கூட்டாட்சி என்ற தத்துவம்தான் இப்போது புது வடிவத்தில் திரும்ப வந்துகொண்டிருக்கிறது. மாநிலக் கட்சிகளின் கூட்டணி உதவியுடன்தான் மத்தியில் ஆட்சி அமைந்தாக வேண்டும் என்ற அரசியல் கட்டாயம் ஏற்பட்டிருப்பது அந்த அடையாளம் தான்.

கூட்டணி வழியாகக் கூட்டமைப்பை நோக்கிப் போகிறது இந்தியா. இந்த வாய்ப்பையும் தவறவிட்டால், பக்கத்தில் இருக்கிற குட்டி நாடான இலங்கையிலிருந்து நாம் எதையும் கற்றுக்கொள்ளவில்லை என்றாகிவிடும்.

தர்மபுரி, கிருஷ்ணகிரி பகுதியின் 40 லட்சம் மக்கள்தான் உடனடியான நம் பரிதாபத்துக்குரியவர்கள். ஒகேனக்கல் குடிநீர்த் திட்டம் இப்போது தொடங்கினால் கூட அவர்களுக்கு தினசரி 128 மில்லியன் லிட்டர் தண்ணீர் என்பது 2012இல் தான் கிடைக்குமாம். தினசரி 160 மில்லியன் லிட்டர் நீர் என்பது 2016இல் தான் கிடைக்குமாம். வாய்க்கும் கைக்கும் இடையில் எத்தனை தடுமாற்றம்! *Many a slip between the cup and the lip* என்பது இதுதானா?

**குமுதம்**, **16.04.2008**

# குடும்பம் எனும் குழப்பம்!

உலகத்தில் வேறு எந்த நாட்டிலும் கல்யாண மண்டபங்கள் என்று தனியே ஒரு தொழிலே கிடையாது என்று டி.வி. பிரமுகர் ரபி பெர்னார்டுடன் அண்மையில் பேச நேர்ந்தபோது அவர் சொன்ன தகவல் எனக்கு ஆச்சரியமாக இருந்தது. சுமார் 50 நாடுகள் சுற்றிய அனுபவத்தில் அவர் அதைச் சொன்னார்.

பிலிப்பைன்சில் ரபி பெர்னார்ட் மாணவனாக இருந்தபோது அவர் பேராசிரியரின் திருமண நாளன்று, லீவு போட்டிருப்பார்; வகுப்பு இருக்காது என்று நினைத்து ரபி வகுப்புக்குப் போகவில்லையாம். ஆனால் பேராசிரியர் காலையில் வகுப்புக்கு வந்து கற்பித்துவிட்டு மாலையில் திருமணத்துக்குச் சென்றிருக்கிறார். என் திருமணத்துக்கு நானே வகுப்பை கட் அடிக்கவில்லை. நீ ஏன் அடித்தாய் என்று மறுநாள் ரபியைக் கேட்கவும் கேட்டாராம்.

இங்கேதான் நாம் நம் திருமணங்களை பெரும் திருவிழாக்களாகக் கொண்டாடிக் கொண்டிருக்கிறோம். அண்மையில் என் நீண்ட கால நண்பர்கள் இருவர் வீட்டு 'சுப' நிகழ்ச்சிகளுக்குச் சென்றிருந்தேன். ஒன்று திருமணம். இன்னொன்று நிச்சயதார்த்தம். இரண்டும் பெரும் பொருட் செலவில் பிரும்மாண்டமாக நடந்தன.

இரு நண்பர்களும் ஒரு காலத்தில் என்னுடன் நவீன நாடக இயக்க வேலைகளில் மும்முரமாக ஈடு பட்டவர்கள். இன்று அவர்கள் வாழ்க்கைப் பாதைகள் முற்றிலும் மாறிவிட்டன. ஒருவர் கடவுள் நம்பிக்கை, ஆன்மீகம், சடங்குகள் இவற்றையெல்லாம் நிராகரிக் காதவர். இன்னொருவர் இவற்றையெல்லாம் நிராகரித்து மேடைதோறும் முழங்கக்கூடிய பகுத்தறிவாளர்.

முதலாமவர் சாதி மறுப்பு, சாதி ஒழிப்பு இவற்றிலெல்லாம் பெரும் ஈடுபாடோ அக்கறையோ காட்டியிராதவர். ஆனால் தற்செயலாக காதலித்து வேற்று சாதியில் மணம் முடித்தவர். இரண்டாமவர் பார்ப்பனிய எதிர்ப்பு, சாதி ஒழிப்புக் கருத்துக் களைப் பேச்சிலும் எழுத்திலும் பரப்புவதிலும் இளைஞர்களை இவற்றை நோக்கி வழி நடத்துவதிலும் தீவிரம் காட்டியவர். சுய சாதிக்குள்ளேயே திருமணம் செய்துகொண்டவர்.

இருவர் வீட்டுக் குழந்தைகளும், என்னிடமும் நான் அவர் களிடமும் தொடர்ந்து நெருங்கி உறவாடும் சூழல் இல்லாத போதும், பெரும் அன்பு பாராட்டி வருகிறோம். நண்பர்களும் சரி, அவர்களுடைய குழந்தைகளும் சரி நல்ல அறிவாளிகள்; படிப்பாளிகள். ஒருவர் வீட்டுக் குழந்தை இப்போது மணமகனாகி விட்டான். இன்னொருவர் வீட்டுக் குழந்தைக்கு நிச்சயதார்த்தம்.

இரு நிகழ்ச்சிகளிலும் நான் அன்பின் நிமித்தம் கலந்து கொண்டபோதும், அங்கிருந்த ஒவ்வொரு தருணமும் எனக்கு பெரும் வருத்தத்தையும் ஏமாற்றத்தையும் அளித்தன.

காரணம் கலப்புத் திருமணம் செய்தவர் வீட்டிலும் சரி, பார்ப்பனீய ஒழிப்புப் பிரசாரகர் வீட்டிலும் சரி, சடங்குகள் எல்லாம் வைதீக புரோகிதரைக் கொண்டு நடத்தப்பட்டன. இரு வீட்டுக் குழந்தைகளும் இப்போது இன்னொரு சாதியில் ஜோடிகளைத் தேர்ந்தெடுத்திருந்தபோதும், சடங்குகள் எல்லாம் பெருமளவு பார்ப்பனச் சடங்கு முறையிலேயே அமைந்திருந்தன.

நிகழ்ச்சிகளின் செலவுகளும் மிக அதிகம். நாங்கள் என்ன அம்பானி, மிட்டல், ஜெயலலிதா, லாலு மாதிரியா செலவு செய்தோம் என்று வேண்டுமானால் கேட்டு அத்துடன் ஒப்பிட்டால் செலவு குறைவுதான் என்று நியாயப்படுத்திக் கொள்ளலாம்.

இரு நண்பர்களுக்கும் தனிப்பட்ட முறையில் இவையெல் லாம் உடன்பாடு இல்லைதான் என்றே நான் நம்ப விரும்பு கிறேன். ஆனாலும் குடும்பங்களை மீறி தாங்கள் எதுவும் செய்வதற்கில்லை என்ற மனநிலையை சமாதானமாகவோ, சமரசமாகவோ அல்லது ஒரு வாழ்க்கை முறையாகவோ அவர்கள் ஏற்றுக்கொண்டு விட்டார்கள். இப்படிப்பட்ட மன நிலையில்தான் இன்று நம் சமூகத்தில் பெருவாரியான ஆண்களும் பெண்களும் இருக்கிறார்கள்.

ஜாதி முதல் கடவுள் வரை, சடங்குகள் முதல் சரிகைப் புடவைகள் வரை எதுவானாலும், அதற்கு நாங்கள் பொறுப் பல்ல, வீட்டுப் பெண்கள்தான் பொறுப்பு என்று சுலபமாகப்

பல முற்போக்கு, முற்போக்கும் பிற்போக்குமல்லாத நடுப் போக்கு ஆண்கள் சொல்லித் தப்பித்துக் கொள்கிறார்கள்.

வீட்டுப் பெண்கள் நிலை என்ன? குல தர்மத்தை, குடும்ப கௌரவத்தைக் கட்டிக் காப்பாற்றும் பெரும் பாரம் தங்களுடையதே என்ற மன நிலையில் ஆழ்ந்து கிடக்கிறார்கள். 'இவர் என்ன வேண்டுமானாலும் சொல்லிவிட்டுப் போய் விடுவார். நாளைக்கு நாலு பேருக்கு நான்தானே பதில் சொல்ல வேண்டும்' என்ற ரெடிமேட் வசனம் இருக்கிறது.

அந்த நாலு பேர் யார்? இவர்கள் எல்லாருமேதானே. இன்னொருத்தருக்கு இவர்கள்தானே அந்த நாலு பேர். எது சரி, எது தவறு என்ற தெளிவான நிலையெடுக்க ஒருவரை விடாத அமைப்பாக நம் குடும்ப அமைப்பு ஆக்கப்பட்டிருக்கிறது.

அன்பின் பெயரால் எல்லா அவலங்களையும் தரை விரிப்புக்குக் கீழே போட்டு மறைக்கும் அமைப்பாக குடும்பம் ஆகிவிட்டது. இந்தக் குடும்ப அமைப்பில் அன்பு என்பது என்ன என்று பார்த்தால், ஒருவர் மற்றவரை சகித்துக்கொள்வது மட்டும்தான் என்றாக்கப்பட்டுவிட்டது.

அடுத்த தலைமுறை இதையெல்லாம் மாற்றும் என்ற என் நம்பிக்கையை அவ்வப்போது இப்படிப்பட்ட நிகழ்ச்சிகள் பலவீனப்படுத்துகின்றன. இன்றைய நடுத்தர வர்க்கத்தின் புதிய தலைமுறைக்கு படிப்பில் சாதிக்க முடிகிறது. பெரும் பணத்தை எளிதில் சம்பாதிக்கத் தெரிகிறது. நவீன தொழில் நுட்பத்தை வீட்டிலிருந்து அலுவலகம் வரை எல்லா இடங் களிலும் பயன்படுத்திக் கொள்ளும் வல்லமை பிடிப்பட்டிருக் கிறது. ஆனால் சடங்கு, சாதி, ஆடம்பரம் என்ற மரபான சக்தியை சந்தோஷமாக செண்ட் போல பூசிக்கொள்கிறது.

ஏன் இப்படி ஆனது? அரசியல் தலைவர்களில் இன்று காந்தி, பெரியார் போல முன்மாதிரிகளாக எடுத்துக்கொள்ளும் தகுதியில் ஒருவர் கூட இல்லை. காந்தியும் பெரியாரும் பெரும் புத்திசாலிகள் என்பதால் தலைவர்களானவர்களல்ல; நேர்மையானவர்கள் என்பதால் தலைமை தாங்கத் தகுதி பெற்றவர்கள்.

58 வயதுக் குழந்தைக்கு 84 வயது அப்பா கேக் ஊட்டுவதற்கு, நகரம் முழுக்க ஆடம்பர கட் அவுட்டுகளும் தோரண வாயில்களும் வைத்து பிறந்த நாள் கொண்டாடும் அரசியல் கலாசாரம்தான் இங்கே ஆதிக்கம் செலுத்துகிறது. நடிகனின் கட் அவுட்டுக்கு பாலாபிஷேகம் செய்யச் சொல்லுகிறது கமர்ஷியல் சினிமா கலாசாரம். ஆன்மிக குருவாக நகர்வலம்

வருபவர் கூட, பப்ளிசிட்டிக்கு சினிமா பிரபலங்களைத் தன்னை பேட்டி எடுக்க வைத்து டி.வி நிகழ்ச்சி தயாரிக்கும் சூழல்தான் இங்கே ஆன்மிகச் சூழல்.

இதிலிருந்து நமக்கு விடுதலையே இல்லையா?

முற்றிலும் நம்பிக்கை இழக்க வேண்டாம் என்று என்னை ஆறுதல்படுத்திய ஒரு நிகழ்ச்சியும் இதே வாரம் நடந்தது. மதுக்கடைகளை மூடச் செய்வதற்காக ஒரு மக்கள் இயக்கம் கட்ட வேண்டும் என்று விரும்பிய சில ஆர்வலர்கள் கூடிப் பேசிய ஒரு சந்திப்புக்குச் சென்றிருந்தேன். இது ஒழுக்கப் பிரச்னையல்ல; ஏழைகளை அழிக்கிற சமூக பொருளாதாரப் பிரச்னை என்று அங்கே சொன்ன நான், இங்கு கூடியிருப்பவர் களில் எத்தனை பேர் குடிப் பழக்கம் உடையவர்கள்? இப்போது விட்டுவிட்டவர்கள்? என்றொரு கேள்வியை சுய விமர்சனத் துடன் வீசினேன்.

மூன்று இளைஞர்கள் கை உயர்த்தினார்கள். அடுத்த தலைமுறை மீதான என் நம்பிக்கை மீண்டும் துளிர்விட்டது. புத்திசாலித்தனமல்ல, நேர்மைதான் நமக்குத் தேவைப்படும் முதல் ஆயுதம்.

***குமுதம்*, 11.06.2008**

# காப்பாற்றுங்கள் கலாம்

அன்புள்ள கனவுத் தாத்தா ஏ.பி.ஜே. அப்துல் கலாம் அவர்களுக்கு,

வணக்கம்.

எல்லாரையும் கனவு காணச் சொல்லியே உங்கள் குடியரசுத் தலைவர் பதவிக்காலத்தை ஓட்டி முடித்து விட்டீர்கள். குழந்தைகள் முதல் உங்கள் வயதுக்காரர்கள் வரை கனவு கண்டுகொண்டே இருக்கிறார்கள். எல்லார் கனவுகளையும் தொகுக்க முடியுமானால், அவற்றைப் படித்து ஆராய்ந்து இந்தியாவிலிருந்து இன்னொரு சிக்மண்ட் ஃபிராய்ட் உருவாகும் வாய்ப்பு கூட இருக்கிறது.

உங்கள் கனவுகள் என்ன என்று அறிந்துகொள்வதற்கு எனக்கு எப்போதும் ஆவல்தான். அக்கினிச் சிறகுகள், விஷன் 2020 மாதிரி ஆவணங்களைப் படித்தால் எனக்கு தூக்கம் வந்துவிடுகிறது. அப்புறம் என் கனவுகள் ஆரம்பமாகிவிடுகின்றன. உங்கள் கனவு என்னவென்று தெரியாமலே போய்விடுகிறது.

உங்கள் கனவு என்று சொல்லி அண்மையில் ஒரு விஷயத்தைச் சொன்னார்கள். அய்யோ! அதை நினைத்தாலே எனக்கு உடலெல்லாம் பதறுகிறது. இப்படி ஒரு விபரீதக் கனவு உங்கள் பெயரால் நனவாக்கப்படுவது பற்றி உங்கள் கவனத்தை ஈர்க்கத்தான் இந்தக் கடிதத்தை மதியத் தூக்கத்தையும் பகல் கனவையும் தியாகம் செய்துவிட்டு எழுதுகிறேன்.

இயற்பியல் துறையிலே ஒரு பெரும் ஆராய்ச்சிக்கான சோதனைக் கூடத்தை நீலகிரி மலைத்தொடரில் முதுமலை

கானுயிர் பூங்காப் பகுதியில் பைக்காரா மின் நிலையம் அருகே சிங்காரா கிராமத்தில் சுமார் 900 கோடி ரூபாய் செலவில் ஏற்படுத்த மத்திய அரசு முடிவு செய்திருக்கிறது. இன்னமும் தமிழக அரசு இதற்கு இறுதி ஒப்புதல் தரவில்லை என்பதால்தான் இந்தக் கடிதத்தை அவசர அவசரமாக உங்களுக்கு எழுதுகிறேன். என் இதர கட்டுரைகளைப் படிப்பது போல இதையும் தமிழக முதல்வர் படித்துவிடுவார் என்ற நம்பிக்கையினால் அவருக்குத் தனியே எழுதவில்லை.

இது எதற்கான ஆராய்ச்சிக் கூடம் என்பது உங்களுக்கு நன்றாகவே தெரியும். ஆனால் சாதாரண மனிதர்களுக்கு எளிதில் புரியாது. சூரியனும் இதர நட்சத்திரங்களும் இடைவிடாமல் கோடிக்கணக்கில் உமிழ்ந்துகொண்டிருக்கும் நியூட்ரினோ எனப்படும் அணுவிலும் மெல்லிய துகளை வசப்படுத்தி ஆராய்ச்சி செய்வதற்குத்தான் இந்த சோதனைக்கூடம். நியூட்ரினோவைப் புரிந்துகொண்டால் இந்த பிரபஞ்சம் எப்படி உருவாயிற்று என்பதையும் சூரியனில் எப்படி சக்தி உருவாகிறது என்பதையும் புரிந்துகொள்ளமுடியலா...ம் என்று விஞ்ஞானிகள் நம்புகிறார்கள்.

நியூட்ரினோவை வசப்படுத்த பூமிக்கடியில்தான் சோதனைக் கூடத்தை ஏற்படுத்தியாக வேண்டும் என்பதால், முதுமலை – நீலகிரி மலைத்தொடரில் பூமியைக் குடைந்து ஒரு கிலோ மீட்டர் ஆழத்தில் சுமார் மூன்று கிலோமீட்டர் நீளத்துக்கு சுரங்கம் ஏற்படுத்தி அதிலே சோதனைக்கூடத்தை கட்ட வேண்டும்.

பிரபஞ்ச ஆராய்ச்சியில் உங்கள் விஞ்ஞானிகள் ஈடுபட்டு விட்டுப் போகட்டும். அதற்கு மக்கள் வரிப்பணமான 900 கோடி என்ன ஒன்பதாயிரம் கோடியைக் கூட செலவிடட்டும். ஆராய்ச்சி முடிவுகள் மனித குலத்துக்கு என்றோ ஒருநாள் பயன்தரும் விடைகளைத் தரக்கூடும் என்ற நம்பிக்கையில் எங்கள் கொள்ளுப் பேரன் பேத்திகள் காலத்தில் கூட இதற்காக வரி கட்டுவார்கள். அதல்ல பிரச்னை.

சோதனைக்கூடம் வைப்பதற்கு நீலகிரி மலையை, முதுமலை கானுயிர் மண்டலத்தை, சிங்காரா கிராமத்தை தேர்ந்தெடுத் திருப்பதுதான் பிரச்சனை.

உங்கள் விஞ்ஞானிகள் இன்னும் நூறு தலைமுறைகளுக்கு உழைத்தால் கூட திரும்ப உருவாக்கமுடியாத இயற்கை விஷயங் களை வரும் நான்கே ஆண்டுகளில் அழித்துவிடுவார்கள் என்பது தான் பிரச்சனை.

சோதனைக்கூடத்துக்குத் தேவைப்படும் இரும்பு மட்டும் முதல்கட்டத்தில் 50 ஆயிரம் டன். இரண்டாம் கட்டத்தில் இன்னொரு 50 ஆயிரம் டன். இவை தவிர, சிமெண்ட், ஸ்டீல், இதர உலோகங்கள் எல்லாமாக இன்னொரு 35 ஆயிரம் டன் பொருட்கள். இவை அத்தனையும் மைசூரிலிருந்தும் ஊட்டியிலிருந்தும் காட்டுச் சாலைகள் வழியே லாரிகளில் வந்து சேரவேண்டும்.

மலையில் குடைந்து எடுக்கப்படும் பாறையும் மண்ணும் மட்டும் மொத்தம் ஆறு லட்சத்து 25 ஆயிரம் டன் அளவு இருக்கும் என்று மதிப்பிடப்பட்டிருக்கிறது. இவை லாரிகளில் அகற்றப்பட்டு இன்னொரு இடத்தில் கொண்டு போய் கொட்டப்படவேண்டும்.

அடுத்த நான்கு ஆண்டுகளும் இந்த வேலைகளுக்காக பெரும் லாரிகள் காட்டுப்பாதைகள் வழியே தினசிரி 50இலிருந்து 75 டிரிப் அடித்தாக வேண்டும்.

அழிந்து வருகிற புலிகளைக் காப்பதற்காக இந்த வருடம் தான் பிரதமர் மன்மோகன்சிங் 600 கோடி ரூபாயை ஒதுக்கியிருக்கிறார். புலிகள் வேகமாக அழியாமல் ஏற்கெனவே காப்பாற்றப்பட்டிருக்கும் பகுதி முதுமலை சரணாலயம். ஆசியாவில் இருக்கும் யானைகளில் 25 சதவிகிதம் இந்தப் பகுதிகளில்தான் இருக்கின்றன. கணக்கற்ற செடி, கொடி, மர வகைகளும் சின்ன புழு பூச்சி முதல் யானை, புலி வரையான கானுயிர்களும் நிறைந்திருக்கும் இயற்கையான மலைக்காடுகள் உலகில் மிகக்குறைவு. அவற்றில் ஒன்று நீலகிரியும் மேற்கு, கிழக்கு மலைத்தொடர்களும் என்பதை நீங்கள் அறிவீர்கள்.

இவையெல்லாம் இந்த சோதனைக்கூடம் அமைப்பதனால் கடுமையாக பாதிக்கப்படும். நியூட்ரினோ லேபை வேறு எங்கேனும் கூட அமைக்க முடியும். ஆனால் நீலகிரி முதுமலைக் காடுகளில் வாழும் உயிரினங்களை வேறு இடத்தில் குடியேற்றிக் காப்பாற்ற முடியாது. பிரபஞ்சம் தோன்றிய ரகசியத்தை உங்கள் விஞ்ஞானிகள் கண்டுபிடித்து முடிக்கிறபோது அவர்களுக்காக அழிந்த பிரபஞ்ச வினோதங்களை இயற்கையின் படைப்புகளை அவர்களால் ஒருபோதும் மறுபடியும் உருவாக்கவே முடியாது.

இந்தச் சோதனைக்கூடத்தை இங்கே அமைப்பதால் உள்ளூர் மக்களுக்கு வேலை வாய்ப்பு பெருகும் என்பது

போன்ற வழக்கமான சால்ஜாப்புகள் எதுவும் இதில் சொல்ல முடியாது என்பதை ஐ.என்.ஓ.வின் இணையதளமே ஒப்புக் கொள்கிறது. அது மட்டுமல்ல. மிக நுட்பமான, எளிதில் நொறுங்கிவிடக் கூடிய இயற்கைச் சூழலுக்கு நடுவே இதை அமைக்கப்போகிறோம் என்ற பிரக்ஞையும் தங்களுக்கு இருக்கிறது என்று வேறு சொல்கிறார்கள்.

இந்த சோதனைக்கூடத்துக்கு நிலம் தர இருக்கும் தமிழக மின் வாரியம் அடுத்திருக்கும் பைக்காராவில் புனல் மின் திட்டத்தை விரிவாக்கியபோது, சுரங்கம் தோண்டி எடுத்த மண் மொய்யாற்றில் போடப்பட்டு ஆறு மாசுபடுத்தப்பட்டது. மதகைத் திறந்து நீரையெல்லாம் அப்புறப்படுத்திதான் அப்போதைய சிக்கலைச் சமாளிக்க முடிந்தது.

சூழல் மாசுபடாமல் எல்லாவற்றையும் செய்கிறோம் என்று வாக்குறுதிகள் கொடுத்துவிட்டு அதை அலட்சியப்படுத்தி விட்டு நடந்துகொள்ளும் நிர்வாக இயந்திரம்தான் நம் நாட்டில் இருக்கிறது என்பது குடியரசுத் தலைவராக இருந்த உங்களுக்குத் தெரியாதா என்ன? இன்னும் கூட நமது அணு நிலையங்களில் ஒவ்வொரு ஊழியருக்கும் எவ்வளவு கதிர் வீச்சு அளவு என்பதை பகிரங்கமாக தெரிந்துகொள்ளும் உரிமை தகவலறியும் உரிமைச்சட்டத்தின் கீழ் கூட இல்லையே.

நீலகிரி மலையில் முதுமலைக் காடுகளில் ஏற்கெனவே மனிதனுக்கும் காட்டு உயிர்களுக்கும் இடையே சிக்கல்கள் ஏற்பட்டுவிட்டன. தங்கள் பாதைகளில் மனிதர்கள் குறுக்கிடத் தொடங்கியதால், யானைக் கூட்டங்கள் பெரும் அல்லலுக் குள்ளாகியிருக்கின்றன. இதன் விளைவாக வழக்கமாக வராத கிராமங்களுக்குச் சென்று அழிவை ஏற்படுத்துகின்றன.

இந்த ஆண்டு மட்டும் இங்கே 38 பேர் யானைகளின் பாதையில் குறுக்கிட்டுச் செத்திருக்கிறார்கள். அத்தனை பேரும் அப்பாவி கிராம மக்கள். பிரபஞ்ச ரகசியம் தேடும் விஞ்ஞானி களும் அந்தப் பட்டியில் சேரவேண்டுமென்பது உங்கள் கனவா?

உலகத்தில் நியூட்ரினோ ஆராய்ச்சிக் கூடங்கள் இன்னும் நான்கு உள்ளன. அவை எவையும் இப்படி இயற்கையை அழிக்கும் ஆபத்தை ஏற்படுத்தும் இடங்களில் இல்லை. ஜப்பானில் காமியோகா, கனடாவில் சூட்பரி, அமெரிக்காவில் மின்னசோட்டாவில் சௌடான் ஆகிய மூன்று இடங்களிலும் அவை நிக்கல் போன்ற தாதுச் சுரங்கங்களிலேயே அமைக்கப்

பட்டிருக்கின்றன. இத்தாலியில் கிரான் சாசோ மலைகளில் அமைக்கப்பட்டிருப்பது ஆல்ப்ஸ் பனிமலையின் ஒரு பகுதியும், நீலகிரி போல பெரும் இயற்கை உயிர்வளம் இல்லாத மலையுமாகும்.

அவ்வளவு ஏன்? இந்தியாவிலேயே முதல் நியூட்ரினோ சோதனைக்கூடம் கோலார் தங்கவயல் சுரங்கத்தில்தான் 1965இல் அமைக்கப்பட்டது என்பது உங்களுக்கு நிச்சயம் தெரிந்திருக்கும். தங்கம் எடுப்பதை நிறுத்தி சுரங்கத்தை மூடியதும் லேபை மூடிவிட்டார்கள். அதனால்தான் இப்போது முதுமலையை அழிக்கும் ஆபத்தான கனவு உங்கள் விஞ்ஞானி களுக்கு வந்திருக்கிறது.

இதை உங்கள் கனவு என்கிறார்கள். அப்படி இருக்கக் கூடாது என்று நம்புகிறேன். நியூட்ரினோ துகள்களை வசப் படுத்த வேறு இடம் தேடலாம். கோலாரில் தங்கம் இல்லா விட்டால் என்ன? அந்த சுரங்கங்களை தொடர்ந்து விஞ்ஞானி கள் பயன்படுத்தலாமே. இந்தியாவில் ஏற்கெனவே சுரங்கங்கள் உள்ள பகுதிகள் பல இடங்களில் உள்ளன. அவற்றையொட்டி நியூட்ரினோ லேபை அமைப்பது பற்றி ஆராயலாமே.

இந்த வாரம் கூட ஒரு பத்திரிகையில் விஷன் 2020 பற்றி உங்கள் பத்து அம்சக் கனவை பட்டியலிட்டிருக்கிறீர்கள். அதிலே *'Sustainable Growth'* (நிலைத்து நீடிக்கக்கூடிய வளர்ச்சி) என்பதும் ஒரு கனவு. ஆயிரக்கணக்கான வருடங்களாக உருவாகி யிருக்கும் இயற்கையை சக உயிரினங்களை அழித்துவிட்டு எப்படி நிலைத்து நீடிக்கும் வளர்ச்சி சாத்தியம்?

பஞ்சாபிலே மாசுபடுத்தப்பட்ட காளி பெய்ன் ஆற்றை ஐந்து வருடங்களில் 3000 தொண்டர்கள் மூலம் மறுபடியும் தூய்மையாக்கிய பாபா பல்பீர் சிங்கை, இளைஞர்களுக்கான ரோல்மாடலாக சொல்லியிருக்கிறீர்கள். நீலகிரியை நியூட்ரினோ லேபிலிருந்து காப்பாற்றி உங்களை ஒரு ரோல் மாடலாக முதலில் நிரூபியுங்கள். இயற்கையை அழித்து பிரபஞ்ச ரகசியத் தைத் தேடுவது என் கனவு அல்ல என்று தயவுசெய்து அறிவியுங்கள்.

உங்களை நான் நம்பாவிட்டாலும் எண்ணற்ற இளம் தலைமுறையினர் பெரிதும் நம்புகிறார்கள். அரசியல், நிர்வாகம், அறிவியல் அனைத்து துறையினருக்கும் நீங்கள் ஒரு ரோல் மாடல் என்று இளைஞர்கள் பலர் நம்புகிறார்கள். அந்த

நம்பிக்கையை மதித்து தயவுசெய்து இந்தத் திட்டத்தை வேறு இடத்துக்கு அனுப்பி உங்கள் தாய்த் தமிழகத்தின் முதுபெரும் சொத்தைக் காப்பாற்றித் தாருங்கள்.

இதைப் படித்ததற்கு நன்றி. படித்துவிட்டு நடவடிக்கை மேற்கொள்வீர்கள் என்பது என் இப்போதைய கனவு.

இதில் நீங்கள் மௌனம் காட்டினால், அது நீங்கள் யாரென்பதைக் காட்டிவிடும் என்று மட்டும் அன்புடன் அறிவுறுத்த விரும்புகிறேன்.

அன்புடன் ஞாநி

***குமுதம்*, 02.07.2008**

# மதிகெட்ட மாமன்னன் மன்மோகனன்

கொள்கைக்காக தன் ஆட்சியை, தன் கட்சியைக் கூட தியாகம் செய்யத் தயாராகிவிட்டார் மன்மோகன் சிங். தன் கொள்கையோடு ஆட்சியையும் காப்பாற்றிக் கொள்ள உதவுமானால் திரை மறைவு பேர அரசியலுக்கும் அவர் தயார். இதுதான் மிடில் க்ளாஸின் மிஸ்டர் க்ளீன் மன்மோகன்சிங்கின் அசல் முகம்.

அப்படி என்ன கொள்கை அது? புஷ்ஷுக்கு அளித்த வாக்குறுதியை அவர் காப்பாற்றியாக வேண்டுமாம். இதில் அவருக்கு இப்போது பிரிட்டனின் முன்னாள் பிரதமர் பிளேருடன் போட்டி. இருவரில் யார் புஷ்ஷுக்கு அதிக விஸ்வாசம் காட்டியவர்கள் என்று பட்டிமன்றமே நடத்தலாம். பிளேய்ருக்கும் சரி, மன்மோகனுக்கும் சரி, தங்கள் தேச மக்களை விட புஷ்தான் முக்கியமானவர்.

மன்மோகனின் புஷ் அப்செஷன் பற்றி உளவியல் நிபுணர்களிடம்தான் கேட்க வேண்டும். சென்ற வருடம் மன்மோகன் உதிர்த்த முத்துக்கள் இவை: “அமெரிக்க அதிபர் புஷ்ஷுடன் பேச்சுவார்த்தை நடத்துவது சுலப மானது, நாம் சொல்வதை உன்னிப்பாகக் கேட்டுக்கொள் வார். என்னிடம் அன்பாக இருக்கிறார். இதுவரை இருந்த அமெரிக்க அதிபர்களிலேயே இவர்தான் இந்தியாவிடம் மிகவும் சிநேகமாக இருப்பவர். உலகத்தின் ஒரே ஒரு சூப்பர் பவராக அமெரிக்கா ஆகி 15 வருடங்கள் ஆகி விட்டன. ஆனால், இதுவரை எந்த இந்திய அரசுக்கும் தன் அமெரிக்கக் கொள்கையை மாற்றிக்கொள்ளும் தைரியம் இருக்கவில்லை. நாங்கள் மாற்றி வருகிறோம்.”

இதற்கு முன் கொள்கைக்காக தன் ஆட்சியை தியாகம் செய்த பிரதமர் என்று யாரையாவது சொல்வதானால் மண்டல் கமிஷன் பரிந்துரைகளை நிறைவேற்றியதால் ஆட்சியைத் தியாகம் செய்த வி.பி. சிங்கைத்தான் நியாயப்படி குறிப்பிடலாம். அவரோடு ஒப்பிடும்போது மன்மோகன் சிங் எனக்கு ஒரு அற்பப் புழுவாகத் தெரிகிறார். ஏனென்றால் இப்போதைய மன்மோகனின் கொள்கைப் பிடிப்பு அவரை பிரதமராக வைத்திருக்கும் நாட்டு நலன் சார்ந்தது அல்ல. வி.பி.சிங்கின் கொள்கையோ சமூக நீதிக்கானது.

அணு ஒப்பந்தத்தில் காட்டும் பிடிவாதத்தில் கால் சத விகிதத்தைக் கூட அவர் பணவீக்கத்தினால் ஏற்பட்ட விலைவாசி உயர்வுப் பிரச்சினையில் காட்டி, கடும் நடவடிக்கைகள் எடுக்க முன்வரவில்லை என்பதை கவனிக்க வேண்டும். ஏனென்றால் அது புஷ்ஷுடைய பிரச்சினை அல்ல.

அமெரிக்காவுடன் அணுசக்தி ஒப்பந்தத்தை நிறைவேற்றி னால் அதனால் இந்தியாவுக்கு லாபம் என்ற வாதங்கள் முற்றிலும் பொய்யானவை. அணுகுண்டு தயாரிப்பது, சோதனை யாக அதை வெடித்துப் பார்ப்பது என்ற முட்டாள்தனத்தை இருமுறை இந்தியா செய்ததன் விளைவாக, இந்தியாவைத் தங்கள் கட்டுப்பாட்டின் கீழ் கொண்டு வரும் வேலையில் அமெரிக்கா தலைமையிலான அணுகுண்டு நாடுகள் தொடர்ந்து முயற்சித்து வருகின்றன.

அதன் இன்னொரு அத்தியாயம்தான் இந்த அமெரிக்க அணு ஒப்பந்தம். இந்தியாவின் அணு சக்தித் திட்டத்தைக் கண்காணிக்கும் பொறுப்பு ஐ.நா. சபை, சர்வதேச அணுசக்தி ஏஜென்சி முதலியவை வசம்தான் இருக்கும் என்று டெக்னிக்க லாக சொல்லப்பட்டாலும், இன்று இந்த அமைப்புகள் எல்லாம் அமெரிக்காவின் கைப்பாவைகளாகவே இயங்கி வருபவை என்பது நடைமுறை உண்மை. இல்லாத ஆயுதங்களை அழிப்பதற் காக இராக்கில் புஷ் நடத்திய யுத்தம் முழுக்க முழுக்க ஐ.நா. சம்மதத்துடன் நடத்தப்பட்டது சமீப வரலாறு.

இந்தியாவை தன் ஜால்ரா / அடியாள் கோஷ்டி வளையத் துக்குள் எப்படியாவது சாம தான பேத தண்ட முறைகளைப் பயன்படுத்தி கொண்டுவருவதற்கு அமெரிக்கா செய்யும் முயற்சி கள் அமெரிக்காவுக்கு அவசியமானவை. இந்த வட்டாரத்தில் சீனாவை சமாளிக்க இந்தியாவை அது பயன்படுத்த விரும்புகிறது.

ஆனால் இதில் நமக்கென்ன லாபம்? சீனாவுடன் நமது பிரச்சினைகளைத் தீர்த்துக்கொண்டு நண்பராகக் கைகோர்த்துக்

கொள்வதுதான் தொலைநோக்கில் நமக்கு லாபம். மக்கள் சக்தியிலும் நிலப்பரப்பிலும் உழைப்பிலும் ஆற்றலிலும் பெரிய நாடுகள் நாம். மரபான தத்துவப் பார்வையினாலும் ஓரணியில் இருக்கவேண்டிய இரு பெரும் நாடுகள் நாம். நம்மைப் பிரித் தாளும் சூழ்ச்சியில் மேற்கத்திய நாடுகள் எப்போதும் செயல் பட்டு வருகின்றன. இப்போதும் அதேதான்.

அமெரிக்காவுடன் அணு சக்தி ஒப்பந்தத்தைப் போட்டே யாக வேண்டும் என்று பிடிவாதம் பிடிக்கும் மன்மோகன் தரப்பில் இதற்குக் கூறும் நியாயங்கள்தான் என்ன? மண்டை யைப் பிளக்கும் ஷரத்துகள், வாதங்கள் எல்லாவற்றையும் தொகுத்துக் கூட்டிக் கழித்துக் கடைசியில் பார்த்தால் ஒரே ஒரு வாதம்தான் எஞ்சுகிறது.

நமக்கு நிறைய மின்சாரம் தேவை. அதற்கு அணுசக்தித் தொழில்நுட்பத்தை விட்டால் வேறு வழி கிடையாது. அதையும் யுரேனியத்தையும் நமக்கு அள்ளி அள்ளித்தர அமெரிக்காவும் மேலை நாடுகளும் சம்மதிக்க வேண்டுமானால், இந்த ஒப்பந் தத்தைச் செய்தே ஆக வேண்டும். இவ்வளவுதான் விஷயம்.

இது எல்லாம் பொய் என்று போன வருடமே 'ஓ' பக்கங்களில் சொல்லியிருக்கிறேன். இப்போது மன்மோகனின் பிடிவாதத்தால் அவர் தன் பதவியை, காங்கிரஸ் கட்சியின் எதிர்காலத்தை எல்லாம் தியாகம் செய்து அத்வானியை பிரதமர் ஆக்கும் ஆபத்தை நோக்கி நாட்டை இட்டுச் செல்வ தால், மீண்டும் சொல்ல வேண்டியிருக்கிறது.

இப்போது இந்தியாவின் மின்சார உற்பத்தி 1,26,839 மெகாவாட். இதில், நிலக்கரி மூலம் கிடைக்கும் அனல் மின்சாரம் 66 சதவிகிதம். அணைகள் மூலம் பெறும் புனல் மின்சாரம் 26 சதவிகிதம். சூரிய சக்தி, காற்றாலை போன்ற சூழல் மாசாகாத தூய வழிகளில் பெறுவது சுமார் 5 சதவிகிதம். அணு உலைகள் மூலம் பெறுவது வெறும் 3 சதவிகிதம் மட்டுமே!

அடுத்த 20 வருடங்களில் அணு மின்சார அளவை 6 சதவிகிதமாக அதிகரிக்க வேண்டுமானால், அதற்குத் தேவைப் படும் முதலீடு மட்டும் சுமார் 50 ஆயிரம் கோடி ரூபாய். இப்போது சூரியசக்தி, காற்றாலை போன்ற முறைகளுக்கு அரசு ஒதுக்கும் தொகை வெறும் 600 கோடி ரூபாய்தான், அதிலேயே அவை 5 சதவிகித மின்சாரத்தைத் தந்து வருகின்றன. இப்போது அணுசக்திக்கு அரசு ஒதுக்கும் தொகை 3,897 கோடி ரூபாய். ஆனால், அவை தருவது வெறும் 3 சதவிகிதம் தான். (இவை எல்லாமே அரசின் புள்ளிவிவரங்கள்தான்.)

இங்கே, யுரேனியம் போதுமான அளவு இல்லை என்பதே தவறு. அடுத்த 40 ஆண்டுகளில் அணு மின்சார உற்பத்திக்கும் அணு ஆயுத உற்பத்திக்கும் (சுமார் 2,228 குண்டுகள்!) தேவைப் படும் யுரேனியம் அளவு சுமார் 25 ஆயிரம் மெட்ரிக் டன்கள். நம்மிடம் இருப்பதோ 78 ஆயிரம் டன்கள். இதை வெளியில் எடுத்து பதப்படுத்திப் பயன்படுத்தத் தேவைப்படுவதெல்லாம், மக்கள் ஆதரவுடன் நில ஆர்ஜிதம் மட்டும்தான்!

யுரேனியத்தைவிட அதிகமாக நம்மிடம் தோரியம் இருக்கிறது. உலகிலேயே ஆஸ்திரேலியாவுக்கு அடுத்தபடி நம்மிடம் தான் தோரியம் உள்ளது. சுமார் 3 லட்சம் டன்கள். இதைக் கொண்டு 35 லட்சம் மெகாவாட் மின்சாரம் தயாரிக்கலாம். இதற்கான தொழில்நுட்பத்தை முழுக்க முழுக்க நம்முடைய அறிவிலேயே உருவாக்கியாயிற்று. இதை அடுத்த 40 வருடங் களில் முழுமையாகச் செயல்படுத்துவதுதான், நமது அணு சக்தித் துறை வைத்திருந்த திட்டம். அதை சீர்குலைப்பதுதான் அமெரிக்காவின் நோக்கம்.

நான் அணுகுண்டை மட்டுமல்ல, அணுசக்தியையும் ஆதரிக்கவில்லை. ஏனென்றால், அணுசக்தி என்ற தொழில் நுட்பமும் பல தலைமுறைகளுக்கு சூழலுக்கு ஆபத்தை ஏற்படுத்தக் கூடியது. மின்சாரம் தயாரித்தாலும், குண்டு தயாரித்தாலும் சூழலைக் கெடுக்காமல், கதிரியக்கம் ஏற்படாமல் அணுக்கழிவை ஆயிரக்கணக்கான ஆண்டுகளுக்குப் பாதுகாத்து வைப்பது எப்படி என்ற தொழில்நுட்பம் இன்னமும் உலகில் எங்கும் கண்டுபிடிக்கப்படவே இல்லை. இப்போதைக்குப் பின்பற்றும் வழிகள் மிகப் பெரும் செலவிலும் உத்தரவாதமற்ற தன்மையிலும்தான் உள்ளன.

இப்போதுள்ள அணுசக்தி திட்டப்படி, இன்னும் 25 வருடங்களில் 90 ஆயிரம் கோடி செலவிட்டாலும், நாம் தயாரிக்கப்போகும் அணு மின்சாரம் மொத்த மின்சாரத் தேவையில் 9 சதவிகிதத்தை எட்டாது. அமெரிக்காவுடன் ஒப்பந்தம் போட்டால், அணு உலை நிர்மாணிக்கும் செலவு தான் அதிகரிக்கும். இப்போது 7 கோடி ரூபாயில் நிர்மாணிக்கும் உலையை நிறுவ 9 கோடி செலவாகும். அணு உலையில் தயாரிக்கும் மின்சாரத்தின் அடக்க விலை வேறு எந்த வழியில் தயாரிக்கும் மின்சாரத்தை விட இப்போதும் அதிகம்தான்; எப்போதும் அதிகம்தான்.

நமது மின்சாரத் தேவைகளுக்கு, சூழலைக் கெடுக்காத மாற்று வழிகளைத் தான் நாம் அதிகரிக்க வேண்டும். அணு உலைகளுக்கு ஒதுக்கும் தொகையை மாற்றி, இவற்றுக்குத்தான்

ஒதுக்க வேண்டும். உலகத்திலேயே காற்றுவழி மின் உற்பத்திக் கான இயந்திரங்களை ஏற்றுமதி செய்வதில், நாம் முன்னணியில் இருக்கிறோம். உலகிலேயே நான்காவது இடம். வடகிழக்கு மாநிலத்தில், புனல் மின்சாரத்துக்குப் பெரும் வாய்ப்பு இருக்கிறது. சுமார் 24 ஆயிரம் மெகாவாட் தயாரிக்கலாம். ஆந்திராவில் இயற்கை வாயு கண்டுபிடிக்கப்பட்டு இருக்கிறது.

எல்லாவற்றுக்கும் மேலாக சின்னச் சின்ன காற்றாலைகள், சூரிய சக்தி ஆலைகள், வேலிக் காத்தான் உடை மரங்களை எரி வாயுவாக்கி மின்சாரம் தயாரிக்கும் சிற்றாலைகள் முதலிய வற்றை கிராமங்கள் தோறும் நிறுவி அந்தந்த கிராமத்தின் மின் தேவையை சந்திக்கும் திட்டங்கள்தான் நமக்குத் தேவை. அதிகாரத்தைப் போல மின்சார தயாரிப்பும் டிசென்ட்ரலை சேஷனுக்கு உட்படுத்தப்படவேண்டும்.

நம்முடைய இந்தப் பலத்தை எல்லாம் அதிகரிக்காமல், அணுசக்தி பக்கம் பணத்தைத் திருப்புவதும் சரி, அதன் பேரால் அமெரிக்காவின் அரசியலுக்குள் சிக்கிக் கொள்வதும் சரி, நிச்சயம் புத்திசாலித்தனமானதே அல்ல.

ஆட்சி கவிழாமல் காப்பாற்றிக் கொள்வதற்கான முலாயம் சிங், அமர்சிங் காலில் சோனியா காந்தியை மன்மோகன் சிங் தள்ளியிருக்கிறார். ஒப்பந்தம் பற்றி அவர் களுக்கு விளக்கிச் சொல்ல, மன்மோகனின் செக்யூரிட்டி ஆலோசகர் எம்.கே. நாராயணன் அவர்களைச் சந்தித்து விளக்கி னாராம். கனவுத் தாத்தா கலாமை வேறு முலாயமும் அமரும் சந்தித்து கருத்துக் கேட்டார்களாம். 'பேஷ், பேஷ். ஒப்பந்தம் நன்னா இருக்கு' என்று அவரும் சொன்னாராம். இவையெல் லாம் திரை மறைவு அரசியல் பேரங்களை மறைக்க அரங் கேற்றப்படும் நாடகங்கள்தான்.

அமெரிக்காவுடன் அணு ஒப்பந்தத்தை ஆதரிக்கும் மன்மோகன் வகையறாக்கள், ஏன் எதிர்ப்பவர்கள் கூட, கீழ்வரும் ஐந்து கேள்விகளுக்கு நியாயமான பதில்களைச் சொல்ல வேண்டும்.

1. ஹைட் சட்டம், 123 ஒப்பந்தம் எல்லாவற்றையும் தன் நாடாளுமன்றத்தில் விவாதித்து அங்கு ஏற்றுக்கொண்ட பின்னர்தான் அமெரிக்கா இந்தியாவிடம் ஒப்பந்த வடிவத்தை தருகிறது. ஏன் இந்தியப் பிரதமர் மட்டும் இதே போல இந்திய நாடாளுமன்றத்தில் விவாதித்து ஒப்புதல் பெற்றபின்னர்தான் அமெரிக்க அரசிடம் செல்வது என்ற நடைமுறையை மறுக்கிறார்?

2. இந்தியா கையெழுத்திட்டபிறகும் ஹைட் சட்டத்துக்கு அந்த ஒப்பந்தம் பொருந்தி வருகிறதா என்பதை மறுபடியும் அமெரிக்க நாடாளுமன்றம் பரிசீலிக்க வேண்டும் என்ற விதியை அமெரிக்கா வைத்திருக்கிறது. இதே போன்ற சம உரிமையை இந்திய நாடாளுமனறத்துக்கும் தர வேண்டும் என்ற விதியை ஏன் மன்மோகன் அமெரிக்கா விடம் வற்புறுத்தவில்லை?

3. இந்தியா, அமெரிக்க உதவியில்லாமல் தயாரிக்கும் அணு மின்சாரத்தை விட, அமெரிக்க உதவியுடன் தயாரித் தால், செலவு அதிகரிக்கும் என்பது சரியா தவறா?

4. எப்படி தயாரித்தாலும், இன்னும் 30 வருடங்கள் ஆனாலும் அணு மின்சாரம் நம் மொத்த தேவையில் பத்து சதவிகிதத் தைக் கூட பூர்த்தி செய்யாது என்பது உண்மையா, இல்லையா?

5. அணுக் கழிவுகளை என்ன செய்வது என்பது இதர நாடுகளைப் போலவே இந்தியாவுக்கும் இன்னமும் பிரச்சனைதான் என்பது உண்மையா, இல்லையா?

அணு மின்சார திட்டம் என்பது உண்மையில் அணு குண்டு திட்டம்தான் என்பது இடதுசாரிகளுக்குத் தெரியும். ஆனால் பகிரங்கமாக ஒப்புக்கொள்ள மாட்டார்கள். அமெரிக்கா வுடன் அணு ஒப்பந்தம் என்பது மின் தேவைக்கானது அல்ல; உலக அரசியலில் அமெரிக்காவின் அடியாளாக நம்மைப் பதிவு செய்துகொள்வதுதான் என்பது காங்கிரஸ், பிஜேபி, கலாம், நாராயணன் உள்ளிட்ட எல்லா வலதுகளுக்கும் தெரியும். ஆனால் ஒப்புக்கொள்ள மாட்டார்கள்.

***குமுதம்*, 09.07.2008**

# உலகத்தின் குப்பைத்தொட்டியா இந்தியா?

வரலாற்றில் இடம் பிடித்துவிட்டார் மன்மோகன் சிங். அவரோடு சேர்ந்து சோனியா, காங்கிரஸ், முலாயம், திமுக, பாமக எல்லாருக்கும் வரலாற்றில் இடம் கிடைத்து விட்டது. அது என்ன இடம்? கடைசியில் சொல்வோம்.

அமெரிக்காவுடன் போடும் அணு ஒப்பந்தத்துக்குத் தேவையான அனுமதியை அணுசப்ளைக் குழு நாடுகள் கொடுத்துவிட்டன என்பது அவற்றுக்கும் அமெரிக்கா வுக்கும் தான் சாகமான செய்தி; இந்தியாவுக்கு அல்ல.

அணு பரவல் தடை ஒப்பந்தத்தில் கையெழுத்திடாத வரை இந்தியாவை ஆட்டத்தில் சேர்த்துக்கொள்ளக் கூடாது என்று ஆறேழு நாடுகள் கடைசி வரை எதிர்ப்பு காட்டின. இந்தியா மறுபடியும் அணு ஆயுத சோதனை செய்யமுடியாமல் தடுக்க வேண்டும் என்பதே அவற்றின் நிபந்தனை.

அவர்களை மனம் மாற்றியது கடைசி நிமிடத்தில் வேண்டுமென்றே 'வாஷிங்டன் போஸ்ட்' செய்தித்தாள் மூலம் அமெரிக்கா அம்பலமாக்கிய புஷ் அரசின் ரகசியக் கடிதம். இந்தியாவுக்கு சலுகை காட்டுகிறோமா என்ற கேள்விக்கு செனட்டர் பெர்மனுக்கு அமெரிக்க அரசு அனுப்பிய கடிதம் அது.

இந்தியா அணுகுண்டு சோதனை செய்தால் ஒப்பந்தம் ரத்தாகிவிடும். எரிபொருள் நிறுத்தப்படும் என்பதை அந்தக் கடிதத்தில் அமெரிக்கா பகிரங்கமாக சொல்லி

விட்டது. 1973லும் அமெரிக்கா அப்படிச் செய்தது. இனிமேலும் இந்தியா குண்டு வெடித்தால் அமெரிக்கா கழுத்தறுத்துவிடும் என்பது நிச்சயமாகத் தெரிந்ததும் அணு சப்ளை குழுவின் 45 நாடுகளும் சம்மதம் கொடுத்தன.

ஆனால், மன்மோகன் வகையறாக்கள் தொடர்ந்து இங்கே பொய் சொல்லிக்கொண்டே இருக்கிறார்கள். அணுகுண்டு சோதனை நடத்தும் உரிமையை இந்தியா இழந்துவிடவில்லை என்பது முதல் பொய். 'நாங்களாகவே அணுகுண்டு சோதனை நடத்துவதை நிறுத்திவைத்துவிட்டோம். இனி நடத்தும் வாய்ப் பில்லை' என்ற வாக்குறுதியை சொல்லித்தான் அணு சப்ளைக் குழுவை இந்திய அதிகாரிகள் இணங்க வைத்திருக்கிறார்கள்.

இந்திய அணு சக்தித் துறைத் தலைவர் அனில் ககோட்கர் மறைமுகமாகச் சொல்லிவிட்டார். குண்டு வெடிப்பதாக இருந்தால், அணு உலைகளுக்கு எரிபொருள் சப்ளை பாதிக்கா மல் தொடர்வதற்கு மாற்று ஏற்பாடுகளை செய்து வைத்துக் கொள்ள வேண்டுமென்றார். அதாவது குண்டு வெடித்தால் அமெரிக்காவும் இதர நாடுகளும் சப்ளையை நிறுத்திவிடுவார்கள் என்று இதற்கு அர்த்தம்.

'இனிமேல் குண்டு வெடிக்க மாட்டோம், அணு ஆயுதப் பரவலை தடுப்பதுதான் எங்கள் கொள்கையும் கூட' என்று இந்தியா சொல்வது இன்னொரு பொய். அப்படியானால் இந்தியாவில் இருக்கும் எல்லா அணு உலைகளையும் சர்வதேச அணுக்கழகக் கண்காணிப்புக்கு உட்படுத்த முன்வரலாமே? சில உலைகளை பிரிப்பது ஏன்?

சம்பந்தப்பட்ட எல்லா நாடுகளும் பொய் சொல்கின்றன. எல்லாருக்கும் இன்னொருவர் சொல்வது பொய் என்பதும் தெரியும் இருந்தும் ஒரு நாடகமாடுகிறார்கள். ஏன்? இந்த நாடகம் எல்லாம் அணு ஆயுத தடுப்புக்காக அல்ல. அவரவர் வர்த்தகத்தைப் பெருக்கிக்கொள்ளத்தான்.

அணு சப்ளைக் குழு என்ற அமைப்பு, பெட்ரோலிய எண்ணெய் தயாரிக்கும் நாடுகளின் கூட்டமைப்பு போல இன்னொரு வணிக அமைப்புதான். அது ஆயில் வியாபாரம். இது அணு வியாபாரம்.

இந்த ஒப்பந்தத்தால் அமெரிக்காவுக்கு என்ன லாபம் என்பதை ரகசியக் கடிதம் சொல்கிறது. இந்தியா வாங்கப்

போகும் எட்டு அணு உலைகளில் இரண்டை அமெரிக்காவிடம் வாங்கினால் கூட, அங்கே 3000 பேருக்கு நேரடி வேலை வாய்ப்பும் 15 ஆயிரம் பேருக்கு மறைமுக வேலை வாய்ப்பும் கிடைக்குமாம். அணு சப்ளைக் குழு சம்மதம் கொடுத்து விட்டதை வைத்துக் கொண்டு, இந்தியா இதர நாடுகளுடன் அணு வர்த்தகத்தை ஆரம்பித்துவிடக் கூடாது. 123 ஒப்பந்தம் எங்கள் செனட்டில் ஏற்கப்படும்வரை காத்திருந்து எங்களுடன் தான் முதலில் வர்த்தகம் செய்ய வேண்டும் என்று அமெரிக்க அமைச்சர் கான்டலீசா ரைஸ் பேச (புலம்ப) ஆரம்பித்துவிட்டார்.

இந்தியாவிலோ ரிலையன்ஸ், ஜின்டால், வீடியோகான் முதலிய 40 தனியார் நிறுவனங்கள் வெளிநாட்டுக் கூட்டுடன் அணு உலை அமைக்க அரசிடம் மனு போடத் தொடங்கி விட்டன. சுமார் 2 லட்சம் கோடி ரூபாய் முதலீடு இறங்கப் போகும் துறை இது.

இதுதான் அடுத்த பெரிய ஆபத்து. ஏனென்றால், அணு உலை என்பது சோப்பு, செல்போன் தயாரிப்பு மாதிரி விஷயம் அல்ல. மின்சாரம், அணுகுண்டு கூடவே, பல தலைமுறை களுக்கும் அழியாத கதிர்வீச்சு ஆபத்துள்ள கழிவுகளை உற்பத்தி செய்யும் தொழில் இது. கடுமையான கண்காணிப்பு, கடுமையாக விதிகளைப் பின்பற்றுதல் இல்லாமற்போனால் பெரும் ஆபத்து நமக்குக் காத்திருக்கிறது.

கடுமையான விதிகளை அமல்படுத்துவதோ இந்தியாவில் நடக்காது என்பதுதான் கருணாநிதி, ஜெயலலிதா, ராஜீவ், லாலு வகையறாக்களிடம் நாம் அறிந்திருக்கும் பாடம். 25 ஆயிரம் வருடங்களில் உருவான ஆற்று மணலை 25 வருடங்களில் தமிழக ஆட்சிகள் காலி பண்ணிவிட்டன. தோல், சாயக்கழிவுகள் பெரிய ஆறுகளையே சாக்கடைகளாக்கிவிட்டன.

சுற்றுச்சூழல், மாசுக் கட்டுப்பாட்டு வாரியம் என்பது இங்கே நடக்கும் ஊழல் ஆட்சிகளின் கீழ் ஒரு சட்டப்படியான மோசடி. தியாகராய நகரில் விதி மீறிக் கட்டிய வியாபாரிகளின் கட்டடங்களை இடிக்காமல் தடுக்க அவசரச் சட்டம் போட்ட தில் தமிழகத்தில் முக்கிய அரசியல்வாதிகள், அதிகாரிகள் எல்லாருக்கும் கோடிக்கணக்கில் பணம் கை மாறியதாக உள் விஷயங்கள் அறிந்த பல நிருபர்கள் சொல்கிறார்கள்.

‘சுமங்கலித் திட்டம்’ என்ற பெயரில் சிறுமிகளை கொத் தடிமையாக வேலைக்கு வைத்துச் சுரண்டும் தொழிலதிபர்களில் ஒருவர் கூட இது வரை கைது செய்யப்படவில்லை. திண்டுக்கல்,

கரூர், ஈரோடு, திருப்பூர், மதுரை, கோவை மாவட்டங்களில் தொடர்ந்து இந்தச் சுரண்டல் பாலியல் கொடுமை உட்பட நடக்கிறது.

அது மட்டுமல்ல, மேலை நாடுகளில் சுற்றுச்சூழல் இயக்கங்கள் விழிப்பாக இருப்பதால், அங்கிருந்து குப்பைகளை இந்தியாவுக்கு அனுப்பிவிடுகிறார்கள். வாராவாரம் பிரிட்டனில் வீடு தோறும் திரட்டும் குப்பை இந்தியாவுக்கு வருகிறது. அனுப்பிக் கொண்டிருக்கிறார்கள். அதுவும், வந்தாரை வாழவைக்கும் நம் தமிழகத்துக்கு.

கோவை அருகே விவசாயக் கிணறுகளில் 180 டன் அமெரிக்கக் குப்பைகளை கொட்டியிருக்கிறார்கள். தூத்துக்குடி துறைமுகத்தில் 1000 டன் இறக்குமதிக் குப்பை அழுகிக்கொண்டிருக்கிறது. சேது கால்வாய்த் திட்டம் தப்பித்தவறி நிறைவேறி, அதில் கப்பல்களும் ஓடினால், தமிழக அரசியல்வாதிகள், குப்பைக் கப்பல் கான்ட்ராக்ட் ஏலம் விட்டு இன்னும் கொள்ளையடிக்க திட்டம் தீட்டலாம்.

*டைம்ஸ் ஆப் இந்தியா* ஏடும், பிரிட்டிஷ் டி.வி.யும் இந்தக் குப்பை மோசடிகளை அம்பலப்படுத்தியிருக்கின்றன. வேஸ்ட் பேப்பர் மறு சுழற்சி என்ற பெயரில் எப்படி எல்லா விதமான கழிவுகளும் தமிழகத்துக்கு அனுப்பப்படுகின்றன என்பதைப் படித்தால், வயிறு எரிகிறது. குமாரபாளையத்தில் ஒரு விவசாயக் கிணற்றில் வெளி நாட்டு மருத்துவமனைக் கழிவுகள் கொட்டப்பட்டிருக்கின்றன.

இங்கே விதிகள், மாசுக் கட்டுப்பாட்டு வாரியம் எல்லாமே ஏட்டளவில்தான். இப்படிப்பட்ட ஊழல் தேசத்தில் அணு உலை போன்ற நெடுங்கால ஆபத்துள்ள தொழில்களை தனியாரிடம் கொடுத்தால், அரசியல்வாதிகளின் ரேட் உயரும் என்பதைத் தவிர வேறு எதுவும் நடக்காது. இப்போது இந்தியா உலகத்தின் குப்பைத்தொட்டி; அடுத்து விஷக்கிடங்கு!

அதனால்தான் சொல்கிறேன். அணு ஒப்பந்தத்தைத் திணித்த மன்மோகன் முதல் ஆதரித்த அத்தனை பேருக்கும் வரலாற்றில் இடம் நிச்சயம் உண்டு, தேசத் துரோகிகள் பட்டியலில். இதர ஊழல் அரசியல்வாதிகள், அதிகாரிகள் எல்லாரும் அதே பட்டியலில்தான்.

இன்னும் பத்து வருடம் ஆனாலும் புதிய அணுமின்சாரம் வரப்போவதில்லை. 20 வருடம் ஆனாலும் மொத்த மின்சாரத்

தேவையில் பத்து சதவிகிதம் கூட கிடைக்காது. அணுகுண்டு தயாரிப்பது நிச்சயம் நடக்கும்.

இதனால் மக்கள் வாழ்க்கையில் எந்த வளமும் வராது. கதிர்வீச்சு வரலாம். நம் சந்ததிகளுடன் சேர்ந்து தேசத் துரோகி களின் சந்ததிகளும் அழிவார்கள் என்பதுதான் ஒரே ஆறுதல். ஏனென்றால், கதிர்வீச்சுக்கு லஞ்சம் கொடுத்து என் பேரன் பேத்திகளை மட்டும் விட்டுவிடு என்று சொல்ல முடியாது. ஸ்விஸ் வங்கியில் இருக்கும் இந்திய ஊழல் பெருச்சாளிகளின் பல லட்சம் கோடி ரூபாய் பணத்தால், அழிக்கப்பட்ட இயற்கையை சுற்றுச் சூழலை ஒரு போதும் மீட்டுத் தரமுடியாது.

***குமுதம்*, 17.09.2008**

# பயங்கரவாதத்தின் நிறம் காவி!

இந்தத் தலைப்பில் இருக்கும் ஆச்சரியக் குறி உண்மையில் தேவையற்றது. காவி பயங்கரவாதம் அல்லது ஹிந்து பயங்கரவாதம் என்பது ஒன்றும் புதிதானதோ ஆச்சரியகரமானதோ அல்ல.

ஆனால் பயங்கரவாதத்தின் நிறம் இஸ்லாமியர்கள் பயன்படுத்தும் பச்சை அல்லது இடதுசாரிகளின் சிவப்பு என்று மட்டுமே நம் மனங்களில் பத்திரிகைகளும் ஊடகங்களும் நீண்ட காலமாகப் பதியவைத்து வந்திருக்கின்றன. காவியையும் பயங்கரவாதத்தையும் தொடர்புபடுத்தியதே இல்லை.

காவி, சிவப்பு, பச்சை எல்லாமே நல்ல நிறங்கள். மனிதர்களின் தவறுக்காக நாம் நிறங்களை இழிவுபடுத்துகிறோம்.

இந்த வாரம்தான் சில ஆங்கில செய்தி சேனல்கள் பயங்கரவாதத்தின் நிறம் காவியாக மாறுகிறது என்றெலாம் தலைப்பிட்டு செய்தித் தொகுப்புகள் வழங்கியிருக்கின்றன.

காரணம் மாலேகாவ்ன். மகாராஷ்டிர மாநிலத்தில் நாசிக் மாவட்டத்தில் இருக்கும் இந்தச் சிறுநகர் மதக் கலவரங்களுக்கும் மோதல்களுக்கும் குண்டு வெடிப்புகளுக்கும் தொடர்ந்து பெயர் வாங்கிய இடம். 2006இல் இஸ்லாமியர் வாழும் பகுதிகளிலும் மசூதி, கல்லறைப் பகுதிகளிலும் சைக்கிள்களில் வைக்கப்பட்ட குண்டுகள் வெடித்ததில் 37 பேர் இறந்தார்கள். நூற்றுக்கணக்கானோர் காயமடைந்தனர். இந்த கொடூரத்துக்குக் காரணமானவர்கள் என்று சொல்லி இஸ்லாமிய மாணவர் அமைப்பான சிமி உறுப்பினர்களைக் காவல் துறை கைது செய்தது.

இப்போது ஒரு மாதம் முன்பு செப்டம்பர் 29 அன்று மோட்டார் சைக்கிளில் வைத்த குண்டு வெடிப்பில் ஆறு பேர் இறந்தனர். சுமார் 30 பேருக்கு காயம் ஏற்பட்டது.

இந்தக் கொடூரத்தைச் செய்தவர்கள் ஹிந்து பயங்கரவாதிகள் என்று இப்போது காவல்துறை அறிவித்திருக்கிறது. கைதாகியிருக்கும் நால்வரில் ஒருவர் பெண் 'சாது'!

சாத்வி பூர்ண சேத்னானந்த் கிரி (வயது 38) இரு வருடம் முன்பு சந்நியாசினி ஆனவர். அதற்கு முன் ப்ரத்ஞா சிங்காக இருந்தபோது விஸ்வ ஹிந்து பரீஷத் அமைப்பில் பொறுப்பில் இருந்தார். அதற்கு முன்னால் 18 வருட காலம் பிஜேபியின் மாணவர் பிரிவான அகில பாரத வித்யார்த்தி பரீஷத்தில் உறுப்பினராக இருந்தவர். மீதி நான்கு கைதிகளும் ஆர்.எஸ்.எஸ். அமைப்பினர். குண்டு வைக்கப்பட்ட மோட்டார் சைக்கிள் சாத்விக்குச் சொந்தமானது.

மாலேகாவ்னில் குண்டு வெடித்த அதே நேரத்தில் குஜராத்தில் மொடாசா என்ற ஊரிலும் மோட்டார் சைக்கிள் குண்டு வெடித்தது. அங்கே 16 வயது சிறுவன் இறந்தான். பத்து பேர் காயமடைந்தனர். இந்தக் கொடூரத்திலும் சாத்வி கோஷ்டிதான் தொடர்புடையது என்று காவல் துறை கருதுகிறது. இரு நிகழ்ச்சிகளிலும் ஆர்.டி.எக்ஸ் வெடிமருந்து பயன்பட்டிருக்கிறது.

விஸ்வ ஹிந்து பரீஷத், பஜ்ரங் தளம் போன்ற பல்வேறு ஆர்.எஸ்.எஸ். அவதாரங்களையெல்லாம் மீடியா அதிகபட்சமாக மதவாத அமைப்புகள் என்று சொல்லுமே தவிர, பயங்கரவாத அமைப்புகளாக வர்ணித்ததில்லை. வெடிகுண்டு, ஆர்.டி.எக்ஸ் கொடூரங்கள் செய்பவர்கள் முஸ்லிம் பயங்கரவாதிகள்தான் என்ற கருத்தையே மீடியா பரப்பி வந்திருக்கிறது.

ஆனால் ஆயுதப் பயிற்சி முதல் வெடிகுண்டு தயாரிப்பு வரை பல சம்பவங்களில் ஆர்.எஸ்.எஸ். அவதாரங்கள் ஈடுபட்ட செய்திகள் வெளிவந்தபோதும் அவை அடக்கி வாசிக்கப்பட்டன. 2006இல் மகாராஷ்டிரத்தில் நாந்தெத் நகரில் ஆர்.எஸ்.எஸ். ஊழியரும் இறந்தார்கள். நான்கு பேருக்கு காயம் ஏற்பட்டது. காயமடைந்த ஒருவர் தப்பி ஓடி பின்னர் கைதானார். எல்லாரும் வெவ்வேறு ஊர்களைச் சேர்ந்த ஆர்.எஸ்.எஸ். ஊழியர்கள்.

ஆகஸ்ட் 2008இல் கான்பூரில் குண்டு தயாரித்துக்கொண்டிருக்கும்போது ராஜீவ் மிஸ்ரா, பூபேந்திர சோப்ரா என்ற இரு ஆர்.எஸ்.எஸ். ஊழியர்கள் வெடிவிபத்தில் இறந்தார்கள். சுமார் நான்கைந்து வருடங்களாகவே மகாராஷ்டிராவில்

இஸ்லாமியர்களின் மசூதிகளுக்கருகே குண்டுகள் வெடித்த பல நிகழ்ச்சிகளில், ஆர்.எஸ்.எஸ்.சின் வெவ்வேறு அவதார புருஷர்கள் சம்பந்தப்பட்டிருப்பது காவல்துறையால் கண்டு பிடிக்கப்பட்டது.

தமிழ்நாட்டிலேயே தென்காசியில் ஆர்.எஸ்.எஸ் அலுவலக குண்டு வெடிப்பு நிகழ்ச்சியில், குண்டு வைத்ததே ஆர்.எஸ்.எஸ்.சின் தமிழக அவதாரமான இந்து முன்னணிதான் என்பது அம்பலமாகிவிட்டது. ரவி பாண்டியன் என்ற இந்து முன்னணிக் காரரும் இன்னும் 7 இந்து முன்னணியினரும் இதில் கைதானார் கள். 2002இல் ஈரோடு மாவட்டத்தில் சதுமுகை என்ற கிராமத் தில் அம்மன், விநாயகர், முனீஸ்வரன் சிலைகள், கோவில்கள் நாசப்படுத்தப்பட்டன. இதை செய்தது பெரியார் திராவிடர் கழகத்தினர் என்று காவல் துறையில் மாவட்ட இந்து முன்னணி யினர் அதிகாரப்பூர்வமாகப் புகார் செய்தார்கள். கடைசியில் துப்பு துலக்கியதில் நாசவேலை செய்ததே இந்து முன்னணியைச் சேர்ந்த செல்வகுமார், மஞ்சுநாதன் என்ற இருவர்தான் என்பது கண்டுபிடிக்கப்பட்டது.

இது போன்ற செய்திகள் சில சமயம் பத்திரிகைகளிலும் தொலைக்காட்சிகளிலும் வந்தாலும், அவற்றுக்கு தொப்பியும் தாடியும் வைத்த பயங்கரவாதிகள் சம்பந்தமுள்ள நிகழ்ச்சிகளுக்கு சமமான முக்கியத்துவம் தரப்படுவதில்லை. இஸ்லாமிய சிமி அமைப்பினர் கைதுகள் எல்லா தினசரிகளிலும் நான்கு காலம், எட்டு காலம் தலைப்புகள், முதல் பக்க செய்திகள். சாத்வி பூர்ண சேத்னானந்த் கிரி கைது ஒரு தினசரியிலும் முதல் பக்கத்தில் இல்லை. உள்ளேயும் சின்னதாக ஒரு மூலை யில், ஹிந்து மத வெறி அமைப்பினர் கைதாகும்போதெல்லாம் யாரும் ஹிந்து பயங்கரவாதம் என்று வர்ணிப்பதே இல்லை.

தவிர பயங்கரவாதம் என்பது வெடிகுண்டும் ஆர்டிஎக்ஸூம் துப்பாக்கித் தாக்குதலும் மட்டுமா? மனித மனங்களுக்குள் துவேஷத்தை வளர்ப்பது, அதை வளர்ப்பதற்காக வன்முறை யில்லாமலே எல்லா விஷமங்களையும் செய்வதும் பயங்கரவாதம் தான். தன் வீட்டுக்குத் தானே தீ வைத்துக்கொண்டு பங்காளி மீது பழி போடுவது முதல், ஒருவர் கைதானதும் அவர் எங்கள் அமைப்பில் இல்லை எப்போதோ விலகிவிட்டார் என்று சமாதானம் சொல்வது வரை எல்லாமே விஷமமான உத்திகள்தான். காந்தியைக் கொல்வதற்கு முன்பாக கோட்சே ஆர்.எஸ்.எஸ்சிலிருந்து விலகியதும் இஸ்மாயில் என்று கையில் பச்சை குத்திக் கொண்டதும் ஒன்றும் கருத்து வேறுபாட்டால் விலகவில்லை. அது ஒரு விஷமத்தனமான உத்தி.

மதவெறி பயங்கரவாதம் பல வருடங்களாக இந்தியாவில் இருந்துவருகிறது. சமணர் – சைவர் பகை, இஸ்லாம் – இந்து மதங்கள், கிறித்துவம் – இந்து மதங்கள் மோதல்களை விடப் பல நூற்றாண்டுகள் முந்தையது. மேலை நாடுகளில் மதவெறி என்பது அரசியல் ஆட்சி நிர்வாக அமைப்பிலிருந்து பிரிக்கப் பட்ட பின்னர்தான் அங்கே இன்று காணப்படும் பொருளாதார, வாழ்வியல் மேம்பாடுகள் ஏற்பட்டன.

இந்தியாவில் அரசியலுடன் மதத்தைப் பிணைப்பதையே கோட்பாடாகக் கொண்டு இயங்கிய ஹிந்து மகாசபாவின் தொடர்ச்சியாகவே ஆர்.எஸ்.எஸ்., பிஜேபி முதல் முஸ்லிம் லீக், அல் உமா வரை பார்க்க வேண்டும்.

தமிழ் நாட்டில் இந்து முன்னணியும் பிள்ளையார் ஊர்வலங்களும் 90களில் வருவதற்கு முன்னால் அல் – உமா இல்லை. ஒரு மதத்தில் இயங்கும் மதவெறி அமைப்புதான் இன்னொரு மதத்தின் மதவெறி அமைப்பை போஷித்து வளர்க்கும் சத்துணவு.

இன்று மதவெறியர்களின் பயங்கரவாதத்தின் முகம் மாறி வருகிறது. பாபர் மசூதியை இடிக்கத் திரண்ட கும்பலின் முகங்களைப் பார்த்தாலே தெரியும். படிப்பறிவு இல்லாமல், அடித்தட்டு வாழ்க்கையில் பொருளாதார நலிவுற்ற முகங்கள். இந்த முகங்களுக்கும் இஸ்லாமிய பயங்கரவாதிகளாகக் கைதாகும் முகங்களுக்கும் வேறுபாடுகள் இல்லை. ஒரே வேறுபாடு தொப்பியும் தாடியும்தான். ஏழ்மையும் படிப்பறி வின்மையும் பொதுத் தன்மைகள்.

ஆனால் நாம் எப்போதும் எய்தவர்களை விட்டுவிட்டு அம்புகளையே துரத்திக்கொண்டு இருக்கிறோம். மதவெறி பயங்கரவாதத்தின் அசல் முகம் இந்த அம்புகளல்ல. இரு தரப்பிலும் அடிமட்ட தொண்டர்களை உணர்ச்சிவசப்படுத்தி நாச வேலைகளுக்கு மூளைச் சலவை செய்து அனுப்பி வைக்கும் முகங்கள், வளமான சொந்த வாழ்க்கை உடையவை. பெரும் பல்கலைக்கழகங்களில் உயர்படிப்பு படித்து நவீன தொழில்நுட்ப அறிவுடன் இயங்கும் முகங்கள். முகத்தைப் பார்த்து இவர்கள் பயங்கரவாதிகள் என்று சொல்ல முடியாத முகமூடிகள் அணிந்த முகங்கள். வள்ளுவர் இதைத்தான் மக்களே போல்வர் கயவர் என்று குறித்திருக்கிறார்.

இன்று இணையதளத்தில் ஒரு வாரம் உலவினால் போதும். இந்த முகங்களை தரிசித்துவிடலாம். ஹிந்த்துத்துவா, பெரியாரியம், தமிழ் தேசியம், இஸ்லாமிய சர்வதேசியம்,

முழுமூச்சான முதலாளித்துவம், அதி தீவிர மார்க்சியம் என்று பலவகைக் கோட்பாடுகளை முன்வைக்கும் குரல்களின் ஊடே கலந்து ஒலிக்கும் பயங்கரவாதக் குரல்களும் உண்டு. எழுதக் கூசும் வசைச் சொற்கள் முதல் எல்லா கேவலமான உத்திகளையும் கருத்துப் பரப்பலுக்காகப் பயன்படுத்தும் குரல்களின் சொந்தக்காரர்களின் முகங்கள் நேர்த்தியானவை; அமைதியானவை. உயர் படிப்பும் தொழில்நுட்ப அறிவும் இணைந்த மூளைகளை சுமக்கும் முகங்கள்.

பல பத்திரிகை, ஊடக அலுவலகங்களில் நான் சந்தித்திருக்கும் உயர் பொறுப்பினரில் சிலரின் தனிப் பேச்சுக்களில் மத, சாதி வெறிகள் எப்போதும் இழையோடுகின்றன. அவரவர் சாமர்த்தியத்துக்கு ஏற்ப இது பேச்சில் நாசூக்காகவோ அல்லது சொச்சையாகவோ வெளிப்படும்.

பயங்கரவாதத்தின் ஊற்றுக்கண்கள் இவைதாம்; நம் மனங்கள்தாம். மீண்டும் வள்ளுவரைத்தான் நினைவுபடுத்த வேண்டியிருக்கிறது. மனத்துக்கண் மாசிலன் ஆதல்தான் முதல் தேவை. மாசு படிந்த மனங்கள்தான் பயங்கரவாதத்தின் விதைகள்.

பயங்கரவாதத்துக்கென்று தனி நிறம் ஏதுமில்லை. அது ஒரு பச்சோந்தி. எல்லா நிறங்களிலும் வரும். அது காட்டுவது நிறமே அல்ல. கறை.

இந்தக் கறையை நீக்கக்கூடிய ஒரே சோப்புத்தூள், மதம் – கடவுள் முதலியவற்றை அதிகபட்சம் வீட்டுக்குள்ளே மட்டும் வைத்துக்கொள்ளும் சமூகத்தை உருவாக்குவதுதான். உடனடியான தேவை பாரபட்சம் இல்லாமல் எல்லா மதங்களின் வெறி அமைப்புகளையும் தடை செய்யும் நடவடிக்கைதான். இதை ஆர்.எஸ்.எஸ்., பிஜேபியிலிருந்து தொடங்க வேண்டும்.

***குமுதம்*, 25.10.2008**

# மரண அரசியல்

பல வருடங்கள் முன்பு ஹிந்து பேப்பரில் ஒருநாள் முழுப் பக்கமும் ஒரு பெரிய புகைப்படத்துடன் வந்திருந்த ஒரு விளம்பரத்தைப் பார்த்துவிட்டு என் மகன் அது என்ன என்று கேட்டான். அப்போது அவனுக்கு பத்து வயது. அது இறந்துவிட்ட ஒரு தொழிலதிபருக்கு மரண அஞ்சலி விளம்பரம் என்றும் அதற்கு எத்தனை லட்சம் ரூபாய்கள் செலவாகிறது என்றும் அவனுக்கு விளக்கி னேன். "அப்பா, நீ செத்துப் போகும்போது நானும் உனக்காக இப்படி ஒரு முழுப் பக்கம் விளம்பரம் கொடுப்பேன்" என்று வெள்ளந்தியாக தன் அன்பை வெளிப்படுத்தினான் அவன்.

பெரும் பத்திரிகைகளில் வெளியிடப்படும் மரண அஞ்சலி விளம்பரங்கள், கொஞ்சம் அன்பையும் நிறைய பணபலத்தையும் அதிகாரத்தையும் வெளிப்படுத்துபவை. அண்மையில் மும்பையில் நடந்த பயங்கரவாத தாக்கு தலுக்குப் பின்னர், நட்சத்திர ஓட்டல்களில் கொல்லப் பட்ட வர்த்தகத்துறைப் பிரமுகர்களுக்கான அஞ்சலி விளம்பரங்கள் பல நாட்கள் மும்பை ஆங்கில ஏடுகளை ஆக்ரமித்தன. ரயிலடியில் இறந்தவர்களுக்கு அஞ்சலி விளம்பரம் தரும் வசதியுள்ள உறவினர்கள், நண்பர்கள் குறைவு. அநேகமாக அவரவர் பகுதிகளில் 30க்கு 20 கறுப்பு சுவரொட்டிகள் சிலருக்குக் கிட்டியிருக்கலாம்.

பயங்கரவாதிகளுடன் மோதி இறந்த கமாண்டோ வீரர்கள், போலீஸ் அதிகாரிகள், கீழ் நிலைக் காவலர்கள் ஆகியோரின் உயிர்த் தியாகத்தை போற்றி எந்த நட்சத்திர ஓட்டலும், எந்த பெரும் தொழில் நிறுவனமும் பெரிய அஞ்சலி விளம்பரங்களை வெளியிடவில்லை. அவர்களுக்

கெல்லாம் மும்பை நகரில் அஞ்சலி பலகைகளை வைத்தது, மீடியாவால் கடுமையாக திட்டப்பட்ட அரசியல்வாதிகள்தான்.

சரத் பவாரின் காங்கிரஸ், சிவசேனை, ராஜ் தாக்கரேவின் எம்.என்.எஸ். ஆகியவை பல சாலை சந்திப்புகளில் இறந்த போலீசாரின் படங்களுடன் அஞ்சலிப் பலகைகள் வைத்தன. அவற்றிலும், பிடிபட்டிருக்கும் ஒரே ஒரு தீவிரவாதியைப் பிடிக்க உதவியாக அவனுடைய துப்பாக்கிக் குழலையே கையில் பிடித்து குண்டுகளைத் தன் மார்பில் வாங்கி இறந்த சப் இன்ஸ்பெக்டர் துக்காராமின் படம், மிகச் சிலவற்றில்தான் இடம்பெற்றது.

மரண விளம்பரங்கள் ஒருவரின் பணபலத்தை மட்டுமே பொறுத்தவை. அதனால்தான், மறைந்த நண்பர் *தினமணி* ஆசிரியர் இராம. திரு. சம்பந்தம் தன் பொறுப்பில் இதழ் வந்த சமயத்தில் யாருடைய மரணச் செய்தியையும் வெளி யிடலாம் என்ற ஒரு நடைமுறையை செயல்படுத்தினார். இறந்தவர் பிரபலமாகவோ, பிரபலத்தின் உறவாகவோ நட்பாகவோ இருக்க வேண்டிய அவசியம் இல்லை. அப்படி எண்ணற்ற சாமான்யர்களின் மரணச் செய்தியை அவர் வெளியிட்டிருக்கிறார்.

மரணச் செய்தியை வெளியிடுவதில் ஊடகங்களுக்கு பத்திரிகைகளுக்கு ஓர் அரசியல் இருக்கிறது என்பதை யாரும் மறுக்க முடியாது. வெளயிடுவது, வெளியிடாமலே இருப்பது, போகிற போக்கில் தெரிவிப்பது, விரிவாகப் பெரிய படங்களுடன் வெளியிடுவது, விமர்சனங்களுடன் வெளியிடுவது என்று பலவிதங்களில் பிரபலங்களின் மரணங்களை ஊடகங்கள் அணுகுகின்றன.

எல்லா பத்திரிகைகளும், ஊடகங்களும் ஜாதி, மத, வர்க்க, வணிக அரசியல் சார்ந்துதான் பிறப்பு முதல் மரணம் வரை செய்தி வெளியிடுகின்றன.

இறந்த ஒரு பிரபலத்தைப் பற்றி மிக இழிவாக மரணச் செய்தி வெளியிடப்பட்டதை முதன்முறையாக இப்போதுதான் பார்த்தேன். முன்னாள் பிரதமர் வி.பி. சிங் மரணமடைந்த செய்தி தொலைக்காட்சி ஊடகங்களில் ஏறத்தாழ இருட் டடிப்பே செய்யப்பட்டுவிட்டது என்று சொல்லலாம். என்ன செய்வது, மும்பை பயங்கரவாத தாக்குதல் சமயத்தில் செத்துப் போனது அவருடைய தப்புதானே. அது கூட ஒரு சாக்குதான். தாக்குதலுக்கு நடுவே கிரிக்கெட் செய்தி விரிவாகவே காட்டப் படத்தான் செய்தது.

இந்தியா டுடே இதழில் அதன் மூத்த பத்திரிகையாளர் எஸ். பிரசன்னராஜன், வி.பி.சிங் பற்றி எழுதியது மிகவும் ரசக்குறைவானது. இந்திய சமூகத்தையே சீர்குலைத்தவன் செத்து ஒழிந்தான். அப்பாடா! என்பதுதான் அந்த சிறு கட்டுரையின் தொனி. வி.பி. சிங்கை இப்போது தகனம் செய்த தீ நமக்கு, அவர் கொண்டு வந்த மண்டல் கமிஷன் இட ஒதுக்கீட்டுக்கு எதிராகத் தீக்குளித்த (போதும் செத்து தியாகி யாக முடியாமற்போன) ராஜீவ் கோஸ்வாமியை சுட்ட தீயை நினைவுபடுத்த வேண்டும் என்ற வலிந்து எழுதுகிறார் பிரசன்ன ராஜன். ஆங்கில மொழியின் நயங்களைப் பயன்படுத்தி வி.பி. சிங்கை பிரசன்னராஜன் செய்த நக்கல், நையாண்டி யெல்லாம், அதே இதழின் தமிழ் மொழிபெயர்ப்பில் நயங்களை யும் இழந்து, அப்பட்டமான குரோதமாகப் பல்லிளிக்கிறது.

இந்திய சமூகத்தை வி.பி.சிங் பிளவுபடுத்தினார் என்பது எவ்வளவு பெரிய பொய். அவரா ஜாதிகளைக் கண்டுபிடித்தார்? வர்ணாசிரமத்தை உருவாக்கினார்? ஏற்கெனவே பிளவுபட்டும் ஏற்றத்தாழ்வுகளுடனும் இருக்கும் ஜாதிய சமூகத்தில், சம நிலையை ஏற்படுத்துவதற்கான முயற்சியை எடுத்தவரா, பிளவு படுத்துபவர்?

ஜாதி ஆதிக்கம், வர்க்க ஆதிக்கம் இவற்றில் ஆழ்ந்த பிடிப்பு இருக்கும் எவரும் வி.பி. சிங் மீதுவெறுப்பு காட்டுவதில் ஆச்சரியமில்லை. ஏனென்றால் அவர் எந்த பதவியை வகித்த போதும் இவற்றுக்கெதிராக நடவடிக்கைகள் எடுத்தார். நடவடிக்கைகள் எடுத்ததால், பதவி பறிபோகும் என்றால் அவர் அது பற்றிக் கவலைப்படாமல் பதவிகளை இழந்தார்.

அவர் உ.பி. முதலமைச்சராக இருந்தபோது ஜெயப்பிரகாஷ் நாராயண் வழிகாட்டுதலில் சம்பல் கொள்ளைக்காரர்களை சரண் அடையச் செய்ய முயற்சி எடுத்தார். அது பிடிக்காதவர் கள் அவர் சகோதரரையே கொன்றார்கள். அதற்காக அவர் தன் அணுகுமுறையை மாற்றிக்கொள்ளவில்லை. ராஜீவ் அமைச்சரவையில் அவர் நிதி அமைச்சராக இருந்தபோது வரி ஏய்ப்பு செய்த தொழிலதிபர்கள் கிர்லோஸ்கர், லலித் மோகன் தாப்பர் ஆகியோரை துணிச்சலாகக் கைது செய்தார். அதனால் துறை மாற்றப்பட்டு ராணுவ அமைச்சரானார். அங்கே நீர்மூழ்கிக் கப்பல் பேர ஊழல், பீரங்கி பேர ஊழல் களையெல்லாம் வெளியே கொண்டுவந்தார். அதனால் ஆட்சியைவிட்டே வெளியேற வேண்டியதாயிற்று.

பிஜேபி, இடதுசாரிகள் வெளியிலிருந்து ஆதரித்ததில் அவர் பிரதமரானபின், அத்வானியின் மதவெறி ரத யாத்

திரையை தடுத்து நிறுத்தினார். தமிழ்நாட்டிலும் சில மாநிலங்களிலும் பிற்படுத்தப்பட்டோருக்கான இடஒதுக்கீடு இருந்தபோதிலும் சுதந்திரம் பெற்று 40 வருடமாகியும் மத்திய அரசில் அது இருக்கவில்லை. மண்டல் கமிஷன் அடிப்படையில் அதை அறிமுகப்படுத்தினார். இதனால் பிஜேபி ஆதரவை திரும்பப் பெற்றதில் பிரதமர் பதவி போயிற்று.

வி.பி. சிங் கவலைப்படவில்லை. பாபர் மசூதி இடிப்பின் தொடர்ச்சியாக மும்பையில் நடந்த கலவரங்களையடுத்து மத நல்லிணக்கத்துக்காக அவர் தண்ணீர் கூட குடிக்காமல் உண்ணாவிரதம் இருந்ததில் அவர் சிறுநீரகங்கள் பாதிக்கப்பட்டன. ரத்தப் புற்று நோயும் இருந்தது. அன்றாட கட்சி அரசியலிலிருந்து ஒதுங்கி, மக்கள் இயக்க அரசியலில் இயங்கி வந்தார். மறுபடியும் பிரதமராகும் வாய்ப்பு வந்தபோதும் அவர் மறுத்ததால்தான் குஜ்ராலும் தேவ கவுடாவும் பிரதமராக முடிந்தது.

பதவிகளைப் பொருட்படுத்தாமல் கொள்கை அடிப்படையில் மட்டுமே இயங்கிய அபூர்வமான மனிதர் அவர். அதனால் தான் அவர் தேசிய முன்னணி அமைத்து அதன் வழியே பிரதமரானபோது, தேசிய முன்னணியின் முக்கிய கட்சியான திமுகவுக்கு ஒரு லோக் சபா எம்.பி. கூட தேர்தலில் கிட்டாத போதும், ஃபெடரலிசக் கொள்கை அடிப்படையில் முரசொலி மாறனை கேபினட் அமைச்சராக்கினார்.

கவிஞராகவும் ஓவியராகவும் நுட்பமான உணர்வுகளுடன் இயங்கிய அவர் தனி வாழ்க்கையில் மிக எளிமையானவர் என்பதை அவருடைய மொழிபெயர்ப்பாளனாக தேசிய முன்னணி தொடக்க கால மேடைகளில் செயல்பட்டபோது நேரில் நான் அறிந்தேன். நண்பர் ஜெகவீரபாண்டியன் அவருக்கு என்னை அறிமுகப்படுத்தியதால் எனக்குக் கிட்டிய அனுபவங்கள் என் வாழ்க்கையின் இனிமையான தருணங்களில் முக்கியமானவை. மேடைகளில் அவர் சொன்ன குட்டிக்கதைகள் தொகுக்கப்பட்டால் அருமையான வாசிப்பு அனுபவமாக இருக்கும்.

தமிழகத்தில் பெரியார் பணியாற்றி இட ஒதுக்கீட்டுக்கு சாதகமான சூழலை ஏற்படுத்தியதுபோல வடக்கே யாரும் செய்யவில்லை என்பதால்தான் மண்டல் கமிஷன் அமலாக்கத்துக்கு எதிர்ப்பை வி.பி. சிங் சந்திக்க வேண்டி வந்தது. ஹிந்தியிலும் ஆங்கிலத்திலும் பெரியார் முழுமையாக மொழிபெயர்க்கப்படவே இல்லை என்பது அவருக்கு அதிர்ச்சியாக இருந்தது.

பெரியார் பார்வையும் லோஹியா பார்வையும் கலந்த ஓர் சமூக அரசியலை வடக்கே பரப்ப அவர் முயற்சித்தார். அவருக்குக் கிடைத்த மிகப் பெரிய வெற்றி என்பது – அவர் காலத்துக்குப் பின் இன்று பிஜேபி உட்பட எந்த அரசியல் கட்சியும் இந்தியாவில் அதிகாரப்பூர்வமாக இட ஒதுக்கீட்டுக் கொள்கையை நிராகரித்து அரசியல் செய்யமுடியாது என்ற நிலையை அவர் ஏற்படுத்தியதுதான். ராஜீவ் கொலையும் உடல் நலிவும் நிகழ்ந்திராவிட்டால். வி.பி. சிங் 1991இல் மீண்டும் பிரதமராகியிருப்பார். இந்திய அரசியல் மிக ஆரோக்கியமான வழியில் சென்றிருக்க முடியும்.

வாரிசு அரசியல், குடும்ப நலன், ஊழல் செய்து சொத்துக் குவிப்பு எதையும் செய்யாத நேர்மையாளரான வி.பி. சிங்குக்கு இவற்றில் திளைக்கும் திமுகவும் பெரியாரை தனிச் சொத்தமாக பாவிக்கும் தி.க.வும் வி.பி. சிங்கின் ஆதரவாளர்கள் என்ற பெயரில் செலுத்தும் அஞ்சலிகளை விட, அவருடைய எதிரிகளின் சார்பாக இந்தியா டுடே பிரசன்னராஜன் எழுதியிருக்கும் கண்டனம்தான், வி.பி.சிங் யார் என்பதைச் சரியாக அடையாளப்படுத்தும் மிகச் சிறந்த புகழுரையாக அமைகிறது.

***குமுதம்*, 15.12.2008**

# நான் ஏன் கலைஞர் கருணாநிதியை எதிர்க்கிறேன்?

வருடம் 1971. இந்திய அரசியலிலும் தமிழக அரசியலிலும் (ஏன், என் வாழ்க்கையிலும் கூட) மிக முக்கியமான மாற்றங்கள் அந்த வருடம் நிகழ்ந்தன. சில வரலாற்றாசிரியர்கள் மகத்தான மாற்றங்கள் நடந்த வருடமாக 1967ஐக் குறிப்பிடுவார்கள். அந்த வருடம் டெல்லியில் ஆட்சியைக் காங்கிரஸ் தக்கவைத்துக் கொண்ட போதும் பெரும் பலவீனமடைந்திருந்தது. தமிழகம் உட்பட பல மாநிலங்களில் ஆட்சியை இழந் திருந்தது. எனவே அரசியலில் 1967 ஒரு முக்கியமான வருடம் என்று கருதப்படுவதுண்டு.

ஆனால் அதைவிட முக்கியமான வருடம் 1971 தான். காங்சிரசை இந்திராகாந்தி இரண்டாக்கினார். வங்கிகளை தேசியமயமாக்கி, ராஜமான்யத்தை ஒழித்த இந்திராவை ஒழித்தே தீருவோம் என்று அதுல்ய கோஷ், மொரார்ஜி தேசாய், நிஜலிங்கப்பா, காமராஜ் முதலிய காங்கிரஸ் வலதுசாரிகளும் இந்துத்துவ சக்தியான ஜன சங்கமும், முழு வலதுசாரியான ராஜாஜியும் ஓரணி சேர்ந்தார்கள்.

இந்திராவுடன் தமிழகத்தில் கூட்டு சேர்ந்தார் கலைஞர் கருணாநிதி. இருவரும் தங்கள் கட்சிகளுக்கு மாபெரும் வெற்றியைப் பெற்றுக் கொடுத்தார்கள். இந்திரா பெற்ற பலம் அவரை வங்க தேச விடுதலைப் போரில் இந்தியாவை ஈடுபட வைத்தது. தொடர்ந்து தன்னை எதிர்த்த வலதுசாரிகளை சமாளிக்க, அடுத்த நான்கு ஆண்டுகளில் ஜனநாயக விரோதமான நெருக்கடி

நிலையையே அறிவித்தார். தன்னை ஆதரித்த திமுகவையே அதன் உட்பூசல்களைப் பயன்படுத்தி உடைத்தார்.

இந்திராவால் திமுக அப்போது கடும் தாக்குதலுக்கு உள்ளானபோதும், காங்கிரசால் மறுபடியும் இன்றுவரை தமிழகத்தில் ஆட்சியைப் பிடிக்க முடியவில்லை. இதற்கான பல காரணங்களில் முக்கியமான ஒரு காரணம் 1971 தேர்தலில் கலைஞர் கருணாநிதி பயன்படுத்திய உத்திதான். வலதுசாரிகளை வீழ்த்தி, மத்தியில் ஆட்சியைப் பிடிப்பதை மட்டுமே தன் வாழ்வா சாவா பிரச்சினையாக அன்று கருதியிருந்த இந்திரா வுக்குத் தமிழ்நாட்டில் இருந்து எத்தனை எம்.பி. சீட்டுகள் கிடைக்கும் என்பது மட்டுமே முக்கியக் கவலையாக இருந்தது.

இதைப் பயன்படுத்திக்கொண்டு கலைஞர் கருணாநிதி, சட்டமன்றத் தேர்தலில் காங்கிரஸ் போட்டியிடுவதற்குக் கூட ஒரு சீட்டையும் தரவில்லை. பத்து எம்.பி.க்கள் இருந்தும் ஒரு எம்.எல்.ஏ. கூட இல்லாமல் உள்ளூர் முக்கியத்துவத்தை காங்கிரஸ் மேலும் இழந்தது. பின்னாளில் எம்.ஜி.ஆர். தயவில் தான் மெல்ல மெல்ல காங்கிரஸ் இப்போதுள்ள நிலைக்கு மீள முடிந்தது.

தந்திரமாக அப்போது காங்கிரஸை தலை தூக்கவிடாமல் உறவாடிக் கெடுத்தபோது, கலைஞருக்கு வயது 47. அவரையும் இந்திராவையும் கத்தியின்றி ரத்தமின்றி சோஷலிஸத்தைக் கொண்டுவரப்போகிறவர்கள் என்று அப்போது நம்பிய எனக்கு வயது 17. அவர் இந்தியாவிலேயே முதல் இளம் முதலமைச்சர் என்ற பெருமைக்குரியவராக இருந்தார். நான் சென்னைக் கிறித்தவக் கல்லூரியில் தமிழ் நாடகம், தமிழ்ப் பேச்சு, தமிழ் படைப்புகள் என்று திரிந்த ஆங்கில இலக்கிய மாணவனாக இருந்தேன்.

என் பள்ளித் தோழன் ரவீந்திரன் திமுக ஆதரவாளன். நான் தேர்தல் பிரசாரம் செய்ய வேண்டுமென்று அவன் விரும்பினான். 1971 தேர்தலில் கலைஞரையும் இந்திராவையும் ஆதரித்து என் சொந்த ஊரான செங்கல்பட்டிலும் சுற்றியுள்ள ஊர்களிலும் பல பொதுக் கூட்டங்களில் பேசினேன்.

அப்போது ரவீந்திரனைத் தவிர எனக்கு இருந்த உள்ளூர் நண்பர்களும் அவர்களின் குடும்பங்களும் கடும் திமுக எதிர்ப் பாளர்கள். நான் கறுப்பு சிவப்பு கொடியின் கீழ் நின்று பேசியதைக் கூட அவர்களால் தாங்க முடியவில்லை. என் அப்பாவோ நேரு பிரியர்; ராஜாஜி எதிர்ப்பாளர்; காங்கிரஸ் ஆதரவாளர்; காமராஜருக்கு நெருக்கமானவர் என்றாலும் நேருவின் சோஷலிசத்தை காமராஜர் கைவிட்டுவிட்டதால்,

நான் இந்திரா – கலைஞர் கூட்டை ஆதரித்தது அப்பாவுக்கு உடன்பாடாகவே இருந்தது.

அப்போது நான் திமுக, கலைஞர் கருணாநிதி சார்பு நிலை எடுத்தது முதல் அடுத்த 28 ஆண்டுகளுக்கும், தேர்தல் அரசியல் வட்டத்துக்குள் திமுக அனுதாபியாகவே இருந்து வந்தேன். நான் ஏற்றுக்கொண்டிருந்த பரந்த இடதுசாரி ஜனநாயக அரசியல் பார்வையிலிருந்து மதிப்பிட்டபோது, எரிகிற கொள்ளியில் நல்ல கொள்ளி அதுதான் என்றே தோன்றியது.

திமுக ஆட்சியின் லஞ்ச ஊழல்கள், நிர்வாக கோளாறுகள், அராஜகங்கள், கலைஞரின் குடும்ப அரசியல், இவற்றை விட எம்.ஜி.ஆர்., ஜெயலலிதா அரசியல் இன்னும் மோசமானது என்ற பார்வையில் இருந்து வந்தேன். காமராஜர் சொன்னது போல இருவரும் ஒரே குட்டையில் ஊறிய மட்டைகள் என்ற ஞானம் எனக்கு 1999க்குப் பிறகுதான் ஏற்பட்டது.

1999இல் பாரதிய ஜனதாவுடன் திமுக கூட்டு சேர்ந்த போது எனக்கு பெரும் அதிர்ச்சியாக இருந்தது. பெரியார் உருவாக்கிய இயக்கத்தின் அடிப்படைகளில் முக்கியமானது மதவாத எதிர்ப்பு. ஆனால் தன் மதவாதக் கொள்கையை ஹிந்து மஹா சபா காலத்திலிருந்து ஜனசங்கம், பாரதிய ஜனதா என்று பற்பல அவதாரங்களில் வலுப்படுத்திக்கொண்டே வந்திருக்கிறது ஆர்.எஸ்.எஸ்.

தென்னிந்தியாவில் தமிழ்நாட்டில் மட்டும்தான் அதனால் வேரூன்ற முடியாமல் இருந்துவருகிறது. பாரதிய ஜனதா என்ற அவதாரத்தில் அது வேரூன்ற முதல் உதவி செய்தவர் ஜெயலலிதா. ஆனால் அந்த உறவில் பெற்ற பயனை விட அதிக பயனை திமுக உறவில்தான் பாரதிய ஜனதா அடைந்தது. பாபர் மசூதி இடிப்பு என்ற மாபெரும் அராஜகத்தைச் செய்த பின்னரும் பாரதிய ஜனதாவுடன், பெரியார் இயக்கத்திலிருந்து வந்த கலைஞர் உறவு கொண்டது, என்னால் ஏற்கவே முடியாத துரோகமாகும். வாஜ்பாயி என்ற இந்துத்துவாவின் நேசமான முகமூடியை தமிழகமெங்கும் பரிந்துரைத்து ஆதரவு திரட்டித் தந்தவர் கலைஞர் கருணாநிதிதான்.

இந்துத்துவ – வர்ணாசிரமப் பார்வையில் காஞ்சி பரமாச் சாரியாரான சந்திரசேகரேந்திரருக்கும் அடுத்தவரான ஜயேந்திர ருக்கும் சாராம்சத்தில் எந்த வேறுபாடும் இல்லை என்பது என் கருத்து. ஆனால் ஜயேந்திரரை விட சந்திரசேகரேந்திரர் மரியாதைக்குரியவர் என்று நற்சான்றிதழ் வழங்கியவர் கலைஞர். இதே போலத்தான் பாரதிய ஜனதாவின் மதவாதப் பார்வையில்

வாஜ்பேயிக்கும் அத்வானிக்குமிடையே சாராம்சத்தில் எந்த வேறுபாடும் இல்லை. ஆனால் வாஜ்பாயி தப்பான இடத்தில் இருக்கும் நல்லவர் என்று நற்சான்றிதழ் வழங்கினார் கலைஞர்.

என் பார்வையில் இன்று சாராம்சத்தில் ஜெயலலிதாவுக்கும் கலைஞருக்கும் இடையில் எந்த வேறுபாடும் இல்லை. ஆனால் கலைஞர் பரமாச்சாரியார், வாஜ்பாயி பாணியைப் பின்பற்றுபவர். ஜெயலலிதாவோ ஜயேந்திரர், அத்வானி வகையறா. பின்னவர்கள் எளிதில் அம்பலமாகிவிடுவார்கள். முன்னவர்களை அம்பலப்படுத்தவது கடினமான வேலை.

காரணம் அவர்களுடைய புத்திசாலித்தனம்தான். கலைஞர் கருணாநிதி அளவுக்கு புத்திசாலியான ஓர் அரசியல்வாதியைத் தமிழகம் கடந்த 50 ஆண்டுகளில் சந்திக்கவே இல்லை என்று அடித்துச் சொல்லலாம். அண்ணாவை விட, பெரியாரை விட, காமராஜரை விட நிச்சயம் கலைஞர் கருணாநிதி அதிக புத்திக்கூர்மை உடையவர் என்பதே என் மதிப்பீடு.

அவரைப் பாராட்டுபவர்கள் சுட்டிக் காட்டும் ஒவ்வொரு அம்சத்திலும் இருப்பது இந்த புத்திசாலித்தனம்தான். பத்திரிகையாளர்களிடம் கடுமையாக தொலைபேசியிலும் நேரிலும் கூடப் பேசுவார். ஆனால் ஒரு போதும் பத்திரிகைகளைப் புறக்கணிக்கமாட்டார். எதைப்பற்றியும் கருத்து சொல்லத் தயாராக இருப்பார். கட்சிக்குள் அவர் வைத்ததுதான் சட்டம். ஆனால் யாரும் அவர் முன்னால் நெடுஞ்சாண்கிடையாக காலில் விழுந்து தங்கள் அடிமைத்தனத்தை அவருக்கு நிரூபித்துக் காட்டவேண்டிய கேவலத்துக்கு அவர்களை ஆளாக்கமாட்டார்.

மேடைப் பேச்சாற்றல், அடுக்கடுக்கான வாதங்கள், வார்த்தை விளையாட்டு, உடனடி பதிலடிக்கான சிந்தனை வேகம், இவையெல்லாம் அவருடைய திறமையின் அடையாளங்கள். இடங்களுக்குப் புதுப்பெயர் வைக்கும்போது கெல்லிஸை கிள்ளியூராகவும், ஹாமில்டன் பிரிட்ஜை அம்பேத்கர் பாலமாகவும் மர்மலாங் பிரிட்ஜை மறைமலையடிகள் பாலமாகவும் பழையதன் ஒலி சார்ந்து புதியதைச் சூட்டிய அவருடைய புத்திசாலித்தனங்கள் ரசிக்கத்தக்கவை.

அண்ணாவைப் போன்ற ஆங்கிலப் புலமையும் ஜெயலலிதாவைப் போன்ற ஹிந்திப் புலமையும் அடைந்திருந்தால், கலைஞர் இருபதாண்டுகளுக்கு முன்பே இந்தியப் பிரதமராகியிருக்கக் கூடியவர். அவை இல்லாதபோதும் கூட, இந்தியப் பிரதமரை முடிவு செய்யும் பலத்தை அவர் இன்று பெற்றிருப்பது, அரசியலைத் தனக்கு சாதகமாக வளைப்பதில் அவருக்கு இருக்கும் புத்திக்கூர்மையினால் மட்டும்தான்.

இன்று தமிழ்நாட்டில் ஊழல், லஞ்சம் என்பதெல்லாம் கீழ் மட்டம் வரை சாதாரணமான வாழ்க்கை முறையாக மக்களாலேயே ஏற்றுக்கொள்ளப்பட்டிருப்பதற்கு விதை போட்டது 1969இலிருந்து 1976 வரை கலைஞர் நடத்திய ஆட்சியில்தான். அந்த நச்சு விதையில் முளைத்த மரத்தின் கிளைகள்தான் எம்.ஜி.ஆரும் ஜெயலலிதாவும். மாணவர் விரோதப் போக்கு, நிர்வாக அராஜகங்கள், மிகையான விளம் பரங்கள், கொண்டாட்டங்கள் என்று எதை எடுத்துக்கொண் டாலும், அவற்றை அரசியல் வழிமுறையாகவே ஆக்கிய அஸ்திவாரத்தைப் போட்டவர் கலைஞர் கருணாநிதிதான்.

அடுத்து புதிதாக உருவாகி வரக்கூடிய அரசியல் கட்சிகள் எல்லாம் அவர் பாணியைப் பின்பற்றும் குளோன்களாகவே இருக்கவேண்டிய கட்டாயத்தை அவரது அரசியல் வழிமுறை ஏற்படுத்திவிட்டது. அரசாங்கத்துக்குள் ஐ.ஏ.எஸ். அதிகாரிகள் முதல் போலீஸ், அரசு ஊழியர்கள் வரை, அரசியல் கட்சிகளில் காங்கிரஸ் முதல் நக்சல்பாரிகள் ஈறாக ஒவ்வொரு கட்சிக் குள்ளும், தன்னுடைய ஆதரவு கோஷ்டி என்று ஒன்றை உருவாக்கிப் பிரித்தாளும் அரசியலை பிரிட்டிஷாருக்குப் பிறகு திறமையாக செய்துவருபவர் கலைஞர் கருணாநிதிதான்.

தன் சொந்த நலனுக்காக எம்.ஜி.ஆருக்கு எதிராக தன் மகன் மு.க. முத்துவை முன்னிறுத்தியபோது கலைஞர் கருணாநிதி தன் மகனின் வாழ்க்கையை மட்டும் குட்டிச்சுவராக்கவில்லை. அரசியலில் ஒரு குட்டி கிரகமாக மட்டுமே இருந்த எம்.ஜி.ஆரை ஓர் பிரும்மாண்டமான அரசியல் சக்தியாக மாற்றியதால் தமிழக அரசியலையே குட்டிச்சுவராக்கினார்.

எம்.ஜி.ஆர். மறைவுக்குப் பின் ஜெயலலிதா எம்.எல்.ஏ. பதவியை ராஜினாமா செய்துவிட்டு அரசியலை விட்டே விலகும் மன நிலையில் இருந்தபோது, கலைஞர் கருணாநிதி அவசர ஆத்திரமாக போலீஸ் ரெய்டு நடத்தி அந்த ராஜினாமா கடிதத்தை முட்டாள்தனமாக சபாநாயகருக்கு அனுப்பச் செய்தது தான் ஜெயலலிதாவை சீண்டிவிட்டது. இல்லாவிட்டால் அரசியலை விட்டு விலகி அவரும், தமிழகமும் நிம்மதியாக தத்தம் வாழ்க்கையைக் கழித்திருப்பார்கள்.

கலைஞர் கருணாநிதி தனிப்பட்ட முறையில் தோற்ற ஒரே இடம் அவர் குடும்ப வாழ்க்கையில்தான். தனக்கு பெரியார் பல்கலைக்கழகத்தில் பயிற்றுவிக்கப்பட்ட சித்தாந்தங்கள், மதிப்பீடுகள், அரசியல் எதையும் அவரால் தன் மனைவிக்கும் துணைவிக்கும் கற்பிக்க முடியவில்லை. மாறாக அவர் கற்றது அத்தனையையும் குடும்பப் பாசம் என்ற பலிபீடம் முன்னால்

காணிக்கையாக்கும் நிலைக்கு தன்னைத்தானே ஆளாக்கிக் கொண்டதுதான் அவருடைய மிகப்பெரிய தோல்வி.

சுமார் நாற்பது வருட காலமாகத் தமிழக அரசியலைத் தன்னைச் சுற்றி மட்டுமே இயங்கச் செய்திருப்பது கலைஞர் கருணாநிதியின் சாதனை. சமூகத்தின் அடித்தளத்திலிருந்து அதிக கல்வி வாய்ப்புகள் இல்லாத ஒருவரான அவர் இதை சாதித்திருப்பது அவருடைய புத்திசாலித்தனத்தினால் தான். அவருடைய அத்தனை பலவீனங்களையும் குறைகளையும் மக்கள் பார்க்க விடாமல் மறைக்கும் கேடயமாகவும் இதே புத்திசாலித்தனம்தான் அவரை இன்றளவும் காப்பாற்றி வருகிறது.

தன் நெருக்கமான நண்பரும் கொள்கைரீதியில் எதிரியுமான ராஜாஜி இறந்தபோது பெரியார் எழுதிய அஞ்சலிக் குறிப்பு ஒரு முக்கியமான வரலாற்று ஆவணம். ராஜாஜியை துளியும் சுயநலம் இல்லாதவர் என்று பல வரிகளில் வர்ணிக்கிறார் பெரியார். அவருடைய அத்தனை தியாகமும் உழைப்பும் பார்ப்பனர்களுக்கு மட்டுமே பயன்படுவதாக ஆகிவிட்டதே என்பதுதான் தன் வருத்தம் என்கிறார் பெரியார். ராஜாஜி மட்டும் தான் முன்வைத்த இட ஒதுக்கீடு கொள்கையை ஏற்றுக்கொண்டிருப்பாரானால், தன் ஆயுள் முழுவதும் அவருடைய தொண்டனாக வேலை செய்து கழிப்பதிலேயே பெரும் மகிழ்ச்சி அடைந்திருப்பேன் என்கிறார் பெரியார்.

எனக்கும் கலைஞர் பற்றி அத்தகைய உணர்ச்சியே ஏற்படு கிறது. கடந்த ஐம்பதாண்டு கால தமிழக அரசியலில் இருந்த எவரையும் விட அதிக புத்திசாலி கலைஞர் கருணாநிதிதான் என்று அடித்துச் சொல்வேன். ஆனால் அத்தனை புத்திசாலித் தனமும் அவருடைய குடும்ப நலனுக்கு மட்டுமே அவரால் பயன்படுத்தப்பட்டு வருகிறது என்பதும் அப்படிச் செய்வதைத் தொடர்ந்து மக்களிடம் மறைக்கவும் மட்டுமே பயன்பட்டு வருகிறது என்பதும்தான் என் வருத்தம். மாறாக கலைஞரின் திறமைகள் தமிழுக்கும் தமிழருக்கும் சமத்துவமும் வளமும் ஏற்படப் பயன்பட்டிருக்குமானால் என் ஆயுள் முழுவதும் அவருடைய ஆதரவாளனாகத் தொடர்ந்து இருப்பதில் பெரும் மகிழ்ச்சி அடைந்திருப்பேன்.

திறமை இருந்தும் அவரிடம் நேர்மை இல்லை என்பதால் தொடர்ந்து அவரை எதிர்த்து விமர்சனம் செய்ய வேண்டிய வனாக இருக்கிறேன்.

**(இந்தியா டுடே கலைஞர் சிறப்பு மலர் 2008க்காக எழுதப்பட்டது. சில பகுதிகளை நீக்கி வெளியிட்டனர்.)**

# நான்கு பரிமாணங்கள்: ஒரு மனிதர், ஒரு குடும்பம், ஒரு இனம், ஒரு தலைவர்

## ஒரு மனிதர்

சென்னைப் புத்தகக் காட்சியில் உணவகத்தில் கை கழுவும் இடம் கேவலமாக இருந்தது. சேற்றுக் குழிகளின் மீது தள்ளித் தள்ளிப் போடப்பட்ட மரப்பலகைகளில் லாவகமாக கால் வைத்துச் செல்ல வேண்டும். எனக்கு முன்னே சென்ற நடுத்தர வயதுப் பெண் கால் இடறி சேற்றில் குப்புற விழுந்தார். அவருக்கு உதவி செய்துவிட்டு கடும் கோபத்துடன் உணவக கல்லாவில் இருந்தவரை நோக்கி உரக்க சத்தமிட்டபடி வந்தேன். பணம் வாங்கும் இடத்தில் ஒழுங்காக தரை அமைத்திருப்பது போல கை கழுவுமிடத்தில் அமைக்க முடியாதா என்று கேட்டேன். உரக்கப் பேசியதன் நோக்கம், இதர பொது மக்களும் இந்தப் பிரச்சினையை கவனிக்க வேண்டும் என்பதுதான். பொறுப்பாளர் உடனடியாக சரி செய்வ தாகத் தெரிவித்தார்.

அப்போது பொதுமக்களில் ஒருவர் என்னைப் பார்த்து, 'அடுத்த வாரம் குமுதத்துல எழுதுங்க' என்றார். எனக்குக் கடும் கோபம் ஏற்பட்டது. நான் எழுதும்வரை, கை கழுவுமிடத்தில் பெண்கள் வழுக்கி விழுந்துகொண்டே இருக்க வேண்டுமா என்று கேட்டேன். கை கழுவுமிடம் மோசமாக இருப்பது அங்கு செல்லும் எல்லாருக்கும் தெரியவரும் விஷயம்தான். ஆனால் அது பற்றி பொறுப் பாளரிடம் புகார் செய்வதில் பெரும்பாலோருக்கு அக்கறை

இல்லை. இதையெல்லாம் தங்கள் சார்பாக வேறு யாராவது செய்துவிடுவார்கள் என்ற அலட்சிய மனப்பான்மை வேறு அதிகரித்து வருகிறது.

பொதுப் பிரச்சினையா, அதைப் பற்றியெல்லாம் ஞாநி, பாமரன், ஜென்ராம் என்று யாராவது காரசாரமாக எழுது வார்கள். நம் வேலை அதையெல்லாம் ஜாலியாகப் படிப்பது மட்டும்தான் என்ற மன நிலையில் இருக்கும் பலரை அண்மைக் காலமாக அடிக்கடி சந்திக்கிறேன். சின்னச் சின்னப் பொது விஷயங்களில் தாங்கள் செய்யக் கூடிய எளிமையான விஷயங் களைக் கூட செய்ய விரும்பாத மன நிலையில் இவர்கள் இருக்கிறார்கள். இப்படிப்பட்டவர்கள் என்னிடம் வந்து 'கருணாநிதியை இவ்வளவு வாங்கு வாங்குன்னு வாங்கியிருக் கீங்களே. ரொம்ப தைரியம் சார் உங்களுக்கு' என்று கை குலுக்கும் போது எனக்கு அருவருப்பாக இருக்கிறது.

அந்தப் பெண் சேற்றில் விழுந்தபோது சுற்றிலும் இருந்த ஏழெட்டு பேரில் ஒருவர் கூட உதவ முன்வரவில்லை. அவரவர் கைகளைக் கழுவிக்கொண்டு போய்விட்டார்கள். எல்லாரும் படித்தவர்கள். இன்னும் படிப்பதற்காக புத்தகங்கள் வாங்கப் புத்தகக் காட்சிக்கு வந்தவர்கள்! படிப்பு நமக்கு சம்பளம் பெற்றுத் தருவது தவிர வேறு எதுவுமே செய்வதில்லையா என்ற பயம் வருகிறது.

## ஒரு குடும்பம்

திருமங்கலம் வெற்றியை அடுத்து அழகிரிக்கு கட்சிப் பொறுப்பு தந்தாயிற்று. இதில் வியப்பு ஏதுமில்லை.

திராவிட முன்னேற்றக் கழகம் என்ற கட்சி திருக்குவளை முத்துவேல் கருணாநிதி குடும்பத்தின் பப்ளிக் லிமிட்டெட் கம்பெனியாகிவிட்டதன் கடைசி முத்திரைதான் அழகிரிக்கு அளிக்கப்பட்ட தென் மண்டல அமைப்புச் செயலாளர் என்ற பதவி. அண்ணா காலத்திலிருந்து இதுவரை கட்சிக்கு, தென் மண்டலத்தில் இப்படி ஒரு பதவி தேவைப்பட்டிருக்க வில்லை. வருங்காலத்தில் இது போன்ற புதுப் புதுப் பதவிகள் உருவாக்கப்படும்.

திமுக தொடங்கியபோது கட்சிக்கு தலைவர் பதவி இல்லை. அண்ணா பொதுச் செயலாளர்தான். எங்கள் தலைவர் என்றும் ஒரே ஒருவர்தான். அவர் பெரியார். அந்தப் பதவி எப்போதும் அவருடையதுதான் என்று அண்ணா அறிவித்திருந்தார். பின்னாளில் தலைவர் பதவியை கருணாநிதி உருவாக்கி

அதைத் தனதாக்கிக் கொண்டது, பெரியார் தலைமை இனி தங்களுக்குத் தேவையில்லை என்று நமக்கு உணர்த்தியதன் அடையாளம் என்றே சொல்லலாம்.

அழகிரிக்கு பதவியை அறிவித்தவர் கட்சியின் பொதுச் செயலாளரான இனமானப்பேராசிரியர் அன்பழகன். பெரியார் காலத்தில் அண்ணா, சம்பத்துக்கு அடுத்தபடியாக அதிகம் எதிர்பார்க்கப்பட்ட அரசியல் தலைவர்களாக விளங்கியவர்கள் பேராசிரியர் அன்பழகனும் நாவலர் நெடுஞ்செழியனும்தான். பெரியாரின் கோட்பாடுகளுக்கு வாரிசாகவும், லட்சியங்களுக்கு வாரிசாகவும் இருவரும் அன்று அடையாளம் காணப்பட்டார் கள். இருவரும் திமுகவின் சினிமா பிரிவைச் சேராதவர்கள். கல்வியாளர் பிரிவைச் சேர்ந்தவர்கள். இருவரின் அரசியல் சீரழிவும் பெரியார் காலத்து இயக்கம் பின்னால் எப்படி ஆகிவிட்டது என்பதன் அடையாளங்கள்.

பெரியாரின் வழிகாட்டுதலில் வராத பழ.நெடுமாறன், இன்று சம்பாதித்திருக்கக்கூடிய தமிழ் தேசிய தலைவர் அந்தஸ்து மிக எளிதாக அன்பழகன் அடைந்திருக்க வேண்டிய இடம். ஆனால் அவர் தன்னை கருணாநிதி குடும்பத்தின் மேனேஜர் லெவலுக்கு கீழிறக்கிக் கொண்டுவிட்டார். அப்படி ஆக விரும் பாத நெடுஞ்செழியனோ, எம்.ஜி.ஆர். – ஜெயலலிதா கம்பெனி யின் மேனேஜர் பதவிக்கு வீரப்பனுடன் போட்டி போட்டு ஜெயிப்பதில் ஆர்வம் காட்டி வென்றார். ஜெயலலிதாவால் உதிர்ந்த ரோமத்துக்கு சமம் என்று நாவலர் இழிக்கப்பட்ட நிலைக்கு சமமான இழிவுகள், பேராசிரியருக்கு நிகழவில்லை என்பது ஓர் ஆறுதல்தான்.

பேராசிரியர் நூறாண்டுகள் வாழ்ந்து தயாளு அம்மையார், ராஜாத்தி அம்மையார், மு.க. தமிழரசு, ஸ்டாலினின் வாரிசுகள், அழகிரியின் வாரிசுகள், கனிமொழியின் வாரிசுகள் எல்லாருக் கும் கட்சிப் பதவிகளை அறிவிக்கும் பெரும்பேறு பெறுவார் என்று எதிர்பார்க்கிறேன்.

## ஒரு இனம்

இலங்கைத் தமிழர் பிரச்சினையில் மன்மோகன்சிங் முதல் கருணாநிதி, ராமதாஸ், திருமாவளவன் வரை எல்லாரும் நடிக்கிறார்கள். முல்லைத் தீவை முழுமையாகக் கைப்பற்றும் வரை இலங்கை ராஜபக்ஷே அரசு போர்நிறுத்தம் செய்யாது என்பது இவர்கள் எல்லாருக்கும் தெரியும்.

'புலிகள் வேறு; இலங்கைத் தமிழர்கள் வேறு' என்ற ராஜபக்ஷே அரசின் நிலைதான் இந்திய அரசின் நிலை என்பதும்

இவர்கள் எல்லாருக்கும் தெரியும். போர் நிறுத்தத்துக்காக இந்திய அரசு எதுவும் செய்யப்போவதில்லை என்பது மன்மோகனுக்கும் தெரியும். கருணாநிதிக்கும் தெரியும். தான் நிஜமாகவே சாகும்வரை உண்ணாவிரதம் இருந்தாலும் இந்திய அரசு பொருட்படுத்தப் போவதில்லை என்பது திருமாவுக்கும் தெரியும்.

இலங்கைத் தமிழர் பிரச்சினையை இங்கே தேர்தல் பிரச்சனையாக்கக்கூடாது என்பதுதான் திமுகவின் நிலை என்பதும் இவர்கள் எல்லாருக்கும் தெரியும். ஆனால் அதை தேர்தல் பிரச்சினையாக்கி, திமுக – காங்கிரஸ் கூட்டை உடைக்கச் செய்வதில் லாபம் ஜெயலலிதாவுக்கும் பிஜேபிக்கும் மட்டும் தான் என்பதும் ராமதாசுக்கும் திருமாவுக்கும் தெரியும்.

இலங்கைத் தமிழர் துயரத்தை மதப் பிரச்சினையாக மாற்றும் ஆபத்தின் விளிம்பில் தமிழக அரசியல் இன்று இருக்கிறது. இல. கணேசனுக்கு திருமா மீதும் இலங்கைத் தமிழர் மீதும் உண்டாகியிருக்கும் திடீர் பாசம் ஆபத்தானது. சங்கர மடம் முதல் பால் தாக்கரே வரை ஏற்கனவே இலங்கைத் தமிழர்களை ஹிந்துக்களாகவும், அவர்களை ஒடுக்கும் சிங்கள வர்களை பௌத்தர்களாகவும் மட்டும் பார்த்து, ஹிந்துக்கள் காப்பாற்றப்பட வேண்டும் என்ற குரலைக் கடந்த காலத்தில் எழுப்பியிருக்கிறார்கள். அந்த கோஷ்டி கானத்தில் அப்போது ஜெயலலிதாவும் இணைந்திருந்தார். அப்போது எடுபடாமல் போன மதவாதக் குரல் இப்போது மீண்டும் எழப்பார்க்கிறது.

பிஜேபியின் உண்மையான அக்கறை இலங்கைத் தமிழர்கள் மீது அல்ல. வடக்கே மாநிலத் தேர்தல்களில் தான் எதிர்பார்த்த அளவு காங்கிரஸ் பலவீனமடையவில்லை; பண வீக்க நிலையும் தேர்தலுக்கு முன்பு சீராகிவிடும்; இந்தச் சூழலில் தெற்கே காங்கிரசை பலவீனப்படுத்தும் உத்திகளை பிஜேபி தேடுகிறது. சென்ற முறை 40க்கு 40 காங்கிரஸ் அணிக்குக் கொடுத்த தமிழகத்தில் அதை பலவீனப்படுத்த உகந்த வாய்ப்பாக இலங்கைத் தமிழர் சிக்கலைக் கையில் எடுத்திருக்கிறது.

1990களில் இலங்கைத் தமிழர் அரசியல் இந்திய அரசியலை பாதித்தது. இன்று இந்திய அரசியல், இலங்கைத் தமிழர் நிலையை பாதிக்கிறது. இரண்டுமே ஆரோக்கியமானவை அல்ல.

இலங்கையில் போர் நிறுத்தப்பட்ட பேச்சு வார்த்தை மூலம்தான் தீர்வு எட்டப்பட வேண்டும் என்ற கருத்தில் ராமதாசோ, திருமாவோ உறுதியாக இருந்தால், அவர்கள் கருணாநிதிக்காக காத்திருக்காமல் நேரடியாக மன்மோகன்

சிங்கை சந்தித்திருக்கலாம். விடுதலைப் புலிகளை பேச்சு வார்த்தை மேஜைக்கு அழைத்து வருவது எங்கள் பொறுப்பு என்று பொறுப்பேற்றிருக்க வேண்டும். ராஜபக்ஷே அரசை போரை நிறுத்தச் செய்வது உங்கள் பொறுப்பு என்று அப்போது மன்மோகனிடம் வற்புறுத்தியிருக்கலாம். அன்புமணி ராஜினாமா செய்வதற்கு கருணாநிதியின் சம்மதத்துக்காக ராமதாஸ் காத்திருக்க வேண்டியதும் இல்லை.

உண்மை என்னவென்றால், சம்பந்தப்பட்ட எல்லாருக்கும் யதார்த்த நிலை என்ன என்பது தெரியும். அவரவர் அரசியலுக்காக வெளியே விதவிதமான நாடகங்களை ஆடிக்கொண்டிருக்கிறார்கள். இதில் அவர்கள் யாருக்கும் இழப்பு இல்லை.

ஆனால் எல்லா இழப்பும் போரில் சிக்கித் தவிக்கும் இலங்கைத் தமிழர்களுக்குத்தான்.

## ஒரு தலைவர்

திருமாவளவன் அண்மைக்காலத்தில் தமிழகத்தில் வெகு வேகமாக வளர்ந்து வந்த தலைவர்களில் ஒருவர். அவர் பொது வாழ்க்கைக்கு வந்து வெள்ளி விழாவும் கொண்டாடி முடித்திருக்கிறார்.

இப்போது தமிழகத்திலேயே மிகப் பெரிய அடையாளச் சிக்கலில் சிக்கியிருப்பவரும் அவர்தான். தங்கள் தலைவர் காந்தியவாதியா, சே குவேரா வழித்தோன்றலா என்ற குழப்பம் அவரைப் பின்பற்றுவோருக்கும் ஏற்பட்டுவிட்டது.

'அடங்க மறு; அத்து மீறு' என்பதைக் கொள்கை முழக்கமாக வைத்து இயக்கத்தைக் கட்டி வளர்த்தவர், மத்திய அரசுக்கு எதிராக அமைதியாக அடக்கமாக உண்ணாவிரதம் இருக்கிறார். இலங்கையில் போர் நிறுத்தம் செய்வதற்கு மத்திய அரசு நடவடிக்கை எடுக்கும் வரை தமிழகத்தில் ஒரு மத்திய அரசு அலுவலகம் கூட இயங்க விடமாட்டோம் என்று எச்சரிக்கை விடும் ஆற்றல் இன்று அவருக்கு இல்லை. அத்து மீறவும் அடங்க மறுக்கவும் அவரால் கற்றுத் தரப்பட்ட தொண்டர்களோ, பாவம், மத்திய அரசுக்கு எதிராக, தோழமைக் கட்சி ஆட்சி நடத்தும் மாநில அரசின் பஸ்களை எரித்துக் கொண்டிருக்கிறார்கள்.

நான் யார்? தலித் இளைஞர்களின் வழிகாட்டியா? தமிழகத்தின் மூலை முடுக்கெல்லாம் இன்னமும் தொடரும் ஜாதிய ஒடுக்குமுறைக்கு எதிராக தலித் இயக்கங்களை ஒன்று

படுத்தப் போகும் தலைவனா? ஈழப் போராட்டத்தின் முக்கிய காலகட்டத்தில் பிரபாகரனுக்கு வாரிசாக உருவெடுக்கப் போகிறேனா? அல்லது அடுத்த தேர்தலில் பிஜேபி – அதிமுக கூட்டில் இரு எம்.பி. சீட் பெறுவதற்கு வியூகம் வகுக்கிறேனா? அல்லது திமுக – காங்கிரஸ் அணி எனக்கு பயந்து அதே இரண்டு சீட்டைக் கொடுத்து விடுவார்களா? நான் யார்? அம்பேத்கரின் அரசியல் வாரிசா? அல்லது கருணாநிதி – ராமதாஸ் பனிப்போரின் பகடைக்காயா?

திருமாவளவனின் குழப்பம் எனக்கு ஷேக்ஸ்பியரின் ஹெம்லெட்டை நினைவுபடுத்துகிறது. *To be or not to be?*

***குமுதம், 21.01.2009***

# நாகேஷ்!

கலைவாணர் முதல் கஞ்சா கருப்பு வரை தமிழ் சினிமா பெற்ற நகைச்சுவை நடிக – நடிகையர் ஒவ்வொரு வருக்கும் தனித்தனியே ரசிகர்கள் நிச்சயம் இருப்பார்கள். ஆனால் அவர்கள் அத்தனை பேருக்குமே பிடித்த நகைச் சுவை நடிகராக இருப்பவர் நாகேஷ் ஒருவர்தான்.

என் வாழ்க்கையில் நாகேஷ் இரு முக்கியமான தருணங்களில் (அவரையறியாமலே) இடம் பெற்றார். பள்ளிக்கூட நாட்களிலும் கல்லூரி நாட்களிலும் நான் அவரைப் போலவே ஒல்லியானவனாக இருந்தேன். அப்போதெல்லாம் எல்லா நாடகங்களிலும் நான் நகைச் சுவை நடிகன்தான். பள்ளியில் எனக்கு நாடகம் கற்றுத் தந்த ஆசிரியர்கள் வசனம் பேசவும் மேடையில் ஓடியாட வும் கற்றுத் தந்த ஒவ்வொரு அசைவிலும் உச்சரிப்பிலும் நாகேஷ்தான் இருந்தார்.

எப்படி சிவாஜிதான் நாடக ஹீரோக்களுக்கு ரோல் மாடலோ அதே போல காமெடியன்களின் ஆதர்சம் நாகேஷ்தான். கல்லூரியில் ஒரு நாடகத்தில் முழு நீள நகைச்சுவை பாத்திரமொன்றை எனக்கு முதலில் கொடுத்து விட்டு பின்னர் அதில் வெளியிலிருந்து தொழில்முறை நடிகர் ஒருவரைப் போட்டார் என் ஆசிரியர். நான் வருத்தப்படக் கூடாது என்பதற்காக நாடக ஆரம்பத்தில் மூன்று நிமிடம் வருகிறமாதிரி ஒரு ‘சோலோ’ நகைச்சுவை சமையற்காரப் பாத்திரம் ஒன்றை எனக்காக எழுதிக் கொடுத்தார். அதை நடிக்கும் போது, அதிர்ச்சியான ஒரு போன்காலைக் கேட்டு நான் ஓடி வந்து சோபா முதுகின் மீது குறுக்காக விழுந்து கை கால்களை ஆட்டிய

படி பேலன்ஸ் செய்து கைதட்டல் வாங்கினேன். அதற்கு ரோல் மாடல் நாகேஷ்தான்.

இதை விட சிக்கலான பல 'ஸ்லேப்ஸ்டிக் காமெடி' உடல் அசைவுகளை நாகேஷ் செய்திருக்கிறார் ஒவ்வொன்றுக்கும் கடும் உழைப்பும் பயிற்சியும் தேவை. காமெடி நடிகர்களுக்குத் தேவையான சர்க்கஸ் உடல்மொழி, வேகம், நடனத் திறமை, வசன உச்சரிப்பின் நேரக் கச்சிதம் என்று எல்லாவற்றுக்கும் நாகேஷின் படங்கள்தான் இலக்கணப் புத்தகங்கள். நாகேஷுக்கு முன்னரும் சரி, பின்னரும் சரி, தமிழ்த் திரையில் இதர நகைச்சுவை நடிகர்கள் எல்லாரிடமும் ஓர் ஒற்றை தொனி ('மொனாட்டனி ஸ்டைல்') இருக்கிறது, நாகேஷிடம் மட்டும்தான் வெரைட்டி உண்டு.

எனக்கு இன்றும் பெரிய ஆச்சரியம் மேடை நிகழ்ச்சிகளில் எந்த மிமிக்ரி கலைஞரும் நாகேஷ் குரலை மட்டும் மிமிக்ரி செய்வது இல்லை என்பதுதான். ஒரு விதத்தில் இதற்கு அவருடைய வெரைட்டியும் காரணமாக இருக்கலாம்.

ஒரு நடிகராக நாகேஷுடைய தன்னம்பிக்கை ஒவ்வொரு நடிகனுக்குமான பாடம். எந்த வகைப் பாத்திரமாக இருந்தாலும், தன்னால் அதைச் செய்துவிட முடியும் என்று அவர் நம்பி உழைத்ததால்தான், அவருடைய பட வரிசையைப் படிக்கும் போது பிரமிப்பாக இருக்கிறது. சர்வர் சுந்தரம் படத்தில் வசீகரமான தோற்றம் உடைய ஹீரோ நடிகர் முத்துராமன் இருந்தபோதும், சினிமாவில் ஹீரோவாக ஜெயித்த நடிகன் பாத்திரத்தை முத்தராமனுக்கு நிகரான தோற்றப் பொலிவு இல்லாத நாகேஷ் ஏற்று நடித்து வெற்றி பெற்றிருப்பது, நடிப்புத் திறமைக்கு மட்டுமே கிடைத்த வெற்றி.

வெவ்வேறு ஜாதிகள் அதையொட்டிய பழக்கவழக்கங்கள் உள்ள தமிழ்ச் சமூகத்தில், மிகச் சில நடிகர்களுக்கு மட்டுமே எந்த ஜாதிப் பாத்திரத்துக்கும் பொருந்திப் போகும் உடல் மொழியும் நடிப்பாற்றலும் உண்டு. அதில் முதன்மையானவர் நாகேஷ். அதனால்தான் தூத்துக்குடியின் ஏழைத் தொழிலாளியாகவும், தஞ்சாவூரின் சவடால் புரோக்கராகவும் அவரை ஏற்க முடிந்தது. வாழ்க்கையிலும் ஜாதிக்கு அப்பாற்பட்டவராக அவர் கலப்புத்திருமணம் செய்தவராகவும் தன் பிள்ளைகளுக்கும் கலப்புத்திருமணங்கள் செய்தவராகவும் விளங்கினார்.

நாகேஷ் என் வாழ்க்கையில் இரண்டாவது முறை இடம் பிடித்தபோது அவருடைய இன்னொரு பரிமாணத்தை நான் தெரிந்துகொண்டேன். எழுத்தாளர் அறந்தை நாராயணனின்

நாவலை நான் டெலிவிஷன் தொடராக இயக்கியபோது, அந்தத் தொடரை அறிமுகம் செய்துப் பேசும்படி நாகேஷை நானும் அறந்தையும் அணுகினோம். முதலில் அறந்தையின் நாவலைப் படித்துப் பார்க்க வேண்டும் என்றார்; கொடுத்தோம். படித்தபின் என் உதவி இயக்குநரை அனுப்பிவைக்கச் சொன் னார். அவரை ஒரு கொயர் நோட்டு புத்தகத்துடன் வரச் சொன்னார். அதன்படி கணேஷ் சென்றதும், நாகேஷ் டிக்டேட் செய்ய ஆரம்பித்தார். கணேஷ் எழுத எழுத நோட் புக் தீர்ந்து போய்விட்டது.

எனக்கும் அறந்தைக்கும் ஒரே குழப்பம். டி.வி. தொடரை அறிமுகம் செய்து பேசவேண்டியது சில நிமிடம்தான். எதற்காக இவ்வளவு நீளமாக உரை தயாரித்திருக்கிறார்? இதைப் பதிவு செய்து எப்படி ஒளிபரப்புவது? உதவி இயக்குநர் கணேஷ் சொன்னார்: இந்த முன்னுரையை பிரிண்ட் பண்றதுக்கு முன்னே என்கிட்ட ப்ரூஃப் கொண்டு வந்து காட்டுன்னு சொல்லியிருக்கார் சார். டி.வியில் தோன்றி அறிமுகம் செய்ய வேண்டும் என்று நாங்கள் கேட்டதை அவர் புத்தகத்துக்கு முன்னுரை என்று எடுத்துக் கொண்டு விட்டதே தவறுக்குக் காரணம். (மறுபடியும் நாகேஷை தொல்லை செய்யவேண்டாம் என்று அறந்தை சொன்னதால், பின்னர் அந்த டி.வி. அறிமுகத்தை நடிகை ஸ்ரீவித்யா செய்தார்.)

அப்போது நாகேஷ் டிக்டேட் செய்த 'முன்னுரை' அவருடைய எழுத்தாற்றல் பரிமாணத்தைக் காட்டியது. விண் ணிலிருந்து மண்ணுக்கு என்ற கதையின் தலைப்பை வைத்துக் கொண்டு ஒரே தத்துவ மழைதான். தத்துவமாகப் பேசுவது, எழுதுவது அவருக்கு மிகவும் பிடிக்கும். ஆரம்ப காலங்களில் சினிமாவில் அவருடைய நகைச்சுவைப் பகுதிகளை எழுதுவதில் அவரும் பங்கேற்றிருக்கிறார். நிறைய படிக்கிற பழக்கமும் உடையவர்.

ஒரு நகைச்சுவை நடிகன் மிக சீரியசான ஒரு எழுத்தாளன் பாத்திரத்தை நடித்தால் எப்படியிருக்கும் என்ற பரிசோதனையை கூட அவர் விட்டு வைக்கவில்லை. ஜெயகாந்தனின் சாயல் உள்ள எழுத்தாளர் பாத்திரத்தை சில நேரங்களில் சில மனிதர் கள் படத்தில் நாகேஷ் செய்திருப்பது மிக சுவாரஸ்யமானது.

தத்துவங்கள் பேசுவது, விரக்தியும் நம்பிக்கையும் கலந்து நகைச்சுவை தொனிக்கப் பேசுவது எல்லாம் நாகேஷின் மேடை முத்திரைகள். வாழ்க்கையில் அவர் சந்தித்த வறுமை, பணம் சம்பாதித்த பிறகும் சந்தித்த பிரச்சினைகள், ஏமாற்றங்கள் எல்லாவற்றையும் மீறி அவர் நடிப்பில் தோய்ந்தவராக இருந்தார்.

நானும் அறந்தையும் அவரை எங்கள் டிவி. தொடரை அறிமுகம் செய்துவைக்க அழைக்க ஒரு பின்னணி இருந்தது.

அறந்தையின் நாவல், கொடி கட்டிப் பறந்து பெரும் புகழும் பணமும் சம்பாதித்து பலரால் ஏமாற்றப்பட்டு வாய்ப்பு கள் போய் நொடித்துப் போய் போதைப் பழக்கத்துக்கு ஆளான ஒரு நடிகையின் கதை. மரணத்தை எட்டிப் பார்த்து விட்டு அவள் திரும்பி வந்து புது வாழ்க்கையைத் தொடங்குவதுதான் கதை.

அதுதான் அந்த நடிகைக்கும் நாகேஷுக்கும் இருந்த ஒற்றுமை. அவரும் மரணத்தை தொட்டுப் பார்த்துவிட்டு திரும்பி வந்து பல வருடம் மறுபடியும் நகைச்சுவை செங் கோலைக் கையில் பிடித்தவர். தூக்கம் இல்லாமல், இரவு பகல் பார்க்காமல் படப்பிடிப்பில் கலந்துகொண்டு தன் உடலைக் கடுமையாக வருத்திக்கொண்ட நாகேஷுக்கு அந்தக் கட்டத்தில் மது மட்டுமே ஆறுதலாக இருந்தது. அப்போது தான் அவர் மயங்கி விழுந்து வாரக்கணக்கில் நினைவின்றி மருத்துவமனையில் இருந்தார்.

அப்போது சில மாலைப் பத்திரிகைகள் கொடூரமாக நடந்துகொண்டன. மருத்துவர்கள் நாகேஷ் உயிருக்கு இன்னும் இரண்டு மணி நேரம்தான் கெடு வைத்திருக்கிறார்கள் என்ற ரீதியில் தலைப்புச் செய்திகளை தினமும் கொட்டை எழுத்தில் போட்டு பரபரப்பாக விற்றார்கள். மரணத்தின் பிடியிலிருந்து மீண்டு வந்த நாகேஷ் அத்தனை பேப்பர்களையும் பின்னர் படித்துவிட்டு வருத்தப்பட்டதாக அறந்தை சொன்னார். “இவங்களையெல்லாம் ஏமாத்திட்டேன் போலருக்கே” என்று சிரித்துக்கொண்டே தன் வேதனையைச் சொல்ல நாகேஷால் தான் முடியும்.

அப்படி சிரித்துக் கொண்டேதான் அவர் நான்கு வருடங்கள் முன்னால் ஒரு பத்திரிகை நடத்திய பாராட்டு விழாவிலும், தனக்கு எந்த அரசாங்க தேசிய விருதும் கிடைக்காத வேதனையை யும் சொன்னார். நாகேஷுக்கு இனிமேல் தாதா சாகிப் பால்கே விருது கொடுத்தால் கூடப் பயனில்லை. அவர் பங்களிப்பை அரசு கௌரவிக்கிறது என்று தெரிந்துகொள்ள அவர் இல்லாதபோது என்ன செய்து என்ன பயன்?

சிவாஜி, நாகேஷ் இருவரையும் அவர்களுடைய கடைசி நாட்களில் சரியாகப் பயன்படுத்திக் கொள்ள நாம் தவறி விட்டோம். இருவரும் இளம் நடிகர்களுக்கு வகுப்புகள் எடுத் திருக்க வேண்டியவர்கள். டெல்லி முன்வந்தபோதும் கூட

நம் அரசுகள் சென்னையில் நாடகப் பள்ளியை ஏற்படுத்தத் தவறிவிட்டன. திரைப்படக் கல்லூரியில் நடிப்புப் பாடமே கிடையாது. வர்த்தக சபை, நடிகர் சங்கம், இயக்குநர் சங்கம் முதலான துறை சார்ந்த அமைப்புகளுக்கு வேறு எத்தனையோ வேலைகள் பாவம்.

சிவாஜி, நாகேஷ், இயக்குநர் ஸ்ரீதர் என்று பலரிடம் கற்றுக்கொள்ள இளம் தலைமுறைப் படைப்பாளிகளுக்கு எவ்வளவோ இருக்கிறது. வாய்ப்பைப் பறிகொடுத்துவிட்டோம்.

இன்னும் சிலர் இன்னும் உயிரோடு இருக்கிறார்கள். காக்கா ராதா கிருஷ்ணன், மனோரமா, கே.எஸ். கோபால கிருஷ்ணன், கே. பாலசந்தர், எஸ்.எஸ். ராஜேந்திரன், எம்.என். ராஜம், சௌகார் ஜானகி, எம்.எஸ். விஸ்வநாதன், பி. சுசீலா, பி.பி. ஸ்ரீனிவாஸ், சிவகுமார், பாரதி ராஜா, பாலு மகேந்திரா . . . என்று கொஞ்சம் நீளமான பட்டியலை சினிமாவின் எல்லா தொழில்நுட்பப் பிரிவுகளிலிருந்தும் போடலாம்.

இவர்களெல்லாம் அவரவர் துறை சார்ந்து மாதம் ஒரு முறை ஒரு வகுப்பை சினிமாவின் அந்தந்தப் பிரிவின் இளைய தலைமுறைக்கு எடுப்பதற்கான ஏற்பாட்டை முறையாக ஸ்தாபனரீதியில் ஏற்பாடு செய்ய முடிந்தால், நூறாண்டு காணப் போகும் தமிழ் சினிமாவின் வரலாற்று அனுபவப் பிழிவு அடுத்த நூறு ஆண்டுக்கான வேரில் ஊற்றிய நீராக அமையும். நாகேஷுக்கு, சிவாஜிக்கு, ஸ்ரீதருக்கு அதுதான் அசல் மரியாதை.

*குமுதம்*, **02.02.2009**

# மார்க் வாங்கும் மெஷின்கள்

ஆயிரக்கணக்கான வேட்பாளர்கள் மக்கள் பெயரால் பொதுப்பணத்தில் கை வைக்கும் வாய்ப்புக்காக சுமார் ஒரு மாத காலம் வெயிலில் அலைந்து வியர்வை சிந்தி ஓட்டுப் பிச்சை கேட்டு முடித்து, இன்னும் சில தினங்களில் வரப்போகும் முடிவுக்காகப் பதற்றத்துடன் காத்திருக்கிற அதே வேளையில், தமிழ் நாட்டின் லட்சக் கணக்கான டீன் ஏஜ் நெஞ்சங்கள் தங்கள் எதிர்காலத் தையே நிர்ணயிக்கக்கூடிய எஸ்.எஸ்.எல்.சி., மெட்ரிக், ப்ளஸ் டூ தேர்வு முடிவுகளுக்காகக் காத்துக் கொண்டிருக் கின்றன.

ஐந்தாண்டுகளுக்கு ஒரு முறை பிரும்மாண்டமான ஒரு தேர்தலை நடத்தி முடிப்பது எப்படி ஒரு பெரும் சாதனையோ அதே போல ஒவ்வோராண்டும் பள்ளிக் கூடப் பொதுத் தேர்வுகளை அரசு நடத்தி முடிப்பதும் அதிகம் கவனிக்கப்படாத ஒரு சாதனைதான்.

கேள்வித்தாள் தயாரிப்பு முதல் விடைத்தாள் திருத்தல் வரை ஒவ்வொரு கட்டத்திலும் சின்னச் சின்னதாக நடக்கக்கூடிய தவறுகள் இளம் வாழ்க்கைகளை, பெரிதாகப் பாதித்துவிடக் கூடியவை என்பதால் மிகுந்த கவனம் தேவைப்படுகிறது.

கேள்வித்தாளில் ஒரு தவறான கேள்வி கேட்கப்பட்டு விட்டால், பின்னால் அதை சரி செய்ய எல்லாருக்கும் அதற்கு முழு மார்க் உண்டு என்று தீர்வு தரப்படலாம். ஆனால், அந்தத் தவறான கேள்வியில் நேரத்தைத் தொலைத்ததால் ஒரு மாணவருக்கு ஏற்பட்ட பதற்றத் துக்கும் இதர பதில்களை எழுதுவதில் ஏற்பட்ட சுணக்கத் துக்கும் இழப்பீடே கிடையாது.

தேர்வு எழுதியிருக்கக்கூடிய லட்சக்கணக்கானவர்களில், பாஸா ஃபெயிலா என்பது சில ஆயிரம் பேருடைய கவலையாக இருக்கலாம். அதை விட அதிக எண்ணிக்கையில் இருக்கும் பாஸாகக் கூடியவர்களில் பெரும்பாலோரின் கவலை, என்ன மார்க் என்பதுதான். குறிப்பாக அதிக மதிப்பெண்கள் பெறக் கூடிய ஆயிரக்கணக்கான மாணவர்கள் ஒவ்வொரு அரை மதிப்பெண்ணையும் நம்பித்தான் மருத்துவ, பொறியியல் கனவுகளை உயிர்ப்பித்து வைத்திருக்கிறார்கள்.

என்னுடைய விடைத்தாள் எந்தத் திருத்துநரிடம் சிக்கியிருக் கிறதோ என்ற கவலைதான் பல மாணவர்களுக்கு இருக்கிறது.

விடைத்தாள் திருத்துவதில் இருக்கும் ஓர் அடிப்படைப் பிரச்சினை பற்றி மிகுந்த ஆதங்கத்துடன் சில கவலைகளை அண்மையில் என்னுடன் பகிர்ந்துகொண்டார் ஒரு தனியார் பள்ளி ஆசிரியர். இந்தப் பிரச்சினை விடைத்தாள் திருத்துவது பற்றிய பிரச்சினை மட்டுமல்ல, மாநிலக் கல்வித்திட்டத்தின் அடிப்படைப் பிரச்சினையுமாகும்.

அறிவியல் சார்ந்த பாடங்களில்தான் அரை மதிப்பெண்கள் எல்லாம் விஸ்வரூபம் எடுக்கக்கூடியவை. இவற்றைத் திருத்து வதற்குப் பின்பற்றும் முறையில் சில பலவீனங்களை நண்பர் சுட்டிக்காட்டினார்.

தமிழ்நாட்டில் இருக்கும் பள்ளிகளில் சுமார் 90 சதவிகிதம் அரசுப்பள்ளிகள். மற்றவை தனியார் பள்ளிகள். அரசுப் பள்ளி களில் மட்டுமே பாடங்கள் தமிழ் வழியில் கற்பிக்கப்படுகின்றன. ஆங்கில வழிக் கல்வி என்பது தனியார் பள்ளிகளிலும் அரசு உதவி பெறும் தனியார் பள்ளிகளிலும் மட்டுமே உள்ளன.

மருத்துவம், பொறியியல் போன்றவற்றுக்குத் தேவைப்படும் உயர் மதிப்பெண்களை எடுப்போர் பெரிதும் இந்தத் தனியார் பள்ளி ஆங்கில வழி படித்த மாணவர்கள்தான். விதிவிலக்காக அரசுப் பள்ளித் தமிழ் வழி படித்தோர் சிலரும் உண்டு.

அறிவியல் பாடங்களில் புழங்கும் தொழில் நுட்ப ஆங்கிலப் பதங்களுடன், தமிழ் வழியில் நீண்ட காலமாகப் பாடங்களை நடத்திவரும் ஆசிரியர்களுக்குப் போதுமான பரிச்சயம் இல்லை. எனினும் அவர்களும் ஆங்கிலத்தில் எழுதப் பட்ட விடைத்தாள்களைத் திருத்துகிறார்கள்.

சில சமயங்களில் விடைத்தாள் திருத்த உரிய பாடம் சார்ந்த ஆசிரியர் இல்லாதபோது, வேறு பாட ஆசிரியர் திருத்தும் நிலையும் இருக்கிறது. ஆங்கிலப் பாடம் போதித்த

அனுபவமே இல்லாவிட்டாலும், ஆங்கிலம் படிக்கத் தெரிந்திருந் தால் தாவரவியல் ஆசிரியரும் ஆங்கில மொழி விடைத்தாளைத் திருத்தப் பயன்படுத்தப்படுவார்.

"இவையெல்லாம் பிரச்சினைகளே அல்ல. ஏனென்றால் ஒவ்வொரு விடைத்தாள் திருத்தும் மையங்களிலும் திருத்துநருக்கு விடைக்குறிப்புகள் அளிக்கப்படுகின்றன. அவற்றில் இருக்கும் கீ வேர்ட்ஸ், மாணவரின் பதிலில் இருக்கின்றனவா என்று பார்த்து மதிப்பிட்டால் போதுமானது," என்பது தேர்வுத்தாள் திருத்தும் அனுபவம் உடைய ஓர் ஆசிரியரின் வாதம்.

இதுதான் அடிப்படைப் பிரச்சினை. கீ வேர்ட்ஸ் அடிப் படையில் திருத்த, சப்ஜெக்ட் அறிவு பெரிதாகத் தேவையில்லை என்பது போலவே, கீவேர்ட்ஸைப் பயன்படுத்தி எழுதவும் மாணவருக்கு சப்ஜெக்ட் அறிவு பெரிதாக அவசியமில்லை என்றாகிவிடுகிறது. பாடங்களை நடத்தும்போதே என்னென்ன கீவேர்ட்ஸ், எப்படி விடைத்தாளில் பயன்படுத்த வேண்டும் என்ற அறிவைப் புகட்டுவதே பாடம் நடத்தும் ஆசிரியரின் வேலையாக மாறிவிடுகிறது.

அதிக மதிப்பெண்கள் வாங்க மாணவனைத் தயார்படுத்தும் ஒற்றை நோக்கத்திற்கு வசதியாக கீவேர்ட்ஸ் முறையையே ஆசிரியர்கள் பின்பற்றுகின்றனர்.

இதன் விளைவுகள் என்ன? சரியான விடையை சொந்த சொற்களில் ஒருவர் எழுதியிருந்தால் அவற்றில் கீவேர்ட்ஸ் இல்லையென்பதால், அவருக்குக் குறைவான மதிப்பெண்ணே கிடைக்கும். கீவேர்ட்ஸை மட்டுமே நம்பி எழுதும் மாணவருக்கு சொந்தமாக ஒரு கருத்தை தெரிவித்து எழுதும் மொழி ஆற்றலே வளராமல் போய்விடும்.

இரண்டாம் பிரச்சினையின் விளைவை சில வருடங்கள் முன்னர் அண்ணா பல்கலைக்கழகத்தில் நடந்த ஒரு நிகழ்ச்சி உணர்த்தியது. கேம்பஸ் இண்ட்டர்வியூ நடத்திய சில பிரபல கணிணி நிறுவனங்கள் விரல் விட்டு எண்ணக் கூடிய சிலரையே தேர்ந்தெடுத்தன. முதல் நிலையில் பெரும் மதிப்பெண்கள் எடுத்திருந்த பலர் நிராகரிக்கப்பட்டனர். நிறுவனங்கள் சொன்ன காரணம் அவர்களுக்கு மதிப்பெண் எடுக்கத் தேவைப்பட்ட அளவு மனப்பாடம் செய்யும் திறமை மட்டுமே இருந்தது. சுயமாக எழுதவும், பேசவும் கருத்து பரிமாறவும் கூடத் தெரியவில்லை.

கீவேர்ட்ஸின் அடிப்படையில் மனப்பாடம் செய்து நிறைய மதிப்பெண்கள் பெற்ற பல மாணவர்கள் கல்லூரியில்

மேற்படிப்புக்கு சென்றதும் அதற்கு ஈடு கொடுக்க முடியாமல் மன உளைச்சலுக்கு உள்ளாகி, விரக்தி முதல் தற்கொலை வரை பல சிக்கல்களுக்கு இரையாகிறார்கள்.

சி.பி.எஸ்.ஈ. பாடத்திட்டத்தில் கீவேர்ட்ஸ் முறை இல்லை. அங்கே மாணவர்கள் சொந்தமாக சிந்தித்து அவரவர் பாணியில் சரியான விடையை எழுத ஊக்குவிக்கப்படுகிறார்கள். திருத்துநர்களும் முழு விடைத்தாளையும் முழுமையாகப் படித்துத் திருத்தியாகவேண்டிய கட்டாயம் ஏற்படுகிறது.

ஸ்டேட் போர்டிலும் மெட்ரிக்கிலும் ப்ளஸ் டூவிலும் நாம் பின்பற்றும் கீவேர்ட்ஸ் தேர்வு முறை, நம் மாணவர்கள், ஆசிரியர்கள் இரு சாராரையும் இயந்திரங்களாகவும், மனத் தேக்கம் உடையவர்களாகவும் ஆக்கிக் கொண்டிருக்கிறது என்பது தான் என்னிடம் இதையெல்லாம் விவாதித்த ஆசிரிய நண்பரின் கவலை.

வெவ்வேறு விதமான கல்வி முறை இல்லாமல், எல்லாருக்கும் ஒரே மாதிரியான கல்வி பயிற்று மொழியாகத் தாய் மொழி, கட்டாய மொழியாக ஆங்கிலம், ஒரே சிலபஸ், சொந்தமாக சிந்தித்து எழுதும் ஆற்றல், மனப்பாடத் தேவையை குறைத்தல் முதலிய அம்சங்கள் அடங்கிய சமச்சீர் கல்வியை ஏற்படுத்தி மெட்ரிக், ஸ்டேட், சி.பி.எஸ்.ஈ. வேறுபாடுகளையெல்லாம் ஒழித்துவிட்டால் இந்த பிரச்சினைக்கெல்லாம் தீர்வு காணலாம் என்பது நான் சொல்லும் மருந்து.

இப்படிப்பட்ட விஷயங்களை நம் அரசியல்வாதிகளும் சரி, ஊடகங்களும் சரி, பொது விவாதத்துக்கு எடுத்து வருவதில்லை என்பதுதான் நம் முன் இருக்கும் முதல் தடை. மார்க் வாங்கும் மெஷினாகத் தன் குழந்தையை மாற்றிக் கொடுத்தால் போதும் என்று ஆசைப்படும் பெற்றோர்கள் அதைவிடப் பெரிய தடை. தயவுசெய்து மாறுவோம். ஒவ்வொரு வருடமும் லட்சக்கணக்கான டீன் ஏஜர்களை வதைத்துக் கொண்டிருப்பதற்கு முற்றுப் புள்ளி வைப்போம்.

***குமுதம்*, 10.05.2009**

# ஏழைகளின் எதிரிகள் யார்?

அரசின் அசல் முகத்தைக் காட்டும் மூன்று செய்திகளைப் பார்ப்போம்.

**முதல் செய்தி**

சென்னையில் அடிக்கடி குடிசைப் பகுதிகளில் தீ விபத்துகள் ஏற்படுகின்றன. 90கள் வரை இப்படி ஓர் பகுதியில் தீ விபத்து ஏற்பட்டால், தற்காலிகமாக அப்பகுதி மக்கள் மாநகராட்சி பள்ளிகளிலோ, தெரு ஓரங்களிலோ தங்கியிருப்பார்கள். மறுபடியும் பழைய இடத்தில் புது குடிசை போட்டுக்கொண்டு வசிக்கத் தொடங்கிவிடுவார்கள்.

90களுக்குப் பிறகு இப்படி நடப்பதில்லை. தீ விபத்து நடந்த பின்னர், அப்பகுதி மக்கள் 25 கிலோ மீட்டருக்கு அப்பால் உள்ள செம்மஞ்சேரி, ஒக்கியம் துரைப்பாக்கம் போன்ற தமிழக அரசின் உள்நாட்டு அகதிகள் முகாம் களுக்கு அப்புறப்படுத்தப்படுகிறார்கள்.

அண்மைக்காலமாக தொடர்ந்து குடிசைப்பகுதி மக்கள் பற்றிய செய்திகளை உன்னிப்பாக கவனித்து வருபவர்கள் ஒன்றை கவனித்திருப்பார்கள். நடக்கும் குடிசைத் தீ விபத்துகள் எல்லாம் சென்னைக்குள் ஓடும் கூவம், அடையாறு, பக்கிங்ஹாம் கால்வாய், மாம்பலம் கால்வாய் போன்றவற்றின் கரையோர குடிசைப் பகுதி களில்தான் நடக்கின்றன.

இங்கிருந்து இவர்களை அப்புறப்படுத்திவிட்டு சென்னை நகரின் குறுக்கும் நெடுக்குமாக அதிவேகப் பறக்கும் சாலைப் பாலத்தை ஆற்றோரம் கட்ட அரசு

மும்முரமாக திட்டம் தீட்டி நடவடிக்கைகள் எடுத்து வருகிறது. திட்டத்தின் மதிப்பு ஐந்தாயிரம் கோடி ரூபாய்கள். இந்த திட்டம் செயல்படுத்தப்பட்டால் சுற்றுச் சூழல் ஆபத்துகள் முதல் உள்ளூர் அகதிகள் எண்ணிக்கை பெருக்கம் வரை பல பிரச்சினைகள் உருவாகப் போகின்றன.

ஏற்கனவே பக்கிங்ஹாம் கால்வாயின் ஒரு பகுதி நெடுக பறக்கும் ரயில் பாலம் கட்டியபின்னர் கால்வாயில் மழை நீர் வடியமுடியாமல், வரலாற்றில் வெள்ளத்தையே கண்டிராத, மயிலாப்பூர், ஆழ்வார்பேட்டை, தேனாம்பேட்டை ராயப் பேட்டை பகுதிகளெல்லாம் பெரு மழையின்போது வெள்ளத்தில் அமிழ்ந்தன.

சென்னையில் எஞ்சியிருக்கும் கூவம், அடையாறு, மாம்பலம் கால்வாய்களில் பறக்கும் சாலைப்பாலம் கட்டினால் மத்திய சென்னையிலும் தென் சென்னையிலும் முற்றிலுமாக மழை நீர் வடிகால்கள் இல்லாமல் போய்விடும். மெரினா கடற்கரை ஓரமாக சாந்தோம் பட்டினப்பாக்கம் வரை பறக்கும் பாலம் திட்டமிடப்பட்டிருப்பதால், பல நூற்றாண்டுகளாக இங்கே வசித்துவரும் மீனவர்கள் இடம் பெயர்க்கப்படுவார்கள். அடையாறு கழிமுகப்பகுதியின் சுற்றுச்சூழல் நாசமாகும்.

ஆனால் 5 ஆயிரம் கோடி ரூபாய் திட்டம் என்பதால், புறங்கை தேனை நக்குவதற்கு ஆர்வமாக இருக்கும் அதிகாரி களும் அரசியல்வாதிகளும் எப்படியும் இந்தத் திட்டத்தை நிறைவேற்றியே தீருவது என்று முனைப்பு காட்டுவார்கள்.

## இரண்டாவது செய்தி

சென்னை மாநகராட்சி சிந்தாதிரிப்பேட்டை, ஆயிரம் விளக்கு, சேமியர்ஸ் சாலை, தியாகராய நகர் முதலான இடங்களில் மொத்தமாக 30 பள்ளிகளை மூடுவது பற்றியதாகும். இந்தப் பள்ளிகளில் இருக்கும் மாணவர்களில் பெரும்பாலான வர்கள் குடிசைப்பகுதி மக்கள் வீட்டுக் குழந்தைகளும் தலித்து களும் என்பது கவனத்துக்குரிய விஷயம்.

ஏன் இந்தப் பள்ளிகளை மூடுகிறார்கள் என்று கேட்டால், மாநகராட்சியின் மழுப்பலான பதில் : மூடவில்லை; அருகில் இருக்கும் வேறு மாநகராட்சிப் பள்ளியுடன் இணைக்கிறோம் என்பதாகும். அருகில் என்றால் என்ன அர்த்தம்? எவ்வளவு கிலோமீட்டர் தொலைவில்? எப்படி ஏழைக் குழந்தைகள் அங்கே போய் வருவார்கள்?

மூடவேண்டி வந்ததன் முதற்காரணம் என்ன என்று கேட்டால், இந்த 30 பள்ளிகளில் மாணவர் எண்ணிக்கை வெகுவாகக் குறைந்துவிட்டது என்பதாகும். இதே பகுதிகளில் இருக்கும் தனியார் பள்ளிகளில் மாணவர் எண்ணிக்கையும் அட்மிஷனுக்கான கிராக்கியும் அதிகரித்துக் கொண்டிருக்கும் போது, இந்தப் பள்ளிகளில் மட்டும் குறைந்தது ஏன்?

ஒரு காரணம் குடிசைப் பகுதி மக்களை அகதிகளாக்கும் அரசு திட்டத்தினால், அவர்கள் வீட்டுக் குழந்தைகள் புலம் பெயர்ந்து போனதால், பள்ளிக்கு வரமுடியவில்லை. இதைவிட முக்கியமான காரணம், இந்தப் பள்ளிகளின் கல்வித்தரம், ஆசிரியர்களின் தரம், நிர்வாகத்தின் தரம் ஆகியவைதான். கஷ்டப்பட்டு காசு கட்டியாவது தன் குழந்தைக்கு நல்ல படிப்பு தரவேண்டுமென்றுதான் பரம ஏழைகள் கூட விரும்பு கிறார்கள். அப்படிப்பட்ட படிப்பு இலவசமான மாநகராட்சிப் பள்ளியில் கிடைக்கவில்லை என்பதால் மாணவர் சேர்க்கையும் வருகையும் குறைகிறது. மேயர், ஆணையர், இதர அதிகாரிகள், அமைச்சர்கள் வீட்டுக் குழந்தைகளும் பேரக் குழந்தைகளும் மாநகராட்சிப் பள்ளியில்தான் படித்தாகவேண்டும் என்று விதி போட்டால் ஒழிய, இந்த பள்ளிகளின் தரம் ஏறப்போவ தில்லை; மூடுவிழாக்கள்தான் தொடரும். மூடிய பள்ளிக் கட்டடத்தை இடித்து கல்யாண மண்டபம் கட்டி காசு பார்க்க மாநகராட்சி நாக்கைத் தொங்கப்போட்டுக் கொண்டு காத்திருக்கிறது.

## மூன்றாவது செய்தி

சமூக ஆர்வலர் அ. நாராயணன் தொடுத்த வழக்கில் சென்னை உயர் நீதிமன்றம் தமிழக அரசுக்குப் போட்டிருக்கும் இடைக்கால உத்தரவாகும். மனிதக் கழிவுகளை அப்புறப்படுத்த மனிதர்களைப் பயன்படுத்தவதற்குத் தடை விதித்து 1993இல் இந்தியா முழுவதும் போடப்பட்ட மத்திய சட்டத்தை எந்த லட்சணத்தில் மாநில அரசு நிறைவேற்றியிருக்கிறது என்பது தொடர்பான வழக்கு இது.

சென்னையில் மனிதக் கழிவு உள்ள பாதாள சாக்கடை களில் இறங்கிய ஊழியர்கள் இறந்தது பற்றி மனுதாரர் கோர்ட்டிடம் முறையிட்டபோது அரசு தந்த விளக்கம் என்ன தெரியுமா? அந்தத் தொழிலாளர் யாரும் உத்தரவிடாமல் தாமாக அந்த வேலையில் ஈடுபட்டனர் என்பதாகும். காதில் பூ சுற்றும் பதில் எந்தத் தொழிலாளர் தானாக விரும்பி இதைச் செய்வார்? அடைப்பை நீக்க ஸ்பாட்டுக்கு அனுப்பி வைக்கப்பட்டதால்தானே அவர் இறங்குகிறார்?

இந்த சமாதானம் எல்லாம் வேண்டாம் என்று நீதிமன்றம் சொல்லியிருக்கிறது. மனிதர் கழிவை மனிதர் கையாள்வதைத் தடுக்க இதுவரை என்ன கண்காணிப்பு மேற்கொண்டீர்கள், என்ன நடவடிக்கை எடுத்தீர்கள் என்று அரசை பதில் சொல்லும் படி உத்தரவிட்டிருக்கிறது. 1993இலிருந்து இன்று வரை இந்த சட்டத்தை மீறி மனிதக் கழிவை அகற்ற மனிதரைப் பயன்படுத்திய யாரும் எங்கேயும் தண்டிக்கப்படவில்லை. ஏனென்றால் சட்டத்தை மீறுவதே மாநகராட்சிகளும் உள்ளாட்சி அமைப்புகளும் அரசும்தான். இதைப் பற்றியெல்லாம் எந்த சலனமுமில்லாமல் 'மானாட மயிலாட' பார்த்துக் கொண்டே சைடில் அமெரிக்காவில் இருக்கும் மருமானுக்கு பன்றிக்காய்ச்சல் வந்துவிடுமோ என்று அதி கவலையுடன் விவாதிக்கும் அற்ப மனிதர்களாக நம் படித்த நடுத்தர உயர் நடுத்தர வர்க்கம் மாறிவிட்டது. நம் வீட்டு வேலைக்காரி எங்கிருந்து வருகிறார் என்பதைப் பற்றி துளியும் அக்கறையில்லாதவர்கள் நாம்.

ஏழைப் பெண்களுக்கு அவ்வப்போது வாய்க்கரிசி போடுவது போல இலவசங்களையும், ஏழை ஆண்களுக்கு டாஸ்மாக் திரவங்களையும் கொடுத்தால் போதும் என்று கருதுகிற அரசாங்க அமைப்புதான் இங்கே இருக்கிறது. அதன் உண்மையான வேலை பணக்காரர்களுக்கான பறக்கும் பாலங்கள் கட்டுவதுதான்.

ஏழைகளுக்கான இயக்கங்கள் எதுவும் இல்லாமற் போய்விட்டன. இருக்கும் ஓரிரு இயக்கங்களைப் பற்றி எந்த மீடியாவும் பத்திரிகையும் கவலைப்படுவதில்லை. அவற்றுக்கு விஜய் அரசியலுக்கு வருவாரா மாட்டாரா என்பதுதான் பிரதான பிரச்சினை. மாநகராட்சி கவுன்சிலிலும் சட்டமன்றத்திலும் இந்த விஷயங்கள் விவாதிக்கக்கூடப்படுவதில்லை. இடதுசாரிகளும் தலித் அமைப்புகளும் அதிகாரத்தில் இருப்பவர்களை அண்டிப் பிழைக்கும் அமைப்புகளாகிவிட்டன.

இதையெல்லாம் எழுதுவதைத் தவிர என்னால் என்ன கிழிக்க முடிகிறது என்ற சுய கோபத்துக்கு நடுவே இன்னும் எழுதவாவது முடிகிறதே என்ற ஆறுதலோடு உயிர் வாழ்கிறேன்.

***குமுதம்*, 19.06.2009**

# யாருக்கும் வெட்கமில்லை

தமிழ்நாட்டில் வெட்கங்கெட்டவர்கள் பட்டியலைத் தயாரித்தால் மூன்று பிரிவினர் முதல் இடத்துக்குப் போட்டியிட்டுக்கொண்டே இருப்பது தெரிய வரும். அரசியல்வாதிகள், சினிமாக்காரர்கள், பத்திரிகைக் காரர்கள்தான் இந்த மூன்று பிரிவினர். மூன்று துறை களிலும் விதிவிலக்கான மனிதர்கள் உண்டு. அவர்கள் பாவம் மைனாரிட்டிகள்தான்.

நடிகை புவனேஸ்வரியை விபசார விடுதி நடத்தி விபசாரத்தில் ஈடுபட்டதாகக் காவல் துறை கைது செய்ததை அடுத்து நடந்த தொடர் நிகழ்ச்சிகள் இந்த மூன்று பிரிவினரின் வெட்கங்கெட்ட தனத்தை இன்னொரு முறை வெளிச்சம் போட்டுக் காட்டியிருக்கிறது.

புவனேஸ்வரி 'நான் மட்டுமா விபசாரம் செய்கிறேன்; என்னை விடப் பெரிய விபசாரி நடிகைகள் இருக்கிறார் களே?' என்று காவல் துறையிடம் ஒரு பட்டியலையே கொடுத்துப் புலம்பியதாக செய்திகள் வெளியாகின்றன. பட்டியலில் இருப்பது யார் யார் என்பதை சிலர் கிசுகிசு பாணியிலும் *தினமலர்* பகிரங்கமாகவும் அடுத்துத் தெரிவிக்கிறார்கள்.

உடனே பட்டியலில் பெயர் சொல்லப்பட்ட நடிகை கள் கொந்தளிக்கிறார்கள். அவர்கள் சார்பாக நடிகர் சங்கம் போராட்டக் களத்தில் குதிக்கிறது. நடிகர்கள் முதலமைச்சரையும் காவல் துறை ஆணையரையும் சந்திக்கிறார்கள். கண்டனக் கூட்டம் நடத்தி, வசன கர்த்தாக்களின் உதவியில்லாமல் சென்சாருக்கு அப்பாற் பட்ட சொந்த வசனங்களை, ஆபாசம் ததும்பப் பேசிக்

குவிக்கிறார்கள். அன்றிரவே *தினமலரின்* செய்தி ஆசிரியர் கைது செய்யப்படுகிறார். மறு நாள் நடிகர்கள் முதலமைச்சரை சந்தித்து நன்றி சொல்கிறார்கள். பத்திரிகையாளர் அமைப்புகள் தம்மவர் கைதைக் கண்டித்து மறியல் செய்கின்றன. உடனே கைதி ஜாமீனில் விடுவிக்கப்படுகிறார்.

இந்த தொடர் நிகழ்வுகளில் ஒவ்வொரு தரப்பும் நடந்து கொண்ட விதம் கேவலமானது. எல்லாரும் திடீரென்று உத்தமர் வேஷம் போட்டுக் கொண்டு விட்டார்கள். சபாஷ் சரியான போட்டி, என்று பொதுமக்கள் இந்த வெட்கங்கெட்ட நிகழ்வுகளை, டி.வி. நிகழ்ச்சியை ரசிப்பது போல வெட்க மில்லாமல் பார்த்து ரசித்துக் கொண்டிருக்கிறார்கள்.

நடிகர்கள் பெயர் பலான பட்டியலில் இடம்பெற்றதால், குடும்பத்தினரிடையே, குழந்தைகளிடையே, உறவினர்களிடையே எல்லாம் எங்கள் மானம் போகிறது; தற்கொலை செய்யலாம் என்று தோன்றுகிறது என்று புலம்புகிறார்களே. இவர்களெல்லாம் நடித்த படங்களில் ஆடிய ஆபாச ஆட்டங்களெல்லாம் குழந்தை, குடும்பம், உறவு, சுற்றம், நட்பு வட்டாரங்களிடையே இவர் களுடைய கௌரவத்தை அதிகப்படுத்தியதாக நினைத்துக் கொண்டிருக்கிறார்களா?

குவார்ட்டர் பாட்டிலும் பிரியாணியும் கொடுத்தால் செய்தி போட்டுவிடுவார்கள் என்று பத்திரிகையாளர்கள் மீது கோபப்பட்ட சினிமாக்காரர்கள், மனசாட்சி என்று ஒன்றிருந்தால் பதில் சொல்ல வேண்டும். இதைத் தொடங்கியது யார்? தழைக்கச் செய்வது யார்? சினிமா சம்பந்தப்பட்ட ஒவ்வொரு நிகழ்ச்சியிலும் பத்திரிகையாளர்களுக்கு கரன்சி கவர் கொடுக்கும் பழக்கத்தை ஏற்படுத்தியது யார்? இதைச் செய்வதற்கென்றே பி.ஆர்.ஓ. என்ற பெயரில் தரகர்களை உருவாக்கியது யார்?

சங்கம், கவுன்சில், சேம்பர், கூட்டமைப்பு என்றெல்லாம் வகைவகையாக அமைப்புகள் வைத்திருக்கும் சினிமா துறை யினர் நாளை முதல் எந்த ப்ரிவ்யூ, ஆடியோ ரிலீஸ், ஸ்பெஷல் பிரஸ் மீட் எதுவானாலும் பத்திரிகைகளுக்கு கவர் தரக் கூடாது என்று விதி நிர்ணயித்து அதைக் கறாராக செயல்படுத்த முன்வருவார்களா?

வெட்கங்கெட்ட பத்திரிகைத்துறைக்கும் காவல் துறைக்கும், சில வருடங்கள் முன்னர் முன்னாள் துணைவேந்தர் வசந்திதேவி மாநில மகளிர் ஆணையத் தலைவராக இருந்தபோது ஒரு வேண்டுகோள் அனுப்பினார். கைது செய்யப்படும் பெண்களின்

படங்களைப் பத்திரிகைகள் வெளியிட வேண்டாம் என்றும், படமெடுக்கக் காவல் துறை அனுமதிக்கக்கூடாது என்றும் சொல்லப்பட்டது. அப்படியே செய்வதாக காவல் துறை ஆணையர் தெரிவித்தார்.

ஆனால் அப்படி எதுவும் நடக்கவில்லை. காவல் துறை உதவியில்லாமல் கைதாகும் பெண்கள் படம் வர முடியாது. கிரைம் செய்திகள் பெரும்பாலும் காவல் துறையிலிருந்து கசியவிடப்பட்ட தகவல்களுடனே வெளியிடப்படுகின்றன. இன்னமும் தமிழ் தினசரிகளுக்கு விபசாரக் குற்றத்தில் கைதானால் அவள் அழகிதான். விபசாரத்தில் ஈடுபடாத பெண் எவளும் அவர்களுக்கு ஒருபோதும் அழகியே அல்ல.

பாலியல் தொனியோடு செய்தி வெளியிட்டு கிளுகிளுப்பை ஏற்படுத்துவதுதான் தினசரிகளில் வழக்கமாக இருக்கிறது. வீட்டுக்குள் அம்மாவும் மகனும் குடும்பத்துக்குப் பரிச்சய மானவர்களால் கொலை செய்யப்பட்ட செய்தியில், கொல்லப் பட்ட பெண்ணுக்கு கொலையாளியுடன் கள்ளக் காதல் இருந்ததாக முதல் நாள் எழுதிவிடுகிறார்கள். மறு நாள், கொலையாளியின் வாக்குமூலத்தில், அந்தப் பெண்ணுடன் தனக்கு பாலியல் உறவு எதுவும் இல்லை என்று சொன்னதாக வருகிறது.

டி.வி. வருகைக்குப் பின் வணிகப் போட்டியில் நடிகை களின் படத்தை ப்ளோ அப்பாக சுமார் மூன்றடிக்கு இரண்டடி சைசில் வெளியிட்டு, பேப்பரைப் பக்கத்தில் போட்டுப் படுத்துக் கொண்டால், நடிகையுடனே படுத்திருக்கும் உணர்வை வாசகருக்கு கொடுத்த 'பெருமை' தினமலருக்குரியது.

காட்சி விபசாரம் செய்யும் சினிமாக்காரர்களும், எழுத்து விபசாரம் செய்யும் பத்திரிகைக்காரர்களும் நம் அனுதாபத்துக் குரியவர்களே அல்ல. இருவரும் ஒருவரையொருவர் அண்டிப் பிழைப்பவர்கள்தான்.

இவர்களை நெறிப்படுத்த வேண்டிய பொறுப்பு மக்களுடை யது. மக்கள் சார்பிலான அரசுடையது. ஆனால் நமக்கு வாய்த்திருக்கும் அரசோ விசித்திரமானது.

நான் ஐந்து வயதிலேயே பத்திரிகையாளன்தான். ஏழு வயதிலேயே பயாஸ்கோப் காட்டினேன், என்ற ரீதியில் பேசும் முதலமைச்சரைக் கொண்டிருக்கிறோம். இந்திய சினிமா வரலாற்றிலேயே முதன்முறையாக ஒரு வசனகர்த்தாவுக்கு 50 லட்ச ரூபாய் சம்பளம் பெற்ற சாதனையாளர் அவர்.

தன் அரசின் விருதைத் தனக்குத் தானே, நமக்கு நாமே திட்டத்தின் அடிப்படையில் அறிவித்துக்கொள்பவர் அவர்.

அதைச் சுட்டிக் காட்டினால், உடனே ஒபாமாவின் நோபல் பரிசுடன் தன்னை ஒப்பிட்டு அறிக்கை விடுகிறார். அமெரிக்க அதிபராயிற்றே. அவருக்கே அவர் நோபல் பரிசு கொடுத்துக்கொள்ளலாமா என்று கேட்க அங்கே யாரும் இல்லை என்கிறார். நோபல் பரிசு அமெரிக்க அரசு தரும் பரிசு அல்ல. வேறு தேசத்து அமைப்பின் பரிசு. அதெல்லாம் பற்றிக் கலைஞருக்குக் கவலையில்லை தன்னை நியாயப்படுத்த எதையும் சொல்லலாம்; செய்யலாம்.

தனக்குப் பிரியமான சினிமாக்காரர்கள் நெருக்கினால், உடனே செய்தி ஆசிரியர் கைது. இன்னொரு பக்கம் பத்திரிகை யாளர்கள் நெருக்கினால் உடனே விடுதலை. சட்ட விதிகளைப் பற்றி ஒரு கவலையுமில்லை.

எல்லாமே ஒரு நாடகமோ என்று தோன்றுகிறது. புவனேஸ்வரியைத் தொடர்ந்து இன்னும் பெரிய தலைகள் உருளுவதைத் தடுக்க நடந்த நாடகம்.

உண்மையில் சினிமாக்காரர்களும் பத்திரிகையாளர்களும் ஒருவரையொருவர் இன்சல்ட் செய்யவில்லை. இருவருமாக நம்மை மக்களை இன்சல்ட் செய்துகொண்டிருக்கிறார்கள். அதற்கு உடந்தையாக ஒரு முதல்வர்! சே!

**குமுதம் 15.10.2009**

# என்னைப் பறக்க வைத்த கோபிநாத்

பயண அனுபவங்களில் வாகனங்கள் முக்கிய மானவை.

நான் சிறுவனாக இருந்தபோது, லாரி டிரைவராக இருந்த என் மாமாவுடன் லாரியில் பயணம் செய்தது இன்னும் நினைவிருக்கிறது. எனக்கு மிகவும் பிடித்தமாக பயணம் ரயில் பயணம்தான். தொலைதூரம் செல்ல பஸ்களை நான் விரும்புவதே இல்லை. முதன்முதலில் எப்போது காரில் ஏறினேன் என்று எவ்வளவு யோசித் தாலும் நினைவில் இல்லை.

நெருக்கடி நிலை காலகட்டத்தில் தினசரி நள்ளிரவு மத்திய அரசின் தணிக்கை அதிகாரியின் அலுவலகத் துக்குச் சென்று வர, அப்போது நான் வேலை பார்த்த ஆங்கில தினசரி நிர்வாகம் மிகுந்த போராட்டத்துக்குப் பிறகு பேப்பர் கட்டு ஏற்றிச் செல்லும் வேன்களைக் கொடுத்தது. அந்த வேன்களில் டிரைவர் சீட்டுக்குப் பக்கத்தில் ஒருவர்தான் உட்கார முடியும். சமயத்தில் அதில் என்னை விட வயதிலும் அலுவலக அந்தஸ்து அடுக்கிலும் மூத்தவர் உட்கார்ந்து வந்தால், நான் வேனின் உட்புறம் தரையில் உட்கார வேண்டும். எந்தப் பக்கமும் எதையும் பிடித்துக்கொள்ள எதுவும் இருக்காது. கால்களை நீட்டிக்கொண்டு கைகளைப் பின்பக்கமாகத் தரையில் அழுத்தி வைத்துக்கொண்டு உட்கார்ந்தாலும் ஒவ்வொரு பிரேக்கிலும் உள்ளே உருளவேண்டி வரும்.

விமானத்தில் நான் போவேன் என்று கனவு கூட கண்டதில்லை. 22 வருடங்களுக்கு முன்னால் என் 34ஆவது வயதில் ஹைதராபாதுக்கு என் 4 வயது மகனுடன்

ஒரு தொண்டு நிறுவனம் நடத்திய கருத்தரங்குக்குச் சென்றேன். போய் வர எனக்கு விமானச் செலவு கொடுக்க முன்வந்தார்கள். நான் திரும்பும்போது ரயிலில் பயணம் செய்து மிச்சமாகும் பணத்தில், என் மகனை அழைத்துச் செல்ல விரும்பினேன். அதன்படியே சென்றோம். போன இடத்தில் எங்கள் துணிப் பெட்டிகள் காணாமற்போய்விட்டன. நான் லுங்கியுடனும் அவன் ஜட்டியுடனும் தொண்டு நிறுவன தயவில் விமானத்திலேயே திரும்பி வந்தோம்.

அடுத்து 4 வருடங்கள் கழித்து சாகித்ய அகாதமியின் கருத்தரங்கில் பேசுவதற்காக டெல்லிக்கு அழைத்தார்கள். ஒரே ஒரு சிக்கல். நான் முன்பணம் போட்டு விமான டிக்கட் வாங்க வேண்டும். டெல்லி சென்றதும் திருப்பிக் கொடுத்து விடுவார்களாம். கிட்டத்தட்ட 25 ஆயிரம் ரூபாய் ஆகும். என் மாதச் சம்பளமே அதில் பாதி கூட இல்லை. பிரச்சினையை அப்போது நான் வேலை பார்த்துவந்த விகடன் நிறுவனத்தின் அதிபர் எஸ். பாலசுப்பிரமணியனிடம் சொன்னேன். அவர் டிக்கட் வாங்கிக் கொடுத்து, லீவும் கொடுத்து அனுப்பிவைத்தார். திரும்பி வந்ததும் பணத்தைத் திருப்பித் தந்துவிட்டேன்.

என் 40ஆவது வயதில், இந்திய அரசு ஆஸ்திரேலியாவில் நடத்திய இந்திய கலைவிழாவுக்கு, நான்கு எழுத்தாளர்களில் ஒருவராக என்னை அனுப்பிவைத்தது. அரசாங்கம் நினைத்தால் எதையும் செய்ய முடியும். அப்போது என்னிடம் பாஸ்போர்ட் கூட கிடையாது. ஒரே நாளில் டிப்ளமேடிக் பாஸ்போர்ட் கொடுத்து, விமான டிக்கட்டுகளையும் கொடுத்து அனுப்பினார்கள்.

சொந்தக் காசில் விமான டிக்கட் வாங்கிக்கொண்டு பயணம் செய்ய முடியும் என்று நான் ஒருபோதும் நினைத்ததே இல்லை. கோபிநாத் என்ற கர்நாடக விவசாயி வந்து ஏர் டெக்கான் என்ற நிறுவனத்தைத் தொடங்கும்வரை. சென்னையிலிருந்து மும்பைக்கு வெறும் 1600 ரூபாய் டிக்கட்டில் பயணம், அவர்தான் எனக்கு சாத்தியப்படுத்தினார். அதன்பிறகு கடந்த ஐந்தாண்டுகளில் அலுக்கிற அளவுக்கு சொந்தக் காசில் விமானப் பயணம் செய்துவிட்டேன். விமானக் கட்டணம்தான் மலிவானது. விமான நிலையங்களில் உள்ள கடைகளில் எதையும் நான் வாங்குவதில்லை. ஒரு காபி விலை 60 ரூபாய்.

விதிவிலக்காக ஒரு புத்தகத்தை அண்மையில் விமான நிலையக் கடையில் வாங்கினேன்.

கோபிநாத் எழுதிய சுயசரிதை 'சிம்ப்ளிஃப்ளை' அண்மையில் வெளிவந்ததும் உடனே படிக்க ஆர்வமாக இருந்தது. ஒரே வாரத்தில் படித்து முடித்துவிட்டேன். கோபிநாத்தை

நினைக்க நினைக்க ஆச்சரியமாக இருக்கிறது. அத்தனை அனுப வங்கள். அத்தனை துணிச்சல். அவரது சாதனை சாதாரண மானது அல்ல. வெறுங்கையில் முழம் போடுவதை ஒரு கலையாகவே செய்து பல வெற்றிகளை அடைந்திருக்கிறார்.

இப்போது 59 வயதாகும் கோபிநாத், கர்நாடக மாநிலத்தில் ஹாசன் அருகே ஒரு சிறிய கிராமத்தில் பள்ளிக்கூட ஆசிரியரின் மகனாகப் பிறந்தவர். பத்து வயது வரை பள்ளிக்கூடத்துக்கே போகவில்லை. வீட்டிலேயே தினசரி அவருடைய அப்பா பாடம் கற்பித்து வந்திருக்கிறார். நேரே ஐந்தாம் வகுப்பில் சேர்க்கப்பட்டார்.

ராணுவம் நடத்தும் சைனிக் பள்ளியில் உயர்கல்வி படிப்பதற்கான அனுமதித் தேர்வெழுத கோபிநாத் பக்கத்து ஊருக்கு சென்றபோதுதான் தெரிகிறது. பதில்களை ஆங்கிலத்தில் எழுதவேண்டுமாம்! கோபிநாத்துக்கு அவ்வளவு ஆங்கிலம் தெரியாது. திரும்பி வந்து தன் பள்ளி தலைமையாசிரியரிடம் இதைச் சொன்னதும், அவர் வெகுண்டெழுந்து டெல்லியில் இருக்கும் ராணுவ உயர் அதிகாரிகளுக்கு கடிதம் எழுதுகிறார். தேர்வுகளை மாநில மொழிகளில் நடத்தியிருக்க வேண்டாமா, என்று கேட்டு எழுதிய அந்தக் கடிதம், எதிர்பாராத விளைவை ஏற்படுத்துகிறது.

கன்னடத்தில் தேர்வை நடத்த ராணுவம் முன்வருகிறது. இந்த முறை கோபிநாத் தேறி சைனிக் பள்ளியில் சேர்ந்து, அங்கிருந்து தேசிய ராணுவ அகாடமிக்குத் தேர்வாகி, ராணுவத் தில் கேப்டன் ஆகிவிடுகிறார். வங்க தேச யுத்தத்தில் நேரடியாக எல்லையில் பங்கேற்கிறார். ஏழு வருட ராணுவப் பணிக்குப் பின், அதிலிருந்து விலகிவிடும் கோபிநாத் விவசாயி ஆகி விடுகிறார்!

ஹேமாவதி ஆற்றங்கரையில் இருக்கும் கோபிநாத்தின் குடும்ப நிலம், புதிய அணை கட்டியதும் அதில் மூழ்கிவிடுகிறது. அரசால் மாற்றாகக் கொடுக்கப்பட்ட நிலம், பல கிலோ மீட்டர்களுக்கு அப்பால் இருக்கிறது. அங்கே போய் விவசாயம் செய்ய முடிவெடுக்கும் கோபிநாத், அடுத்த பத்தாண்டுகளுக்கு முழு நேர விவசாயியாக இருக்கிறார். பட்டுப்பூச்சி வளர்ப்பில் சாதனைக்காக உலக விருது பெறுகிறார். இயற்கை விவசாயத்தை வலியுறுத்தும் கோபிநாத், ரசாயன உரம், பூச்சி மருந்து எதையும் பயன்படுத்தவே இல்லை.

அடுத்த அவதாரம் மோட்டார் சைக்கிள் டீலர். பின்னர் உடுப்பி ஹோட்டல் ஆரம்பிக்கிறார். அதன்பிறகு ராணுவத்தில் தன்னுடன் சகாக்களாக இருந்த நண்பர்களுடன், இந்தியாவின்

முதல் தனியார் ஹெலிகாப்டர் சர்வீசைத் தொடங்குகிறார். அதற்கடுத்து ஏர் டெக்கான். மலிவு டிக்கட்டில் முதல் விமான சர்வீஸ்.

ஏர் டெக்கான் வந்தபிறகு, அத்தனை பெரிய கம்பெனிகளும் டிக்கட் விலையைக் குறைக்கும் கட்டாயம் ஏற்படுகிறது. புதிய மலிவு விலை விமான கம்பெனிகள் அடுத்தடுத்து ஆரம்பிக்கப் படுகின்றன.

சிறுவனாக வாழ்ந்த கிராம வாழ்க்கையில் தொடங்கி, ராணுவ அனுபவங்கள், விவசாய அனுபவங்கள், தேர்தலில் போட்டியிட்ட அனுபவங்கள், ஹெலிகாப்டர், விமான சர்வீஸ் அனுபவங்கள் என்று எல்லாவற்றையும் படு சுவாரஸ்யமாக சொல்லும் கோபிநாத் நூல் நெடுக தன் வாசிப்பு அனுபவத்தை யும் வெளிப்படுத்துகிறார். தத்துவம் முதல் இலக்கியம் வரை நிறைய படித்த ரசனை, அவர் எழுத்தில் தெரிகிறது. சுற்றுச் சூழல், இயற்கை மீது இருக்கும் மதிப்பும் காதலும் அழுத்தமாக வருகின்றன. ம்னிதர்கள் கூட்டு நடவடிக்கையின் மூலம் மட்டும்தான் வெற்றிபெற முடியும் என்ற அவருடைய சக மனிதர்கள் மீதான நம்பிக்கையை, திரும்பத் திரும்பச் சொல் கிறார். அரசாங்கத்தில் நிரம்பியுள்ள ஊழல், சிவப்பு நாடாக் களை மீறி எப்படி தன் புதிய துணிச்சலான தொழில் முயற்சி களை சாதிக்க முடிந்தது, நேர்மையாக இருந்தாலும் சாதிக்க முடியுமா என்பதைப் பற்றியெல்லாம் அறிந்துகொள்ள தொழில் முனைவர்களுக்கு பாடப் புத்தகம் போல கோபிநாத்தின் அனுபவங்கள் இருக்கின்றன.

டாட்டா, பிர்லா, கலாம் போன்றவர்களின் வாழ்க்கை சரித்திரங்களை விட கோபிநாத்தின் சரித்திரம் இன்றைய இளைஞர்கள் அவசியம் படிக்க வேண்டிய ஒரு புத்தகம். இப்போது ஏர் டெக்கான் இல்லை. விஜய் மல்லையாவின் கிங்ஃபிஷர் அதை வாங்கி அதன் அடிப்படையான மலிவு விலைத் தத்துவத்தை நீர்க்கச்செய்துவிட்டது. ஆனால் ஒவ்வொரு முறை எந்த விமானத்தில் ஏறினாலும் எனக்கு கோபிநாத்தின் நினைவுதான் வருகிறது. 18 வருடங்களுக்கு முன்னால் டெல்லிக்கு 10 ஆயிரம் ரூபாய்க்கு மேல் இருந்த டிக்கட் விலை இப்போது 5 ஆயிரம்தான் என்றானதற்கு கோபிநாத்தின் முயற்சியே முழுக் காரணம். அவர்தான் லட்சக்கணக்கான புது பயணிகள், இந்தியாவில் விமானப் பயணம் செய்யக் காரணமானவர்.

இந்தப் புத்தகத்தை நான் விமான நிலையப் புத்தகக் கடையில் வாங்கியது எவ்வளவு பொருத்தமானது!

**குமுதம் 15.03.2010**

# அன்புள்ள டாக்டர் அப்துல் கலாம் அவர்களுக்கு

வணக்கம். நான் உங்கள் ரசிகன் அல்ல. விமர்சகன். “நல்லது செய்தல் ஆற்றீராயினும் அல்லது செய்தல் ஓம்புமின்” என்று உங்களை சில வாரம் முன்னால் இதே பக்கங்களில் கோரியிருந்தேன். நீங்கள் கேட்க வில்லை. உலகத்தில் விஞ்ஞானி என்று தன்னைச் சொல்லிக் கொள்ளும் எவரும் செய்யத் துணியாத ஒரு பிரகடனத்தை செய்திருக்கிறீர்கள். கூடன்குளம் அணு உலை 100 சத விகிதம் பாதுகாப்பானது என்று! அணுத் தொழில்நுட்பம் 100 சதவிகிதம் பாதுகாப்பானது என்று எந்த அணு விஞ்ஞானியும் சொல்லமாட்டார். நீங்கள் அணு விஞ்ஞானி இல்லை என்பது எனக்குத் தெரியும். எல்லாருக்கும் தெரிந்திருக்க வாய்ப்பில்லை. ஏரோ நாட்டிகல் எஞ்சினீயரிங் படித்துவிட்டு ராக்கெட் விடுவது, ஆயுத ஏவுகணைகள் தயாரிப்பது முதலிய துறைகளில் வேலை பார்த்தவர் நீங்கள். அதிலும் பெரும்பாலும் உங்கள் வேலை நிர்வாக வேலை. ஆராய்ச்சி வேலை அல்ல. வேலை செய்யும் விஞ்ஞானிகளை மேற்பார்வை யிடும் மேஸ்திரியாக இருந்தீர்கள். அணுகுண்டு தயாரிப் பதற்கு உதவி செய்தீர்கள். எனவே நீங்கள் அணு மின்சாரம் என்ற முகமூடியை பலமாக ஆதரிப்பீர்கள் என்பதில் எனக்கு சந்தேகம் இல்லை.

கூடன்குளத்தில் ஆயிரக்கணக்கான மக்கள் ஒன்று திரண்டு அணு உலைக்கு எதிராக நடத்தும் போராட் டத்தை ஒழித்துக்கட்ட மத்திய அரசு சாம, தான, பேத, தண்ட முறைகள் அனைத்தையும் கையாளுகிறது. அதில் ஒன்றுதான் உங்களை ஏவிவிட்டிருப்பது. அணு

ஆயுத, ராணுவ ஆதரவாளரான நீங்கள் அணு உலைக்கு எதிராகப் பேசுபவர்கள் மீது அரசுகள் நடவடிக்கை எடுக்க வேண்டும் என்று வேறு சொல்லியிருக்கிறீர்கள். உங்கள் விருப்பப் படி உதயகுமாரன் மீது தேசிய பாதுகாப்பு சட்டம் பாயத் தயாராக இருக்கிறது.

அணு உலைகளை ஆதரிப்பவர்கள் மீது நடவடிக்கை எடுக்க வேண்டும் என்று மக்களோ நாங்களோ ஒருபோதும் சொல்வதில்லை. ஏனென்றால் நாங்கள் காந்தியவாதிகள். அதுதான் நமக்குள் அடிப்படை வித்யாசம்.

உங்களுக்கும் மத்திய அரசுக்கும் இருக்கும் பலத்தை பயன்படுத்தி பெரிய பத்திரிகைகளில் பக்கம் பக்கமாக உங்கள் 'ஆராய்ச்சி'க் கட்டுரைகளை வெளியிட்டிருக்கிறீர்கள். அதே அளவு இடத்தை எங்களுக்கு இந்த பத்திரிகைகளை ஒதுக்கமாட்டார்கள். ஒதுக்கினால், உங்கள் சாயங்களை வெளுத்துவிடுவோம் என்பது அவர்களுக்கும் தெரியும். நீங்கள் வெளியிட்டிருக்கிற அறிக்கைக் கட்டுரையில் பல முழு உண்மை களை மறைக்கிறீர்கள். பல அரை உண்மைகளை அள்ளி வீசுகிறீர்கள். ஒவ்வொன்றாகப் பார்த்தால் இடம் போதாது. முடிந்த வரை இங்கே பார்ப்போம்.

செர்னோபில் விபத்தில் 57 பேர் மட்டுமே இறந்ததாக சொல்லியிருக்கிறீர்கள். அதை விட அதிகமாக சாலை விபத்தில் பலர் சாவதாக ஒரு அபத்தமான் ஒப்பீடு செய்திருக்கிறீர்கள். சாலைவிபத்து ஏற்பட்டால், விமான, ரயில் விபத்து ஏற்பட்டால், சுற்றிலும் 30 கிலோமீட்டர் சுற்றளவுக்கு மனித நடமாட்டமே அடுத்த பல வருடங்களுக்குக் கூடாது என்ற நிலைமை கிடையாது. ஆனால் அணு விபத்து ஏற்பட்டால், அடுத்த தலைமுறை வரை தொடரும். செர்னோபில் விபத்தினால் ஏற்பட்ட கதிரியக்க பாதிப்புகளில் இரண்டாயிரம் பேர் வரை செத்திருக்கிறார்கள் என்பதுதானே முழு உண்மை. அதை ஏன் சொல்லாமல் கேன்சர் கேஸ்கள் என்று மழுப்பு கிறீர்கள் ?

1947இலிருந்து 2008 வரை 76 அணு உலை விபத்துகள் உலகில் நடந்திருக்கின்றன. (இதில் 56 விபத்துகள் செர்னோபில் லுக்குப் பிறகு நடந்தவை.) அதாவது ஒவ்வோராண்டும் ஒரு பெரிய விபத்து. அதனால் ஏற்பட்ட் உயிர், உடமை, வாழ்க்கை சேத நஷ்டங்களின் மதிப்பு மட்டும் வருடத்துக்கு சுமார் 332 மில்லியன் டாலர்கள். எம்.ஐ.டி என்ற உலகப் புகழ்பெற்ற நிறுவனம் (நீங்கள் படித்த குரோம்பேட்டை எம்.ஐ.டி அல்ல) 2005லிருந்து 2055க்குள் உலகில் நான்கு

பெரும் அணு விபத்துகள் நடக்கும் என்று முன்கூட்டியே கணித்திருந்தது. அதில் ஒன்றுதான் 2011ல் நடந்த புகோஷிமா விபத்து.

விபத்து மட்டுமல்ல. அணு உலைகள் இயங்கும் இடங்களிலெல்லாம் கதிரியக்க ஆபத்து இருக்கத்தான் செய்கிறது. அதை மறுப்பவர் நீங்களும் உங்கள் கும்பலும் மட்டும்தான். அமெரிக்காவின் அணு உலைகள் இயங்கும் 65 இடங்களிலும் ரத்த, மூளை புற்று நோய்கள் அதிகரித்திருப்பதை அவர்களுடைய ஆய்வுகள் தெரிவிக்கின்றன. இங்கே கல்பாக்கத்தை சுற்றிலும் முறையான ஆய்வை சுதந்திரமான விஞ்ஞானிகள், மருத்துவர்களைக் கொண்டு நடத்த உங்கள் அரசும் அணுசக்தி நிர்வாகமும் ஏன் அனுமதிப்பதில்லை?

இந்தியாவில் அணு உலைகளில் விபத்தே நடப்பதில்லை என்று இன்னொரு பொய் சொல்லியிருக்கிறீர்கள். உள்ளே என்ன நடக்கிறது என்பதை வெளியிடாமல் ரகசியமாக அல்லவா அணுசக்தி நிர்வாகம் இதுவரை இருக்கிறது? அதுவேதான் நிர்வாகம், அதுவேதான் கண்காணிக்கும் உயர் அமைப்பு. குற்றவாளியே நீதிபதியாகவும் இருக்கும் வேறு எந்த துறையும் இந்தியாவில் இல்லை. உச்ச நீதிமன்றம் போல, கணக்குத் தணிக்கை அதிகாரி போல சுயேச்சையான் விசாரணை அமைப்பு அணுசக்தித் துறைக்கு இருந்தால்தானே உண்மைகள் வெளிவர முடியும்? அப்படி ஒரு விசாரணைக்கு அந்தத் துறை தயாரா? அணுஉலை அமைக்க இடம் தேர்வு செய்வது பற்றிய ஆய்வு முதல், ஊழியருக்கு கதிர்வீச்சு அளவு ஆய்வு வரை எந்த அறிக்கையையும் பகிரங்கப்படுத்த மறுப்பதுதானே வழக்கமாக இருக்கிறது?

ஒரு விபத்து நடந்து அது பற்றி பத்திரிகைகளில் செய்தி கசிந்து சூழல் ஆர்வலர்கள் குரலெழுப்பியபின்னர் ஒப்புக்கொள்வதுதான் அணுசக்தித் துறையின் வாடிக்கை. இப்படி கல்பாக்கத்தில் விபத்துகள் நடந்து ஆறு மாதம் கழித்து அவர்கள் ஒப்புக்கொண்ட சில விபத்துகள் இதோ: 1987 – எரிபொருள் நிரப்பும்போது ரியாக்டரின் கோர் பகுதி சேதமடைந்தது. 1991 – கன நீரின் கதிரியக்கத்தால் ஊழியர்கள் பாதிக்கப்பட்டனர். 1999 – 42 ஊழியர்களுக்கு கடும் கதிர்வீச்சு ஏற்பட்டது. 2002 – கதிரியக்கம் உள்ள 100 கிலோ சோடியம் காற்றுவெளிச்சூழலில் கலந்தது. 2003 – கடும் கதிர்வீச்சுக்கு 6 ஊழியர்கள் உள்ளானார்கள். ராஜஸ்தான் உலையில் 1991இல் கதிரியக்கம் உள்ள கனநீரை தவறாக ஒரு காண்ட்ராக்டர் பெயிண்ட் அடிக்க கலந்தார். அதிலேயே பெயிண்ட்டர்கள்

முகம் கழுவினார்கள். கர்நாடக கைகா உலையில் 2009இல் கதிரியக்கம் உள்ள டிரிட்டியம் கலந்த நீரைக் குடித்த 55 ஊழியர்கள் பாதிக்கப்பட்டார்கள். கைகா ரியாக்டர் கட்டப் பட்டபோது 1994இல், கதிரியக்கம் வெளியேறாமல் தடுக்கும் வட்ட வடிவ டோம் உடைந்து நொறுங்கி 120 டன் கான்க்ரீட் கீழே விழுந்தது. இந்த விபத்து அணுஉலை இயங்கத்தொடங்கிய பிறகு நடந்திருந்தால், குட்டி செர்னோபில்தான். அணுசக்தி துறையின் பொறியாளர்களுக்கும் கட்டட காண்ட்ராக்டர் களுக்கும் இருக்கும் 'நெருக்கமான உறவினால்' டிசைன்களின் தரத்தைக் கண்டுகொள்ளாமல் விட்டுவிட்டதால் இது ஏற்பட்டது என்று (நிஜமான) அணு விஞ்ஞானியும் அணுசக்தி ஒழுங்கமைப்பு வாரியத்தின் முன்னாள் தலைவருமான ஏ. கோபாலகிருஷ்ணன் சொல்லியிருக்கிறார். அதாவது ஊழல் நடந்திருக்கிறது. இதே போன்ற ஊழல் இந்த வருடம் ஜூலை யில் ரஷ்யாவில் நடந்தது. லெனின்கிராடில் அணு உலை கட்டுமானம் நடக்கும்போது தடுப்புக் கவச சுவர் கான்க்ரீட் நொறுங்கி விழுந்தது. இந்த உலை கூடன்குளத்தில் ரஷ்யர்கள் அமைக்கும் உலையின் அடுத்த மாடல். ஊழல் மிகுந்த இந்தியாவில் எப்படி அணுஉலை கட்டுமானம் பாதுகாப்பானது என்று நம்பமுடியும்?

இந்தியாவில் போதுமான யுரேனியம் இருக்கிறது என்று சொல்லும் நீங்கள் அது என்னவோ இலவம்பஞ்சு போல ஆபத்தில்லாமல் எட்டிப் பறிக்கும் பொருள் போல பேசுகிறீர்கள். யுரேனிய சுரங்க விபத்து, ஆபத்து பற்றி எதையும் உங்கள் கட்டுரையில் சொல்லவில்லை. இந்தியாவில் ஜார்கண்ட் மாநிலத்தில் ஜாதுகோடா யுரேனிய சுரங்கப்பகுதியை சுற்றி யுள்ள கிராமங்களில், மலட்டுத்தன்மை, புற்று நோய்கள், பிறவி ஊனம் எல்லாம் தேசிய சராசரியை விட அதிகமாகி யிருப்பதை நோபல் பரிசுபெற்ற உலக அமைப்பான அணுப் போருக்கு எதிரான மருத்துவர் அமைப்பின் இந்தியக் கிளையின் ஆய்வு தெரிவித்திருக்கிறது.

ஒரு பிரச்சினை வருவதற்கு முன்பு அது வராது என்று சொல்வதும் வந்தபிறகு அதை முன்பே கவனித்துவிட்டோம் என்று சொல்வதும்தான் அணுசக்தி துறையின் வழக்கம். நவம்பர் 1986 கனநீர் அழுத்த அணுஉலை பாதுகாப்பு பற்றிய அறிக்கையில் அணுசக்தி நிர்வாகம் சொல்லிற்று – "இந்தியாவில் சுனாமிகள் வருவதில்லை. எனவே புயல்களை மட்டுமே ஆய்வுக்கு எடுத்துக் கொண்டிருக்கிறோம்." ஆனால் 2004இல் சுநாமி கல்பாக்கத்துக்கு வந்தது. கல்பாக்கம் உலை சுனாமியைக் கணக்கிட்டு வடிவமைக்கப்பட்டதில்லை. தப்பியது அதிர்ஷ்டமே

தவிர, நீங்கள் மெச்சும் அணு விஞ்ஞானிகளின் முன்யோசனை யான பாதுகாப்பால் அல்ல.

விபத்துக்கு பயந்தால் முன்னேறமுடியாது என்று ஒரு கருத்து சொல்கிறீர்கள். நீங்கள் விபத்துக்கு பயப்படாமல், கனநீரில் முகம் கழுவி, யுரேனியம் படுக்கையில் படுத்து ஆராய்ச்சி செய்து மேடம் கியூரியைப் போல நோபல் வாங்கிக் கொள்வதில் எங்களுக்கு ஒரு ஆட்சேபமும் இல்லை. ஆனால் ஒரு மக்கள் சமூகத்தையே அவர்கள் சம்மதம் இல்லாமல் ஆபத்துக்கு உட்படுத்த உங்களுக்கு துளிகூட உரிமை கிடையாது. ஆனால் கூடங்குளத்தில் அதைத்தான் செய்கிறீர்கள். நீங்கள் அதை நியாயப்படுத்துகிறீர்கள். எதிர்க்கிறவர்கள் மீது நடவடிக்கை எடுக்கச் சொல்கிறீர்கள். என்ன அநியாயம் இது?

மக்கள் சம்மதத்தைப் பெறுவதற்காக 200 கோடி ரூபாய் லஞ்சம் கொடுக்கச் சொல்கிறீர்கள். தரமான, பள்ளிக்கூடம், மருத்துவமனை, தொழிற்சாலைகள், வேலை வாய்ப்புகள், நான்குவழிச் சாலை எல்லாவற்றையும் கூடங்குளத்தை சுற்றி யிருக்கும் கிராமங்களுக்கு ஏற்படுத்திக் கொடுப்பதாக வாக்குறுதி தருகிறீர்கள். அய்யா, இதையெல்லாம் அணு உலை இருந்தாலும் இல்லாவிட்டாலும் கிராமங்களுக்கு செய்வதுதானே அரசின் கடமை? அணுஉலைக்கு சம்மதித்தால்தான் செய்வீர்களா? கல்பாக்கத்தை சுற்றியுள்ள கிராமங்களுக்கு இதையெல்லாம் செய்திருக்கிறீர்களா? இல்லையே? ஏன் இல்லை? அங்கே எதிர்ப்பியக்கம் நடக்கவில்லை. எனவே லஞ்சம் கொடுக்க வில்லை, அல்லவா?

கூடங்குள அணுஉலை எதிர்ப்புக்குப் பின்னால் அந்நிய சக்திகள் இருப்பதாக நீங்களும் பூச்சாண்டி காட்டியிருக்கிறீர் கள். உலகப் பொருளாதாரா ஏகாதிபத்ய சக்திகள் இந்தியா முன்னேறவிடாமல் தடுக்க இப்படி செய்வதாகச் சொல்கிறீர்கள். அந்த சக்தி யார்? அமெரிக்காதானே? அது மன்மோகன் அரசுடன் போட்ட 123 ஒப்பந்தத்தின் நோக்கம் இந்தியாவை முன்னேற்றுவதா? அமெரிக்கா உள்ளிட்ட வெளிநாடுகளிடம் அணுஉலைகளை வாங்க இந்தியாவை சம்மதிக்கவைத்த திட்டம் தானே அது? அதில் எப்படி இந்தியா முன்னேறும்? விபத்து ஏற்பட்டால் நஷ்டஈட்டை அணுஉலை விற்ற கம்பெனி முழுக்க தரமுடியாது. இந்திய அரசே ஏற்கவேண்டும் என்று சொல்லும் ஒப்பந்தம்தானே அது? அதை நீங்கள், ஏன் அய்யா அப்போது குடியரசுத்தலைவராக இல்லாதபோதும் எதிர்க்கவில்லை? உலகப் பொருளாதார ஏகாதிபத்யத்துடன் அந்த ஒப்பந்தம் போடத் தடையாக இருந்த இந்திய இடதுசாரிகள் மன்மோகன் சிங் அரசு மீது நம்பிக்கையில்லா தீர்மானம் கொண்டுவந்த

போது, அதை முறியடிக்க முலாயம் சிங் யாதவின் உதவியை நீங்கள்தான் பெற்றுத் தந்தீர்கள், இல்லையா? கூடங்குளம் விஷயத்தில் மட்டும் 100சதவிகித தேசபக்தர் ஆனது எப்படி? 123இல் மட்டும் அமெரிக்க ஆதரவாளராக இருந்தது எப்படி?

ஜெர்மனி அணு உலைகளை மூடுகிறது என்று நாங்கள் சுட்டிக் காட்டினால், அதற்குக் காரணம் அதனிடம் யுரேனியம் இல்லை என்றும் ஆனால் இந்தியாவிடம் போதுமான யுரேனியம் இருப்பதால் நமக்கு அணு உலைதான் லாபமானது என்றும் கதை விடுகிறீர்கள். அப்படியானால் ஏன் 123 ஒப்பந்தம் போட்டு நாம் யுரேனியத்தையும், அணு உலை இயந்திரங்களையும் வெளிநாடுகளில் வாங்க வேண்டும்? ஏன் கூடங்குளத்துக்கு ரஷ்யாவிலிருந்து யுரேனியம் வரவேண்டும்? நம்மிடமே இருக்கிறதே?

உங்கள் அசல் நோக்கம் மின்சாரமே அல்ல. அணுகுண்டு தான். மின்சார அணுஉலைகளுக்கு வெளிநாட்டு யுரேனியம் வாங்கினால், நம்மிடம் உள்ள யுரேனியத்தை மொத்தமாக அணுகுண்டுகளுக்கு மட்டும் பயன்படுத்தலாம். வெளிநாட்டிலிருந்து வாங்கும் யுரேனியம் உள்ள உலைகள் மட்டும் சர்வதேச கண்காணிப்புக்கு உட்படும். நம் அணுகுண்டு உலைகள் கண்காணிப்பில் வராது என்பதுதானே அரசாங்கத்தின் திட்டம், இல்லையா?

உங்கள் நீண்ட கட்டுரையில் ஒரே ஒரு விஷயத்தில்தான் ஏறக்குறைய முழு உண்மையை சொல்லியிருக்கிறீர்கள். சூரிய சக்தியும் காற்றுசக்தியும்தான் முழுமையான தூய்மையான பசுமைசக்திகள். அவற்றுக்கு இந்தியாவில் மாபெரும் வாய்ப்புள்ளது என்பதுதான் அந்த உண்மை. ஆனால் அவற்றை நிலையானதாக நம்பமுடியாது என்று சொல்லி நல்ல பாலில் பத்து சதவிகிதம் கனநீர் கலந்துவிட்டீர்கள். ஜெர்மனி போன்ற நாடுகள் எல்லாம் இப்போதே 20 சதவிகிதம் சூரியசக்தியிலிருந்து மின்சாரம் பெறும்போது இங்கே ஏன் முடியாது? உங்கள் விஞ்ஞான அறிவும் கோடானுகோடி ரூபாய்களும் அதற்கல்லவா செலவிடப்பட வேண்டும்? சூரியசக்தியிலிருந்து 50 ஆயிரம் மெகாவாட் மின்சாரம் இங்கே சாத்தியம்.

அவ்வளவு ஏன்? இப்போது நாம் தயாரிக்கும் மின்சாரத்தில் 40 சதவிகிதத்தை சுமார் 72 ஆயிரம் மெகாவாட்டை வினியோகிக்கும்போதே இழந்துகொண்டிருக்கிறோம். ஸ்வீடன் நாட்டில் இந்த இழப்பு வெறும் 7 சதவிகிதம்தான். வினியோகத்தில் இழப்பை குறைக்க விஞ்ஞானிகள் வேலை செய்தாலே, சுமார் 60 ஆயிரம் மெகாவாட் மின்சாரம் நமக்குக் கிடைத்துவிடும்.

கிராம மேம்பாட்டுக்காக புறா விடுகிறீர்களே. ஏன் ஒவ்வொரு பஞ்சாயத்து யூனியனிலும் 10 மெகாவாட், 50 மெகாவாட் அளவில் மாற்று எரிசக்தி மூலம் மின் நிலையம் அமைத்து தன்னிறைவு பெறும் திட்டம் உங்கள் புறாவில் இடம் பெறுவதில்லை? ஏன் பிரும்மாண்டமான ஆபத்தான கோடிக்கணக்கில் விழுங்கும் அணுதிட்டங்களே உங்களுக்கு இனிக்கின்றன?

இந்த மாதம் 81ஆவது வயதில் நுழைந்துவிட்டீர்கள். கடந்த 50 வருடங்களில் அணுசக்திதுறை அடுத்த இருபதாண்டு திட்டம் என்று சொன்ன எதுவும் அதன்படி நடக்கவில்லை என்பது உங்களுக்குத் தெரியும். ஆனாலும் அரசு விஸ்வாசத்தினால், இந்த தள்ளாத வயதில் டெல்லி, நெல்லை, கூடங்குளம் என்று நீங்கள் அலைவது வருத்தமாக இருக்கிறது. வாழ்க்கையின் கடைசி அத்தியாயத்தில் இருக்கிறீர்கள். அதிகபட்சம் இன்னும் 20 வருடங்கள். நூறைத் தாண்டி மனிதன் ஆரோக்கியமாகக வாழ்வது அரிது. உங்கள் நூற்றாண்டு வரும்போது இந்தியாவில் அணு மின்சாரம் நிச்சயம் மொத்த தேவையில் 10 சதவிகிதத்தைக் கூட பூர்த்தி செய்திராது. ஆனால் கோடிக்கணக்கான ரூபாய்கள் வீணாகியிருக்கும். லட்சக்கணக்கான மக்கள் வாழ்க்கையை நசுக்கியிருக்கும்.

கனவு காணச் சொல்வது உங்கள் வழக்கம். எங்கள் கனவு அமைதியான இயற்கையோடு இயைந்த பசுமை வாழ்க்கை. உங்கள் கனவில் என்ன வருமோ எனக்குத் தெரியாது. ஒரு கோரமான அணு விபத்தை இந்தியாவில் உங்கள் வாழ்நாளில் நீங்கள் பார்க்கும் கொடுமை உங்களுக்குக் கனவிலும் நேராமல் இருக்கட்டும்.

இரவு படுக்கச் செல்லும் முன்பு ஒரு நிமிடம் யோசியுங்கள். அணுஉலைகள் குண்டு தயாரித்தாலும் மின்சாரம் தயாரித்தாலும் அவை மக்கள் நலனுக்கு எதிரானவை என்பது உங்கள் மனசாட்சிக்கு நிச்சயம் நன்றாகத் தெரியும். அணுமின்சாரம் ஆயுத திட்டத்தின் ஒரு முகமூடி மட்டும்தான்.

மின்சாரம்தான் உண்மையான நோக்கம் என்றால் உங்களுக்குப் பிடித்தமான் காயத்ரி மந்திரத்தைப் பின்பற்றுவீர்கள். பாரதி வார்த்தையில் அதை நினைவுபடுத்துகிறேன். செங்கதிர் தேவன் சிறந்த ஒளியினைத் தேர்கின்றோம். அவன் எங்கள் அறிவினைத் தூண்டி நடத்துக.

அன்புடன்
ஞாநி

**(*கல்கி*, 12.01.2011 இதழில் சுருக்கப்பட்ட வடிவம் வெளியாகியுள்ளது.)**

# இரண்டு குடும்பக் கவலைகள்

தலைப்புக்கும் தமிழக அரசியலுக்கும் தொடர் பில்லை. சாதாரண மனிதர்களாகிய நம் எல்லார் குடும்பங் களும் கவலைப்பட வேண்டிய இரு கவலைகள் பற்றி இந்த வாரம்.

**கவலை 1**

என் இளம் நண்பர்கள் தமக்குக் குழந்தை பிறந்ததைச் சொன்னதும் நான் வாழ்த்து சொல்லிவிட்டு அடுத்து மறக்காமல் குழந்தையின் தாயிடம் வற்புறுத்திச் சொல்லும் விஷயம் ஒன்றே ஒன்றுதான். குறைந்தது ஒரு வருட காலத்துக்கு குழந்தைக்குத் தாய்ப்பால் தருவது அவசியம். நேரில் சென்று குழந்தையைப் பார்க்கும் தருணங்களில், தாய்க்கு பரிசாக தாய்ப்பால் சுரப்பை ஊக்குவிக்கும் கால்ஷியம் மாத்திரைகளைப் பரிசாகத் தருவதை ஒரு காலத்தில் பின்பற்றி வந்தேன்.

ஒரு தாய் தன் குழந்தைக்கு ஆயுட்காலம் முழுமைக்கு மாகத் தரக்கூடிய ஒரே பரிசு தாய்ப்பால்தான். நோய் எதிர்ப்பு சக்தியை குழந்தைக்கு ஏற்படுத்தித் தர அதை விட சிறந்த வேறொன்று இன்னும் கண்டுபிடிக்கப்பட வில்லை.

ஆனால் தாய்ப்பால் தருவதை ஒரு சில வாரங் களிலோ மாதங்களிலோ நிறுத்திவிடும் அவல நிலையைப் பல குடும்பங்களில் அடிக்கடிப் பார்க்கிறேன். எய்ட்ஸ், பால் ஒவ்வாமை போன்ற தீவிரமான மருத்துவக் காரணங் கள் அபூர்வமானவை. மற்றபடி சொல்லப்படும் சமா தானங்கள் அர்த்தமற்றவை. அதில் முக்கியமானது பால் சுரக்கவில்லை என்பது. குழந்தை குடிக்கக் குடிக்கத்தான்

பால் சுரக்கும். தாய் ஆரோக்கியமான உணவுகளைச் சாப்பிட்டால் தான் பால் சுரக்கும். இளம் தாய்க்கு மகிழ்ச்சியான மனநிலையும், குறைவான வேலைப் பளுவும் இருப்பது அவசியம்.

குடும்பத்தின் இதர உறுப்பினர்கள் கணவன், மாமனார், மாமியார், இன்னும் ஒரே கூரையின் கீழ் இருக்கக்கூடிய இதர சொந்தங்கள் எல்லாரும் ஒத்துழைத்தால்தான் ஒரு பெண் நிம்மதியாகக் குழந்தைக்குத் தாய்ப்பால் தரமுடியும். வெளி வேலைக்குப் போகக்கூடிய பெண்களுக்கு அலுவலகத்தில் குழந்தைக் காப்பகங்கள் தேவைப்படுகின்றன. இவற்றில் எல்லாம் அக்கறை காட்டாத சமுகம், கடைசியில் நோயாளிகள் நிறைந்த சமூகமாகத்தான் முடியும்.

தாய்ப்பால் ஒரு குழந்தைக்கு தடங்கலின்றிக் கிடைப்பதற்கு பெரிய எதிரியாக இருப்பது பேபி ஃபுட் எனப்படும் பால் பவுடர் சமாச்சாரங்கள்தான். எதிளில் கலக்கி புட்டியில் கொடுத்துவிடும் வசதிக்காக இதை குழந்தை பிறந்த சில வாரங்களிலேயே சிலர் ஆரம்பித்துவிடுகிறார்கள். குழந்தைக்கு பேபி ஃபுட்டின் சுவை கிடைத்துவிட்டால், தாய்ப்பால் பிடிக்காமல் போய்விடும். அறுபதுகள் முதல் எழுபதுகள், எண்பதுகள் வரை பல மருத்துவர்கள், கொழு கொழு குழந்தை தேவை என்ற பெற்றோரின் ஆசையைப் பயன்படுத்தும் பேபி ஃபுட் நிறுவனங்களின் ஏஜண்ட்டுகளாகவே வேலை பார்த்தார்கள். இது தவறு என்ற விழிப்புணர்ச்சி மருத்துவத்துறையில் இன்று ஆழமாக பதிந்திருக்கிறது.

ஆனால் பேபி ஃபுட் கம்பெனிகள் இன்றும் பல விதங்களில் தாய்ப்பாலுடன் போட்டி போட்டு அதை முறியடிக்க முயன்று கொண்டே இருக்கின்றன. அவை தம் விளம்பரங்களில் தாய்ப்பாலுக்கு நிகரானது என்றோ, தாய்ப்பாலின் அத்தனை நலங்களும் அடங்கியது என்றோ, தாய்ப்பாலின் அத்தனை நலங்களும் அடங்கியது என்றோ சொல்வது துளிகூட உண்மையல்ல என்பது எல்லாருக்கும் தெரியும். தாய்ப்பாலுக்கு நிகரான எதுவும் இன்னும் மனிதனால் கண்டுபிடிக்கப்படவில்லை.

இந்தச் சூழ்நிலையில் நான்கு இந்திய பல்கலைக் கழகங்களுடன் பேபி ஃபுட் தயாரிக்கும் நெஸ்லே கம்பெனி போட்டிருக்கும் ஒப்பந்தம் கவலை தருகிறது.

கிராமங்களில் இருக்கும் அரசாங்கப்பள்ளிகளில் படிக்கும் வளர் இளம் பருவப் பெண்களுக்கு சத்துணவு பற்றிய அறிவைப் புகட்டுவதற்கான திட்டத்தை இந்த கம்பெனி பஞ்சாப் விவசாயப் பல்கலைக்கழகம், ஹரியானா பால்வள மேம்பாட்டு நிலையம், மைசூர் பல்கலைக்கழகம், உத்தரகண்ட் ஜி.பி. பந்த் விவசாயப் பல்கலைக்கழகம் ஆகிய பொது அமைப்புகளின் உதவியுடன்

நிறைவேற்றும் என்பதே ஒப்பந்தம். அடுத்த சில வருடங்களில் தாய்மையை அடையும் வாய்ப்பில் இருக்கும் இளம் பெண் களை முன்கூட்டியே வசப்படுத்தி பிரசாரம் செய்வதே அசல் நோக்கமாக இருக்க முடியும்.

ஏனென்றால் சத்துணவு பற்றிய விழிப்புணர்வு வகுப்பில் என்ன சொல்லித்தரப் போகிறீர்களென்று கேட்டால், அந்த விவரங்களைத் தர கம்பெனியும் பல்கலைக்கழகங்களும் மறுத்துள்ளன. தகவலறியும் உரிமைச் சட்டத்தின் கீழ், பள்ளிச் சிறுமிகளுக்கு நடத்தப்போகும் வகுப்புகள் பற்றிய விவரங்களைத் தரும்படி பஞ்சாப் பல்கலைக்கழகத்தை, இந்திய தாய்ப்பால் ஊக்குவிப்புக் கூட்டமைப்பு கோரியது. விவரங்களைத் தெரிவிக் கலாமா என்று பல்கலைக்கழகம் நெஸ்லே கம்பெனியின் அனுமதி கேட்டது. அது அனுமதி மறுத்துவிட்டது. ஒப்பந்த விவரங்கள் ரகசியமானவை; அவற்றை வெளியிட முடியாது என்று பல்கலைக்கழகமும் பதில் சொல்லிவிட்டது. நெஸ்லே கம்பெனியின் அதிகாரிகள், பல்கலைக்கழகத்துக்கு எழுதிய கடிதத்தில் தங்கள் சத்துணவு திட்டம் பற்றிய விவரங்களை வெளியிட்டால் தங்கள் வர்த்தக நலன்கள் பாதிக்கப்படும் என்றும் போட்டியாளர்களுக்கு சாதகம் ஏற்படும் என்றும் தெரிவித்திருக்கிறார்கள். பள்ளிச் சிறுமிகளுக்கு ஊட்டச்சத்து பற்றி வகுப்பு எடுப்பதில் கம்பெனியின் வர்த்தக நலன் எங்கே வருகிறது?

இந்தத் திட்டத்துக்காக பல்கலைக்கழகத்துக்கு கம்பெனி தரும் பணம் வெறும் இரண்டரை லட்சம் ரூபாய். ஆனால் தொலைநோக்கில் இதன் விளைவுகள் ஆபத்தானவை. கிராமப் புறங்களில் தாய்ப்பால் பழக்கத்தைக் குறைத்தால்தான் பேபி ஃபுட் விற்பனையை அங்கே அதிகரிக்க முடியும் என்ற வர்த்தக நோக்கத்துக்காக, சமூக அக்கறை, விழிப்புணர்வு என்ற புதிய ரூட்டுகளை கம்பெனிகள் பயன்படுத்த அனுமதிப்பது மிக மிக ஆபத்தானது.

**கவலை 2**

இது நம் வீடுகளில் பயன்படுத்தும் காய்கறிகள், கனிகள் பற்றிய கவலை. அவற்றின் விலை உயர்வதைப் பற்றியல்ல. எவ்வளவு மலிவான விலைக்கு விற்றாலும் சரி, நாம் வாங்குவது காய்கனியா, விஷமா என்ற பிரச்சினையைப் பற்றியது இந்தக் கவலை.

டெல்லியைச் சேர்ந்த கன்ஸ்யூமர் வாய்ஸ் என்ற நுகர்வோர் நல அமைப்பு நாடு முழுவதும் விற்கப்படும் காய்கள், பழங்களில் மாதிரிகளை எடுத்துப் பரிசோதித்தது.

சோதனை முடிவுகள் பயங்கரமாக இருந்தன. இந்தியாவில் எப்போதோ தடைசெய்யப்பட்ட பூச்சி மருந்துகளின் எச்சங்கள் எல்லாம் பல காய் கனிகளில் இருந்தன. அதாவது இந்த பூச்சிக்கொல்லி விஷங்கள் இன்னமும் பயன்பாட்டில் இருந்து கொண்டிருப்பதை இது காட்டுகிறது.

பூச்சிக்கொல்லி விஷங்களின் எச்சம் எந்த அளவு வரை இருந்தால் மனிதர்களுக்கு ஆபத்தில்லை என்று ஐரோப்பிய யூனியன் வரையறுத்திருக்கிறது. இந்தியாவில் சோதித்த காய் கனிகளில் அந்த அளவு ஐரோப்பாவில் அனுமதித்த அளவை விட 750 மடங்கு அதிகமாக இருக்கிறது. காலிபிளவர், வெண்டைக்காய், கத்தரிக்காய், பாகற்காய், கீரை, உருளைக் கிழங்கு, வாழைப்பழம், ஆப்பிள், திராட்சை என்று பலவற்றிலும் பூச்சிக்கொல்லி விஷக்கழிவின் அளவு அதிகமாகவே உள்ளது.

இதைல் பாரதியான், க்ளோர்டென், எண்ட்ரின், ஹெப்டகோர் முதலிய இந்த பூச்சிக்கொல்லி விஷ எச்சங்களை காய் கனிகளுடன் சேர்த்து நாம் உட்கொண்டால், நரம்பு நோய்கள், தோல் நோய்கள், சிறுநீரக பாதிப்பு, புற்றுநோய் போன்ற சிக்கல்கள் ஏற்படும் வாய்ப்பு அதிகரிக்கும்.

இது பற்றிய ஒரு பொது நல வழக்கை டெல்லி உயர் நீதிமன்றம் தற்போது விசாரித்து வருகிறது. அரசுக்கு விளக்கம் கோரி நோட்டீஸ்கள் அனுப்பியுள்ளது. இப்படிப்பட்ட பிரச் சினைகளில் நம் கவனம் குவியாமல், மேலெழுந்தவாரியான வற்றில் ஆர்வம் காட்ட நம்மை திசை திருப்பும் வேலையை நம் அரசியல்வாதிகளும் மீடியாக்களும் செய்துவருகின்றன. பேபி பவுடர், பூச்சிமருந்து தயாரிக்கும் நிறுவனங்கள் பிரும் மாண்டமான பன்னாட்டு கம்பெனிகள் என்பதால் செய்தி களைத் தமக்கு சாதகமாக திரிக்கவும் மறைக்கவும் தங்கள் வணிக செல்வாக்கை அவற்றால் பயன்படுத்த முடிகிறது.

இப்போதைக்கு நமக்குள்ள உடனடித் தீர்வுகள்: ஒவ்வொரு குடும்பமும் தாய்ப்பால் கொடுப்பதில் பிடிவாதம் காட்டும் குடும்பமாக மாற வேண்டும். காய் கனிகளை நன்றாகக் கழுவி விட்டு, தடித்த தோல்களை நீக்கிவிட்டு சாப்பிடுவதன் மூலம் பூச்சிக்கொல்லிக் கழிவின் விளைவுகளைக் குறைக்கலாம்.

தொலை நோக்குத் தீர்வு: இத்தகைய அடிப்படைப் பிரச்சினைகளில் ஆர்வமுள்ள நேர்மையான அரசியல்வாதி களையும் மீடியாவையும் நம் குடும்பங்களில் இருந்து உருவாக்க நாம்தான் பாடுபட வேண்டும்.

***கல்கி,* 29.01.2011**

# பாதல் சர்க்கார்

என் நாடக உலக ஆசான்களில் ஒருவரான வங்க நாடகாசிரியர் இயக்குநர் பாதல் சர்க்கார் மே 13 அன்று கொல்கத்தாவில் தன் 87ஆம் வயதில் காலமானார். என் வாழ்க்கையின் முக்கியமான மைல் கற்களில் அவர் ஒருவர். 1980இல் நாங்கள் சென்னையில் வீதி நாடக இயக்கம் நடத்திக் கொண்டிருந்தபோது அதன் சார்பில் அழைக்கப்பட்டு அவர் சோழமண்டலில் அளித்த பயிற்சி முகாம் தமிழ் நாடக வரலாற்றில் முக்கிய இடத்துக்குரியது. அவரை சந்திப்பதற்கு முன்பே பரீக்ஷாவில் நாங்கள் அவருடைய ஏவம் இந்திரஜித் நாடகத்தை நிகழ்த்தியிருந்தோம். தமிழ் மேடையில் பாதல் சர்க்கார் நாடகங்களை முதலில் அறிமுகப்படுத்திய பெருமையும் மகிழ்ச்சியும் எங்களுக்குரியது. அதற்கு நான் அடிப்படையில் தமிழ் வாசகர்களுக்கு பாதல் சர்க்காரை அறிமுகம் செய்து அவர் நாடகங்களை மொழிபெயர்த்த கோ. ராஜாராமுக்கும் *பிரக்ஞை* இதழுக்கும் நன்றி சொல்ல வேண்டும். அடுத்து அவருடைய மிச்சில் (தேடுங்கள்), போமா (முனியன்), பாக்கி இதிஹாஸ் (பாலு ஏன் தற்கொலை செய்துகொண்டான்?) நாடகங்களைத் தமிழில் நடத்தினோம். தமிழ்நாட்டில் நவீன நாடகத்துறையில் ஒரு நாடகாசிரியருக்கென்று தனி நாடக விழா முதன்முதலில் நடத்தப்பட்டது பாதல் சர்க்காருக்குத்தான். திருச்சி நண்பர்கள் அங்கே ஏற்பாடு செய்திருந்த விழா அது. 1983இல் என் திருமணத்தையொட்டி பாதல் சர்க்காரின் தேடுங்கள் நடகத்தை நடத்தினோம். நாடக மேடையில் மாலை மாற்றி திருமணம் செய்தோம். இந்தியாவில் எனக்குப் பிடித்த நாடகாசிரியர்கள் இருவர்தான். இருவரும் இறந்துவிட்டார்கள் என்பது வருத்தமாக

இருக்கிறது. இன்னொருவர் விஜய் டெண்டுல்கர். ஜுலையில் பாதல் சர்க்கார் பிறந்த நாளையொட்டி அவர் நாடக விழாவை பரீக்ஷா நிகழ்த்த திட்டமிட்டுக் கொண்டிருக்கிறோம். ஐந்து வருடங்களுக்கு முன்பு கல்கத்தாவில் பாதல் சர்க்காரை வீட்டுக்கு சென்று சந்தித்தேன். அவர் கவனம் நாடகத்தை விட்டு நீங்கி பயணங்களில் இருந்தது. கடும் முதுமையின் தனிமையில் இருந்தார். இறுதி நாட்களில் நிறைய நாடகம் எழுதுதல், வாசித்தலில் ஈடுபட்டார் என்று அறிகிறேன். அவர் உடலை மருத்துவ ஆராய்ச்சிக்கு தானம் செய்திருந்தார்.

அன்புள்ள பாதல், உங்களை எப்போதும் மறக்கமாட்டேன். எனக்கு நீங்கள் தந்தவை எப்போதும் என்னுடன் இருக்கும்.

**இணையத்தில் 15.05.2011**

## குறிப்பு

ஜுலை நாடகவிழாவுக்கு பதில், பாதல் சர்க்காரின் இரு நாடகங்களை (முனியன், தேடுங்கள்) சென்னை, பெசண்ட் நகர் ஸ்பேசஸ் அரங்கில் மாதாமாதம் முதல் ஞாயிறன்று நான்கு மாதங்கள் நிகழ்த்தினோம்.

# ஒரு நோயாளியின் டயரிக் குறிப்புகள்

வாழ்க்கை முழுவதும் ஒருவர் மூன்று இடங்களுக்குச் செல்ல வேண்டிய அவசியமே இல்லாமல் வாழ்ந்தால் அவர் நிறைவான வாழ்க்கையை வாழ்ந்தார் என்று சொல்லலாம் என்று எனக்குத் தோன்றும். ஒன்று மருத்துவமனை. அடுத்தது காவல் நிலையம். மூன்றாவது நீதிமன்றம். கடைசி இரண்டிலிருந்து தப்பிப்பவர்கள் கூட முதலாவதிலிருந்து தப்பிக்க முடிவதில்லை.

டாக்டரைப் பார்க்கச் செல்வதே எனக்குப் பிடிக்காது. பெரியவனானதும் டாக்டர் ஆவேன் என்று ஒருபோதும் நான் அறியாப் பருவத்தில் அறியாமல் கூட சொன்னதில்லை.

சிறு வயதில் குடும்ப டாக்டர் வரதராஜனிடம் காய்ச்சல் போன்றவற்றுக்கு அழைத்துச் செல்வார்கள். அவரை எனக்கு மிகவும் பிடிக்கும். அவர் எதற்கெடுத்தாலும் ஊசிபோடமாட்டார். முற்றிலும் மரத்தாலான பொருட்களே நிரம்பிய பெரிய கூடம்தான் அவரது க்ளினிக். நான் போகிறபோதெல்லாம் அவர் பெரிய வேலைப்பாடுகள் நிரம்பிய மர மேசையின் பின்னால் இருக்கும் அழகான நாற்காலியில் உட்கார்ந்திருக்க மாட்டார். பக்கத்து வராந்தாவில் இருக்கும் பழங்கால ஈசிசேரில் உட்கார்ந்து பேப்பர் படித்துக்கொண்டிருப்பார்.

வட்டக் கண்ணாடியும் வழுக்கைத் தலையும் பொன்னிற மேனியுமாக அவர் மேசைக்குப் பின்னால் வந்து உட்கார்ந்து கூரையிலிருந்து மேசைக்கு நேர் மேலாகத் தொங்கும் விளக்கை சங்கிலியால் தனக்கு

நெருக்கமாகக் கீழே இழுத்துக்கொண்டு ப்ரிஸ்க்ரிப்ஷன் எழுதுவதைப் பார்த்தால், ஏதோ ஐரோப்பிய ஓவியத்தில் விஞ்ஞானியைப் பார்ப்பது போல இருக்கும். என்ன சிக்கலுடன் சென்றிருந்தாலும் அவரது கம்பவுண்டர் ஒரு பிங்க் நிற மிக்சர் தான் கொடுப்பார். ஒரு பொன்விழா காலத்துக்குப் பிறகும் இன்னமும் என் நாக்கில் அந்த சுவை எஞ்சியிருக்கிறது. அந்த மிக்சரில் நோய் குணமாகாமல் இருந்ததே இல்லை என்பதையும் அழுத்தமாகச் சொல்ல வேண்டியிருக்கிறது.

அதன்பிறகு வாழ்க்கையில் பல மருத்துவமனைகளுக்கு நான் விரும்பினாலும் விரும்பாவிட்டாலும் செல்லவேண்டியவனாகிவிட்டேன். மற்றவர்களுக்காக. மாமா, அம்மா, பெரியம்மா, அப்பா, தங்கை, நண்பர்கள் என்று ஒவ்வொருத்தர் நிமித்தமும் சென்ற ஒவ்வொரு அனுபவமும், பிரசவ வைராக்கியம், மயான வைராக்கியம் போல மருத்துவமனை வைராக்கியத்தை என்னிடம் ஏற்படுத்தின. ஆனாலும் தொடர்ந்து போய்க் கொண்டுதானிருக்கிறேன்.

மற்றவர்களுக்காக சென்ற ஒவ்வொரு முறையும், எனக்காக இங்கே வரும் நிலை வந்துவிடக் கூடாது என்று உள்ளூறப் பதற்றம் ஏற்படும். ஆனால், கடந்த சில வருடங்களில் எனக்காகவும் அடிக்கடி மருத்துவமனைக்குச் செல்ல வேண்டியவனாகிவிட்டேன். அப்படிச் சென்றதில் எனக்கு பெரு மகிழ்ச்சியை ஏற்படுத்திய ஒரே அனுபவம் கேட்டராக்ட் அறுவை சிசிக்சைக்காக சென்றதாகும். காரணம் கேட்டராக்ட் சிகிச்சை முடித்து கண்ணில் ஐ.ஓ.எல் எனப்படும் செயற்கை லென்ஸ்கள் பொருத்தியதில் சிறுவயது முதல் என்னைப் பெரிதும் பாதித்துவந்த பார்வைக் குறைபாடு அதிசயம் போல நீங்கியதுதான். இது பற்றி 2007லேயே விரிவாக ஓ பக்கங்களில் எழுதியிருக்கிறேன்.

எந்த சந்தோஷமும் முழுமையாகக் கிடைப்பதில்லை. கூடவே சின்ன வருத்தங்களும் கலந்து வந்துவிடுகின்றன. இரு கண்களிலும் கேட்டராக்ட் சிகிட்சைக்குப் பின் சிறப்பான பார்வை கிட்டியபோதும் ஒரு கண்ணில் சிறிய சிக்கல் ஏற்பட்டுவிட்டது. ஒரு சின்ன தகவல் எனக்கு சொல்லப்படாததே காரணம்.

இது தகவல் யுகம். எதைப் பற்றியும் எல்லா தகவல்களும் கிடைக்கும் காலம். ஆனால், நம்மைச் சுற்றி தகவல்கள் குவிந்து கிடந்தால் போதாது. நமக்குத் தேவையானவை நமக்குக் கிட்டியாக வேண்டும். என் முதல் கண் அறுவை சிகிச்சை முடிந்ததும், அந்த சின்ன தகவல் எனக்குத் தெரியாததால், கண்ணில் சிக்கல் ஏற்பட்டது. புரை நீக்குவதற்காக கண்ணில் இட்ட

ஓட்டை அடைபடாமல் உள்விழி அதனூடே பிதுங்கத் தொடங்கியது.

அறுவை சிகிச்சை முடிந்து ஓட்டை மூடப்பட்ட பிறகு திறந்துகொள்ள என்ன காரணம்? மலச் சிக்கல்தான். அறுவை சிகிச்சைக்குப் பின்னர் ஒவ்வொரு முறை கழிப்பறைக்கு செல்லும்போதும், மலச் சிக்கல் இருந்தால், மலத்தை வெளியேற்ற சிரமப்படக் கூடாது. அப்படி சிரமப்படுத்தினால், அது கண் அழுத்தத்தை பாதிக்கும் என்பதுதான் எனக்கு சொல்லப்படாமல் விட்டுப் போன தகவல்.

மருத்துவர்களிடம் செல்லும்போது பொதுவாக நிறைய கேள்விகள் கேட்டு முடிந்தவரை பெருமளவு தகவல்களை திரட்டிக்கொள்வது என் வழக்கம். பதில் சொல்லத் தயங்கும் மருத்துவருடன் கடுமையாக சண்டையிட்டதும் உண்டு. நோயாளிக்கு முழுமையாகத் தகவல்கள் தெரிவிக்கப்பட வேண்டும் என்ற பார்வை அண்மைக்காலமாக மருத்துவர்களிடம் அதிகரித்திருக்கிறது.

சில சமயங்களில், சில எளிய அடிப்படைத் தகவல்கள் நோயாளிக்கே தெரிந்திருக்கும் என்று கருதி, அவற்றை மருத்துவர்கள் சொல்லாமல் விட்டுவிடுவதும் உண்டு. எனக்கு அப்படித்தான் நேர்ந்திருக்க வேண்டும்.

எளிய தகவல் ஆனாலும் அதை நோயாளிக்குச் சொல்லாமல் விட்டால் பெரும் சிக்கல்கள் ஏற்படக்கூடும் என்பதற்கு ஒரு சம்பவம் நினைவுக்கு வருகிறது. அதுவும் கண் தொடர்பானதுதான். புகழ்பெற்ற கண் மருத்துவர் ஒருவர், புகழ்பெற்ற ஓர் சமயப் பெரியவருக்கு கண் அறுவை சிகிச்சை செய்தார். மருத்துவர் பெரியவரின் தீவிர பக்தர். பக்தி மேலோங்க, சிகிச்சை முடிந்ததும், ஒரு தகவலை சொல்லாமல் விட்டுவிட்டார். பெரியவர் தன் ஆசாரங்களின்படி, தலைக்குக் குளித்தார். அறுவை சிகிச்சை செய்த கண் பாதிப்புக்குள்ளாயிற்று. இந்த சம்பவம் பற்றிப் பல வருடங்கள் முன்பு கேள்விப்பட்டேன். அது உண்மைதானா என்று அந்த மருத்துவரிடமே கேட்கும் வாய்ப்பு சென்ற வருடம் அவரை ஒரு இணையதளத்துக்காக பேட்டி எடுக்கும்போது கிடைத்தது. உண்மைதான் என்றார் நேர்மையான அவர்! அடுத்த ஆபரேஷன்போது பக்தராக நடந்துகொள்ளாமல் மருத்துவராக நடந்துகொண்டதையும் குறிப்பிட்டார்.

எனவே, தகவல் இன்மையால் சிக்கல் ஏற்பட்டது எனக்கு மட்டுமல்ல. பலருக்கும் இது சாத்தியமே.

சுமார் ஐந்தாண்டுகளாக பெரும் பிரச்சினையாகாமல் இருந்துவந்த என் வலது கண் அண்மையில் ஒழுகத் தொடங்கியது. அப்படியே விட்டால், அது முழுமையாக பார்வை இழப்புக்குக் கொண்டு சென்றுவிடும் என்று எச்சரித்த மருத்துவர்கள், அறுவை சிகிச்சை செய்யச் சொன்னார்கள். சென்ற வாரம் என் கண்ணுக்கு பஞ்ச்சர் பார்க்கப்பட்டது. எளிமையாக சொல்வதானால் அது அப்படிதான். கண்ணில் ஏற்பட்ட ஓட்டையை மூட அதன் மீது ஒரு சிறு துண்டாக இரவல் கார்னியாவை ஒட்டித் தைத்து பஞ்ச்சர் ஒட்டும் அறுவை சிகிச்சையை 'பேட்ச் கிராஃப்ட்' என்கிறார்கள்.

ஜகத்குரு காஞ்சி ஸ்ரீ சந்திரசேகரேந்திர சரஸ்வதி நேத்ர நிலையம் என்று இப்போது அழைக்கப்படும் முன்னாள் விலிங்டன் மருத்துவமனையில் இந்த ஆபரேஷன் நடந்தபோது பிரமித்துப்போனேன். அந்த நிலையம் ஒரு பாரத விலாஸ் மாதிரி இருக்கிறது. இந்தியாவின் எல்லா பாகங்களிலிருந்தும் நோயாளிகள் வந்து குவிகிறார்கள். மருத்துவமனை ஊழியவர்கள் பெரும்பாலோர் மூன்று மொழிகளேனும் பேசுகிறார்கள்.

அறுவை சிகிச்சை நடைபெறும் தளத்தில் காத்திருப்பு கூடத்தில் ஒரு மணி நேரத்துக்கு மேல் இருந்தபோது ஒரு பக்கம் ஆப்பரேஷன் முடிந்தவர்களும் மறுபக்கம் காத்திருப்பவர் களுமாக சுமார் இருபது பேரை உற்று கவனிக்க முடிந்தது. எந்த ஒரு மருத்துவமனையில் ஒரு மணி நேரம் இருந்து நோயாளிகளை உற்று கவனிக்க முடியுமானால், ஏன் சித்தார்த்தன் புத்தனானான் என்று புரிந்துகொண்டுவிட முடியும்.

என் வழக்கம் போல ஆபரேஷன்போது டாக்டருடன் பேசிக்கொண்டே இருந்தேன். முகத்தை மூடி ஆக்சிஜன் டியூப் களை மூக்கில் மாட்டினாலும், நாம் பேசுவதை நிறுத்த முடியா தல்லவா . . . டாக்டரும் பேசிக்கொண்டேதான் ஆபரேஷன் செய்தார். என்னோடு மட்டுமல்ல. கூட பணி புரிபவருடன். ஒவ்வொரு கட்டத்திலும் அவர் என்ன செய்கிறார், உதவியாளர் என்ன செய்யவேண்டுமென்று சொல்லிக்கொண்டே செய்தார். நடுவே செல்போன் வந்தது. அதிலும் பேசினார். கையென்னவோ என் கண் மீதுதான். மருத்துவமனை நிர்வாகி ஒருவர் நடுவே வந்து டாக்டரிடம் 'இப்போது பேசலாமா?' என்று கேட்டுவிட்டு அலுவலகப் பிரச்சினையை விவாதித்துவிட்டுப் போனார்.

ஒரு மணி நேர ஆபரேஷனுக்குப் பின்னர் மறுநாள் காலையிலிருந்து வழக்கம்போல கம்ப்யூட்டர், செய்தித்தாட்கள், டி.வி., நண்பர்கள் என்று சகஜ வாழ்க்கைக்கு திரும்பிவிட்டேன். சுஸ்ருதர் கண் புரையை நீக்க பழுக்கக் காய்ச்சிய இரும்பை கண்ணில் ஒற்றி எடுத்த நாட்களில் நல்லவேளை நான் இருந்

திருக்கவில்லை. ஒரு நாளைக்கு ஆறு முறை மூன்று விதமான சொட்டு மருந்துகளை ஊற்றிக்கொள்வதே அலுப்பாக இருக்கிறது.

நவீன மருத்துவம் மிகப் பெரும் வளர்ச்சியை அடைந்திருக் கிறது. அந்த வளர்ச்சி சென்னைக்கு உடனே உடனே வந்து கொண்டிருக்கிறது என்பதன் அடையாளத்தை மருத்துவமனை யில் பார்த்தேன். வட இந்தியாவின் பல மூலைகளிலிருந்து நோயாளிகள் வந்து உட்கார்ந்திருக்கிறார்கள். அங்கெல்லாம் இது போன்ற மருத்துவமனைகள் இல்லையா என்று கேட்டால், இல்லை என்றே பதில் வருகிறது. மருத்துவத்தில் நிச்சயம் தெற்கு தழைக்கிறது. வடக்கு வாடுகிறது என்றே தோன்றுகிறது.

சாதாரண காட்டராக்ட் மட்டும் இல்லை. ஒருவர் பல்லை எடுத்து அதிலிருந்து ஒரு திசுவை அவர் கன்னத்தில் பதித்து வளர்த்து, பின்னர் அதைக் கண்ணில் பொருத்தி, கண்பார்வை யற்றவரைப் பார்க்கவைக்க உதவும் சிகிச்சைகள் எல்லாம் இன்று சென்னையில் நடக்கின்றன.

எல்லாவற்றுக்கும் ஒரு விலை இருக்கிறது. பொருளில்லார்க்கு இவ்வுலகு இல்லை; இல்லவே இல்லை. என் ஆப்பரேஷனுக்கு ஒரு பெருந்தொகை (எனக்கு அது பெருந்தொகை தான்) சொன்னார்கள். நான் வாரக் கூலி எழுத்தாளன். மெடிக்கல் இன்சூரன்ஸ் இல்லாதவன் என்று விண்ணப்பித்ததும் கொஞ்சம் குறைத்துக் கொண்டார்கள். எனக்கு உதவ மகனும், நண்பர்களும் இருப்பதால் தப்பித்துக் கொண்டேன்.

ஆனால் இன்றைய வாழ்க்கை டாக்டர் வரதராஜன் க்ளினிக்கின் மிக்சர் காலத்து எளிமையான வாழ்க்கையாக இல்லை. ஆயுள் இன்சூரன்ஸ் வேண்டாம். மெடிகல் இன்சூரன்ஸ் வேண்டாம், முடிந்தால் வங்கிக் கணக்கு கூட வேண்டாம் என்று எழுபதுகளில் நானும் என்னைப் போன்ற வர்களும் ‘வந்ததை வரவில் வைப்போம். சென்றதை செலவில் வைப்போம்’ எனப் பாடி வாழ்ந்த வாழ்க்கை சாத்தியம் இல்லை. ஒவ்வொரு குடிமகனுக்கும் இன்சூரன்ஸ், மெடிகல் இன்சூரன்ஸ் தேவைப்படுகிறது. சாதாரண எளிய மனிதர் களுக்கு, நோயாளிகளாக இருக்கக்கூட தகுதி இல்லை. அதற்குக் கூட பணம் தேவைப்படுகிறது.

எல்லா குடிமக்களுக்கும் தரமான கல்வியையும் மருத்து வத்தையும் இலவசமாகக் கொடுக்கக்கூடிய அரசுக்காக ஏங்கு கிறேன். நமக்கு வாய்த்ததெல்லாம் மிக்சியும் டி.வி.யும் கொடுக்கிற அரசுகள்தான்.

***கல்கி,*** **6.08.2011**

# ஊர்சுற்றி புராணம்

கடந்த சில மாதங்களாக அணு உலைகள் பற்றி அரசாங்கம், அப்துல் கலாம், அமைச்சர் நாராயணசாமி, ஆதரவாளர் தா.பாண்டியன் மற்றும் ஃபேஸ்புக்கில் மட்டும் தேசபக்தர்களாக வலம் வரும் சில அறிவு ஜீவிகள் சொல்வதை மட்டுமே கேட்டுக்கொண்டிருந் தால் நிச்சயம் எனக்கு ரத்தக் கொதிப்பு எகிறி இன்னொரு இதய அதிர்ச்சி ஏற்பட்டு இதை எழுத முடியாமல் கூட போய்விட்டிருக்கும். என்னைக் காப்பாற்றுவது எனக்கு இருக்கும் இதர அக்கறைகளான நாடகங்களும், பயணங்களும், விதவிதமான பயிலரங்கங்களும் அன்பான நண்பர்களின் தோழமையும்தான்.

சென்ற வருடம் அமெரிக்காவுக்கு சென்றபோது ஒவ்வொரு விமான நிலையத்திலும் என் பாஸ்போர்ட் பெயரில் இருக்கும் பூர்வீக ஊர் பெயரை அதிகாரிகள் கஷ்டப்பட்டு படிக்கும்போதெல்லாம், அந்த ஊரை இதுவரை நான் பார்த்ததே இல்லையே என்ற வருத்தம் மேலெழுந்துகொண்டே இருந்தது. எங்கள் குடும்பத்தில் என் அப்பாவைத் தவிர வேறு யாரும் அந்த ஊரைப் பார்த்ததில்லை. அப்பாவின் கடைசி வருடங்களில் அவரையும் அழைத்துக்கொண்டு சகோதர சகோதரிகள் எல்லாருமாக அந்த ஊரைப் போய் பார்க்கலாமென்று ஒரு திட்டத்தைப் பேசிக்கொண்டே இருந்தோம். அப்பா 90 வருடம் வாழ்ந்தபோதும் எங்கள் திட்டம் சில அரசாங்கத் திட்டங்கள் போல நகரவே இல்லை.

அண்மையில் புரிசை கிராமத்தில் நடந்த புரிசை கண்ணப்ப தம்பிரானின் நூற்றாண்டு கலைவிழாவில் எங்கள் பரீக்ஷா குழுவின் நாடகம் நடத்த அங்கே

செல்லவேண்டியிருந்தபோது, பயண வசதிகளை முடிவு செய்வதற்காக கூகிள் மேப்களை அலசிக் கொண்டிருந்தேன். அப்போதுதான் புரிசையிலிருந்து சுமார் ஒரு மணி நேர தொலைவில் என் பூர்வீக ஊர் நல்லூர் இருப்பதை கவனித்தேன். இரவு நாடகத்தை முடித்துவிட்டு அதிகாலையில் நல்லூர் போகலாம் என்று முடிவு செய்தேன்.

எங்கள் நாடகம் முடியும்போது நள்ளிரவு ஒரு மணி. அந்த நேரத்திலும் சுமார் 100 பேர் நாடகம் பார்த்தார்கள். அதுதான் கூத்து கலாசார மரபு. விடிய விடிய கூத்து பார்க்கும் மரபுக்கேற்பவே அந்த நாடகவிழாவும் வடிவமைக்கப்பட்டிருந்தது. நாங்கள் சுமார் இரண்டு மணிக்கு புரிசை கிராமத்திலேயே ஏதோ ஒரு வீட்டுத் திண்ணையில் படுத்துத் தூங்கப் போனோம். காலை ஆறு மணிக்கு எழுந்து புறப்படும்போது பார்த்தால் விழா முடியவில்லை. எங்கள் நாடகம் முடிந்த பிறகு ஆரம்பித்த பாரம்பரியக் கூத்து நடந்துகொண்டிருந்தது.

நல்லூர் ஆற்காடு அருகே இருக்கும் கலவை என்ற சிறு நகரை ஒட்டிய கிராமம். முதன்முதலில் நான் 1981இல் ஆற்காடு வீராசாமியை அவருடைய செய்தித்தாளில் வேலை செய்வது தொடர்பாக சந்தித்தபோது அவர் என் பூர்வீக ஊர் எது என்று கேட்டார். நல்லூர் என்று சொன்னதும் அவர் “அட, நம்ம ஊர் பையன்” என்றார். அவர் ஊர் பெயரோடு இருக்கும் ஆற்காடு அல்ல. கலவையருகே இருக்கும் இன்னொரு கிராம மான குப்படிச் சாத்தம். கலவை பக்தர்களிடையே சங்கர மடத்தால் அறியப்பட்ட ஊர்.

நல்லூரை அடைந்ததும் எங்கே யாரிடம் என்ன சொல்லி எதை விசாரிப்பது என்று எதுவும் என்னிடம் இல்லை. ஏனென்றால் அந்த ஊரில் எங்கள் குடும்பத்துக்கு நிலம், வீடு எதுவும் இல்லை. உறவினர்கள் யாரும் இல்லை. என்னிடம் இருந்த இரண்டு தகவல்களில் ஒன்றால் எந்தப் பயனும் இல்லை. என் தாத்தா முனுசாமி அந்த ஊரின் முன்சீப்பாக இருந்தவர். அடுத்து என் அப்பாவும் அந்த பரம்பரை முன்சீப் வேலையை ஓரிரு வருடம் பார்த்துவிட்டு ஊரை விட்டு வந்துவிட்டார். அப்பா ஊரை விட்டு வந்த வருடம் 1927 ! இன்னொரு தகவல் அப்பாவின் பங்காளி சகோதர உறவினரான நல்லூர் சோமசுந்தரம் எனபவர் விடுதலைப் போராட்ட வீரர் என்பதாகும்.

முதலில் ஒரு வீட்டு வாசலில் கண்ணில் பட்டவரிடம் கேட்டேன். அவர் எல்லா தகவல்களையும் விரல் நுனியில் வைத்திருந்தார். அவர் பெயர் முனுசாமி! பஞ்சாயத்து அலுவலக

ஊழியர். சோமசுந்தரத்தின் வீடு இன்னும் இருப்பதாகவும் அவரது குடும்ப வாரிசுகள், உறவினர்கள் பலர் ஊருடன் தொடர்பில் இருப்பதாகவும் சொன்னார். ஊரில் இருக்கும் பழைய சிவன் கோயிலை அவர்கள் புதுப்பித்து கட்டியிருப்ப தாகவும் சொல்லி என்னை அந்த சிவன் கோயிலுக்கு அழைத்துச் சென்று காட்டினார். சோமசுந்தரத்தின் வீட்டையும் சுற்றிக் காட்டினார். கோவிலும் வீடும் என் ஆர்வத்துக்குரியன அல்ல. அந்த அக்ரஹாரத் தெருவின் முடிவில் ஒரு ஆலமரம் இருந்தது. அதன் வயது சுமார் 200 வருடங்கள் என்றார்கள். அதுதான் சுவாரசியமான கற்பனைகளைத் தூண்டியது. இருபது வயது வரை இங்கே இருந்த என் அப்பா அந்த ஆலமரத்தின் கீழ் விளையாடியிருப்பாரா, நண்பர்களுடன் அரட்டை அடித்திருப்பாரா என்றெல்லாம் யோசித்தேன்.

இப்போது ஊரின் மக்கள் தொகை சுமார் இரண்டாயிரம். சரிபாதி காலனியில் தனியே வசிக்கும் தலித்கள். அப்பா காலத்தில் இதில் சரிபாதிதான் மொத்த மக்கள் தொகையாக இருந்திருக்கலாம். நான் சென்றபோது பஞ்சாயத்து தேர்தல் பிரசாரம் நடந்துகொண்டிருந்தது. போட்டியிடும் பா.ம.க. வேட்பாளர் என்னை சந்தித்தார். அவர் ஊரைச் சேர்ந்தவர். எதிர் வேட்பாளர்கள் எல்லாரும் காலனிவாசிகள். காலனி ஓட்டுகள்தான் அதிகம். ஆனாலும் தான் ஜெயிப்பேன் என்றார். (ஜெயித்துவிட்டதாக பின்னர் அறிந்தேன்.)

ஊருக்குள் நுழைந்து பஞ்சாயத்து ஊழியரை சந்தித்தது முதல் ஊரை விட்டு திரும்பி கலவை, ஆற்காடு வழியே சென்னை வந்தபின்னரும் கூட, எனக்கு நிறைய செல்பேசி அழைப்புகள் வந்தபடி இருந்தன. எல்லாரும் நல்லூரிலிருந்து தொலைதூர மாநிலங்கள், வெளியூர்கள் சென்று குடியேறிய வர்கள். பெரும்பாலோர் சிவன் கோயிலைப் பற்றியே என்னிடம் பேசிக்கொண்டிருந்தார்கள். பல நூறு வருடங்கள் முந்தைய பழைய கோயிலைப் புதுப்பித்துக் கட்டிய பெருமையும் மகிழ்ச்சியும் அவர்களுக்கு இருந்தது.

எனக்கு ஆர்வமில்லாத விஷயம் அது. என்னை இன்னமும் உறுத்தும் கேள்வி ஏன், தங்கள் சொந்த ஊரை விட்டு தொழில் நிமித்தம் வெளியூர் சென்று வாழ்வோர் பலரும் (எல்லாரும் அல்ல), ஊருக்கு ஏதாவது செய்யவேண்டும் என்று தோன்றும் போது முதலில் கோயில் புனருத்தாரணத்தையே எண்ணு கிறார்கள் என்பதுதான். படிப்புதான் அவர்களை உலகம் சுற்றவைத்தது. அந்தப் படிப்புக்காக அடுத்த தலைமுறைக் குழந்தைகளுக்கு ஏன் எதுவும் செய்யத்தோன்றுவதில்லை?

கலவை பகுதியில் ஆண்களை விடப் பெண்களே மக்கள் தொகையில் அதிகம். ஆனால் பெண்களில் எழுத்தறிவு 59 சதவிகிதம்தான். நல்லூர் கிராமத்தில் ஒரு நூலகத்தைப் பார்த்திருந்தால் நான் மகிழ்ச்சியடைந்திருப்பேன். ஒவ்வொரு வேளை ஒரு உறவினர் வீட்டில் போய் சாப்பிட்டு படிக்க வேண்டிய வறுமையில் இருந்த என் அப்பாவையும் அடுத்து எங்களையும் வறுமையிலிருந்து விடுவித்தது படிப்புதான்.

சொந்த ஊர் என்பது சிலருக்கு நெகிழ்வான உணர்வு களை எழுப்புகிறது. எனக்கும் செங்கற்பட்டு அப்படிப்பட்ட நெகிழ்ச்சியை ஏற்படுத்தும். எனக்கு அதுதான் சொந்த ஊர். ஆனால் ஒவ்வொரு முறை செங்கற்பட்டுக்குப் போகும்போதும் நெகிழ்ச்சியை ஏற்படுத்துவது பழைய நினைவுகள்தான். இப்போதைய ஊரைப் பார்க்கும்போது அதிர்ச்சியும் கோபமும் வருத்தமும்தான் வருகின்றன. ஊரே கடை வீதியாக மாறி விட்டது. சாலைகள் எல்லாம் யுத்தம் நடந்த பூமி போல இருக்கின்றன. நண்பர்களோடு மகிழ்ச்சியாக சென்று உலாவிய ரேடியோ மலை மர்ம தேசமாகிவிட்டது. வேறு எந்த ஊரிலும் எனக்குத் தெரிந்து ஊருக்கு நடுவே சிறு குன்று கிடையாது. அதன் மீது ஒரு பூங்கா, நகராட்சியின் வானொலி எல்லாம் ஒரு காலத்தில் இருந்தன. அதனால்தான் ரேடியோ மலை என்று பெயர். அண்மையில் சென்றபோது குன்றேறிப் பார்த்தேன். அங்கே இருந்த அச்சுறுத்தும் தோற்றத்தில் சிலர் முறைத்த முறைப்பில் திரும்பிவிட வேண்டியதாயிற்று.

நான் தவறாமல் மாலை நேரங்களில் நண்பர்களுடன் சடுகுடு விளையாடிய வேதாசலம் நகர் அழகேசனார் தெரு பூங்காவும் விளையாட்டு திடலும் சிதிலமடைந்து கிடந்தன. அதை ஆக்ரமித்து சிலர் வீடு கட்டியிருந்தார்கள். வருடம் முழுவதும் விதவிதமான விளையாட்டு வீரர்களுடன் உயிர்த் துடிப்போடு காணப்பட்ட சீர்திருத்தப்பள்ளி விளையாட்டுத் திடல் பாழடைந்து ரயில்வேயின் கோடவுனாகக் கிடக்கிறது. குளவாய் ஏரியை தூர்த்து ப்ளாட் போடவேண்டியது மட்டும்தான் பாக்கி. அதன் ஆயக்கட்டு வயல்கள் எல்லாம் பைபாஸ் சாலையினால் ஏற்கனவே ப்ளாட்டுகளாகிவிட்டன. எதையும் கேட்பார் இல்லாத நிர்வாகமும் எதற்கும் அக்கறை யில்லாத மக்களும்தான் நாளுக்கு நாள் பெருகிவருகிறார்கள் என்பதற்கு இவையெல்லாம் அடையாளங்கள்.

ஒரு காலத்தில் நமக்கு பெரு மகிழ்ச்சி தந்த பல விஷயங் கள் கால ஓட்டத்தில் அர்த்தமற்றவையாகிவிடுகின்றன. இளம் வயதில் தினசரி மணிக்கணக்கில் அரட்டை அடித்த நண்பனை

முப்பது வருடம் கழித்து சந்திக்கும்போது பழைய சந்தோஷங்களின் தொடர்ச்சியாக இப்போதும் மகிழ்ச்சி ஏற்படுகிறது. ஆனால் சில நிமிடங்களுக்குப் பின் இருவருக்கும் பேச எதுவுமில்லை. பகிர எதுவுமில்லை. கால ஓட்டத்தில் இருவரின் மதிப்பீடுகளும் வெவ்வேறு திசைகளில் போய்விட்டதே காரணம். மாறாக ஒரு வாரம் முன்பு அறிமுகமான ஒருவருடன் மணிக்கணக்கில் பேசுகிறோம். இருவருக்கும் இடையில் பொது அக்கறைக்குரியவை நிறையவே இருப்பதே காரணம்.

உறவுகளை சடங்குகளாகவோ, அல்லது வெறும் பழக்கத்தினாலோ அல்லது வேறு வழியில்லாமலோ தொடரும்போது அவை சுமையாக மாறுவதுதான் நிகழும்.

உறவாடக் கற்றுக்கொள்வோம் என்பதுதான் நான் அண்மையில் குடந்தையில் நடத்திய ஒரு பயிலரங்கத்தின் செய்தி. லயன்ஸ் க்ளப் இதை ஏற்பாடு செய்திருந்தது. லயன்ஸ் மாவட்டம் 324 ஏவின் இப்போதைய ஆளுநர் ராமராஜன் இந்த வருடம் வித்யாசமான சில பயிலரங்குகளை நான் நடத்தித் தரவேண்டும் என்று பிடிவாதமாக இருந்தார். நானும் என் தோழி பத்மாவும் அவற்றை செய்து தரப் பொறுப்பேற்றுக் கொண்டோம்.

லயன்ஸ் உறுப்பினர்கள் தம்பதிகளாக வந்து பங்கேற்கும் பயிலரங்கம் இது. அரசியல், கல்வி, மீடியா, வணிகம் எல்லாமே கடும் சிக்கல்களுடன் இருக்கும் சூழலில், தனி வாழ்க்கையில் உறவுகளும் எவ்வளவு சிக்கலாக இருக்கின்றன என்பதை எல்லாரும் உணர்ந்து என்ன செய்யலாம் என்ற கவலையிலும் ஏக்கத்திலும் இருக்கிறார்கள். போலி கௌரவமும் அதிகாரப் பார்வையும்தான் பல உறவுகளை நாசப்படுத்துகின்றன. அன்பும் பரஸ்பர மதிப்பும் மட்டுமே நம்மை மீட்கும்.

இன்னொரு பயிலரங்கம் கிராமப்புற அரசுப் பள்ளிகளில் பயிலும் ப்ளஸ் ஒன் மாணவர்களுக்கு பத்து வாழ்க்கைத் திறன்களை அறிமுகப்படுத்துவதற்கானது. மாணவர்கள் துடிப்பாக இருக்கிறார்கள். ஆர்வத்தோடு இருக்கிறார்கள். வசதிகளும் வாய்ப்புகளும் மட்டும்தான் குறைவாக இருக்கின்றன. இப்படிப்பட்ட பயிலரங்கங்கள் அவர்களுக்கு நீந்திக் கரையேறக் கிடைக்கும் இன்னொரு துரும்பு.

மயிலாடுதுறையில் நகராட்சி மேல்நிலைப் பள்ளி வளாகத்தில் நடந்தது. நூறாண்டுகளுக்கு மேலாக நடக்கும் அந்தப் பள்ளியின் வரலாறு பிரமிப்பானது. எழுத்தாளர்கள் கல்கி, துமிலன், சா. கந்தசாமி, திமுக தலைவர் பேராசிரியர் அன்பழகன்,

இன்னும் ஐ.ஏ.எஸ். உயர் அதிகாரிகள் பலர் படித்த பள்ளி இது என்று அறிந்தபோது நெகிழ்ச்சியாக இருந்தது.

அப்படிப்பட்ட பள்ளியில் ஒரு நூலகம் இல்லையென்று தெரிந்தபோது அதிர்ச்சியாக இருந்தது. இருநூறு கோடி ரூபாயில் ஒரு கனவு நூலகத்தை சென்னையில் அமைக்கிறோம். இருநூறு ஊர்களில், இரண்டாயிரம் பள்ளிகளில் நூலகங்கள் இல்லை. அல்லது இருந்தும் இல்லாத நிலை. மயிலாடுதுறை பள்ளியில் ஆயிரக்கணக்கில் நூல்கள் உள்ளன. ஆனால் நூலகர் பதவிக்கு ஆள் நியமிக்கப்படவில்லை. பள்ளிகளில் காவலர் (வாட்ச்மேன்), துப்புரவுப் பணியாளர் பதவிகளெல்லாம் கூட அரசால் நியமிக்கப்படாத நிலைதான் பல பள்ளிகளில் இருக்கிறது. பெற்றோர் ஆசிரியர் சங்கத்தின் மூலம் தொகுப்பு ஊதியத்தில் சிலரை ஒரு சில ஊர்களில் நியமிக்கிறார்கள்.

ஒவ்வொரு பயணமும் நம் சூழல் எவ்வளவு சிக்கல் நிரம்பியதாக இருக்கிறது என்பதை உணர்த்துகிறது. கூடவே அதையெல்லாம் தாண்டி எழுந்து வருவதற்கான துடிப்போடும் ஆர்வத்தோடும் தேடலோடும் இன்னொரு தலைமுறை உருவாகிக்கொண்டே இருக்கிறது என்பதை பார்க்கும் வாய்ப்பையும் இந்தப் பயணங்கள் எனக்குத் தருகின்றன. முசிறியில் மாணவர் பயிலரங்கம் முடிவில் அன்றைய அனுபவத்தைச் சொல்லுங்கள் என்று கேட்டதும் அலை அலையாக எழுந்து வந்து முதல் முறை மைக் முன்னால் பேசிய அத்தனை முகங்களும் குரல்களும் மறக்க முடியாதவை.

***கல்கி,* 19.11.2011**

FCW - #0034 - 061026 - C0 - 216/140/14 - PB - 9789381969540 - Matt Lamination